TỔ CHỨC
VÀ ĐÁM ĐÔNG
(Phiên bản quốc tế)

Liên hệ góp ý về sách & khoá học:
maixuandat@okrs.vn
Liên hệ hợp tác xuất bản:
founder@hoangpassion.com

TỔ CHỨC

Hiệu suất cao

VÀ ĐÁM ĐÔNG

Hỗn loạn

Mai Xuân Đạt

"Cuốn sách dành cho bất kỳ Nhà lãnh đạo nào muốn xây dựng một tổ chức Hạnh phúc - Tăng trưởng Nhanh và Bền vững"

Chào bạn,

Tôi là Mai Xuân Đạt. Khi bắt đầu hành trình làm CEO, tôi đã trải qua không ít khó khăn trong việc quản lý một doanh nghiệp nhỏ. SEONGON – một agency quảng cáo mà tôi thành lập vào năm 2012 với 100 nhân sự – đã trải qua những năm đầu đầy thử thách vì tôi thiếu kiến thức và kỹ năng quản trị phù hợp.

Sau bảy năm tìm tòi, tôi đã khám phá ra OKRs – một phương pháp quản trị mục tiêu nổi tiếng mà Google đã áp dụng từ những ngày đầu thành lập. OKRs không chỉ giúp tôi cải thiện cách thức điều hành công ty mà còn mở ra một hướng đi mới về quản trị hiệu suất, động lực và xây dựng văn hóa doanh nghiệp.

Kể từ năm 2020, sau khi tự tin hơn trong việc quản lý doanh nghiệp, tôi bắt đầu chia sẻ kiến thức về quản trị với cộng đồng. Vào cuối năm 2020, tôi thành lập J.O.H.N Capital (cùng các dự án VNOKRs, JOHN Academy...) với mục tiêu đào tạo và huấn luyện về Quản trị (OKRs, VHDN). Tôi mong muốn giúp đỡ những CEO đang gặp khó khăn như tôi đã từng, để họ có thể điều hành doanh nghiệp hiệu quả hơn, sống hạnh phúc hơn và phát triển bền vững hơn. Cùng thời gian này, tôi đã viết và xuất bản cuốn sách *OKRs - Hiểu đúng, Làm đúng* và được đón nhận nồng nhiệt bởi cộng đồng CEO Việt Nam.

Kể từ đó đến nay, trong bốn năm, tôi đã có cơ hội làm việc với hàng trăm CEO thông qua các lớp học và hàng chục doanh nghiệp thông qua các chương trình huấn luyện. Từ đó, tôi đã tích lũy cho mình một vốn kiến thức quản trị phong phú. Tôi rất vui về những gì mình đã đạt được.[1]

Mỗi người đều có quan điểm riêng về độ tin cậy của thông tin. Có người tin vào lời của thánh nhân, có người tìm kiếm lời khuyên từ

---

[1]. Bạn có thể xem các thành quả của các doanh nghiệp tại địa chỉ https://john.vn/mission/. (Mọi chú thích trong sách là của tác giả.)

những người nổi tiếng và cũng có người chỉ tin vào những gì có bằng chứng xác thực. Cá nhân tôi, tôi tin rằng thông tin chỉ có giá trị khi được chứng minh bằng số liệu và dẫn chứng cụ thể. Một cuốn sách có nội dung hay nhưng thiếu thực tiễn và logic thì sẽ không thể khiến tôi tiếp thu; đầu óc tôi luôn thắc mắc: *"Liệu điều này có đáng tin không?"*

Vì vậy, cuốn sách này không phải là những suy nghĩ chủ quan của riêng tôi. Nó được xây dựng dựa trên ba trụ cột:

1. **Kinh nghiệm thực tế** từ hành trình của bản thân tôi.

2. **Những câu chuyện từ việc tư vấn** cho hàng trăm doanh nghiệp vừa và nhỏ tại Việt Nam.

3. **Đặc biệt, những nguyên lý đã được kiểm chứng** từ các nhà quản trị nổi tiếng như Peter Drucker, Andrew Grove, John Doerr, Jim Collins, Edgar Schein, Daniel Pink, Abraham Maslow và Simon Sinek.

Nếu bạn đang loay hoay tìm hướng đi cho doanh nghiệp mình hoặc đang muốn quản lý tốt hơn, cuốn sách này là dành cho bạn.

MỤC LỤC

LỜI CẢM ƠN

Khi viết xong cuốn sách này và nghĩ tới những người tôi cần cảm ơn, tôi nghĩ ngay tới đội ngũ của mình. Cuốn sách là tổng hợp một cách thấu đáo nhất, đầy đủ nhất và sâu nhất những gì tôi đã mày mò được trong những năm qua, nhưng điều đó không chỉ đến từ trải nghiệm của riêng tôi mà còn từ gần 150 khách hàng và 2.500 học viên mà tôi đã làm việc cùng. Để có được nhiều trải nghiệm như vậy, tôi đã không làm việc một mình. Cảm ơn Tuấn, người đã luôn cáng đáng mọi việc và giờ đây là cánh tay nối dài trong hoạt động của J.O.H.N Capital với khách hàng, cảm ơn cả Châu Anh; cảm ơn Toàn, nếu không có Toàn thì những kiến thức lộn xộn của anh đã không được tổng hợp và lưu giữ nguyên vẹn, đầy đủ đến thế; cảm ơn Yến vì đã luôn là người chăm lo cho các chương trình và tâm huyết với khách hàng, không có Yến thì có lẽ John đã rất lộn xộn; cảm ơn Chương và Tuấn Anh đã kiên trì, làm mọi thứ có thể để tạo ra các công cụ hỗ trợ khách hàng, hỗ trợ team; cảm ơn chị Oanh, Lan và team kế toán đã gánh vác mọi việc trong công ty để tôi yên tâm làm việc; cảm ơn Oanh, Hà, Hùng, những viên gạch đầu tiên, cảm ơn Lan Anh, Thủy, Hưng, Ngọc, Tiến, cảm ơn bộ đôi Đức và Hùng, dù các bạn không còn làm việc ở John nữa, những giá trị mà các bạn đã trao đi góp phần tạo nên cuốn sách này.

Tôi cũng nhớ tới từng gương mặt của các sếp, những người đã tin tưởng tôi từ những ngày đầu tiên. Đặc biệt là vào quãng thời gian khi tôi mới bắt đầu chuyển từ đào tạo sang huấn luyện, có những người đã đặt niềm tin vào tôi hoàn toàn như Thảo Real Clothes, Hòa BKL Group, vợ chồng Quang Quyên Ruby Koi, Thông V2G Group, Tôn QSC Việt Nam, Tài và Hoa Skyward, Hưng Unifa, anh Quân NNC Pharma, Dung Linh Tây Store, hai vợ chồng anh Việt & Nhung HelloJob – mọi người đã trao trọn niềm tin cho tôi không một chút do dự và tin vào chân lý quản trị. Tôi cũng muốn cảm ơn những doanh nghiệp tiên phong ứng dụng Quản Trị Đúng để bản thân tôi được tiếp thêm niềm tin: Sakuko của Dung Cao, Rugby Nail Salon của Hải, Teemazing của Tuấn Anh, Rever của anh Mạnh, Havina Vĩnh Phúc của Tuấn Anh, Marou Chocolate của anh Vincent Marou, Sunday FnB của Tiến... Còn nhiều lắm những doanh nghiệp như thế... Chân thành cảm ơn mọi người rất nhiều! À quên, cảm ơn SEONGON, các em chính là minh chứng rõ nhất cho những gì anh tin tưởng và gây dựng.

Nói về tin tưởng, có những người cũng thật... kỳ lạ, những người không phải là đồng đội, cũng không phải là khách hàng, nhưng lại ủng hộ vô điều kiện khi tôi nói sẽ viết cuốn sách này. Cảm ơn Hưng BeatNetwork, cảm ơn Nguyệt Anh Alana, cảm ơn Thạch GAT Studio đã tài trợ nhiệt thành cho cuốn sách.

Và sau cùng, trên toàn bộ hành trình vừa qua, tôi luôn trân trọng và biết ơn những người bạn, những người ủng hộ và theo dõi tôi trên các nền tảng mạng xã hội, những người đã thường xuyên dõi theo các chia sẻ của tôi. Nhờ có tất cả mọi người, tôi có thêm động lực và vững tin vào con đường mình đi.

Thực lòng cảm ơn!

Cộng đồng độc giả sách *Tổ chức và Đám đông*

Khi gần hoàn thành cuốn sách này, thú thật là tôi vẫn tiếp tục nghĩ ra rất nhiều thứ còn có thể viết tiếp. Nhưng có lẽ, nếu cứ với cái đà đó, tôi sẽ không bao giờ hoàn thành cuốn sách này. Vì vậy, tôi tạo ra cộng đồng để chúng ta có thể tiếp tục gặp gỡ và thảo luận. Tôi cũng sẽ thường xuyên bổ sung nội dung cần thiết và có các buổi đối thoại trực tiếp để độc giả có thể hiểu thấu đáo hơn cũng như thực hành tốt hơn.

https://facebook.com/groups/tochucvadamdong/

Một cộng đồng thuần túy về tri thức Quản Trị

QUANTRIQUAN.COM

> **VỀ CƠ BẢN CON NGƯỜI LÀ TỐT. NẾU NHÂN VIÊN LÀM SAI, HÃY SUY NGHĨ VỀ CÁI SAI CỦA SẾP TRƯỚC.**
>
> *- MAI XUÂN ĐẠT -*

CHƯƠNG 01

AI CŨNG SẼ QUẢN TRỊ SAI LẦM

Bạn có cảm thấy mình là một CEO kém? Tin vui cho bạn là hầu như tất cả các CEO tôi gặp đều có cảm giác như vậy về bản thân, số người ngay từ đầu đã luôn thực sự tin vào tài năng lãnh đạo của mình rất ít. Vì vậy, bạn không cần lo lắng!

CHÚNG TA TỪNG CÓ MỘT CÔNG TY TUYỆT VỜI ĐẾN THẾ

Để tôi kể cho bạn câu chuyện về Công ty X.

Cách đây vài năm, Công ty X được thành lập vội vã bởi một nhóm vài người có vẻ rất hợp làm việc với nhau. Lúc đó, công ty giống như một gia đình nhỏ, mỗi người đều hào hứng và nhiệt huyết, mang theo tinh thần khởi nghiệp đầy đam mê, quyết tâm. Dù công ty còn thiếu người, cấu trúc hoạt động chưa rõ ràng và quy trình chưa hoàn thiện, chẳng bao giờ mọi người cãi vã quá nhiều, ai cũng hỗ trợ nhau cùng hoàn thành công việc.

Mỗi buổi sáng, các sếp và nhân viên thường có mặt trước giờ làm 30 – 40 phút, cùng nhau ăn sáng và "chém gió" ở quán trà đá dưới chân tòa nhà văn phòng. Dường như ai cũng hào hứng đến công ty. Một ngày làm việc thường bắt đầu với tinh thần tuyệt vời! Thời gian đó, ai cũng thấy mình là một phần quan trọng của công ty. Không có khoảng cách giữa sếp và nhân viên, không có sự so bì lợi ích. Mọi người làm việc cùng nhau với một mục tiêu chung rõ ràng: cùng xây dựng công ty. Từ sáng đến tối, mọi người cùng nhau vượt qua những thử thách đầu tiên, cùng nhau mừng vui với những thành công nhỏ. Đó là những ngày tháng đầy ắp kỷ niệm và sự gắn kết. Mỗi người một chân một tay, cùng nhau đóng góp vào sự phát triển của công ty. Nếu cần làm báo cáo, ai cũng sẵn sàng ngồi lại đến khuya. Nếu cần gặp gỡ khách hàng, mọi người đều tình nguyện cùng đi. Những buổi họp không chỉ nhằm trao đổi công việc, mà còn là lúc mọi người chia sẻ niềm vui, nỗi buồn và động viên nhau vượt qua khó khăn.

Công ty X không cần một hệ thống quản lý phức tạp, vì tất cả đều cam kết và tự giác. Mọi người đều hiểu rõ mục tiêu chung và cùng nhau hướng tới nó. Không ai cần được nhắc nhở hay thúc ép, mỗi người đều tự thấy trách nhiệm và nghĩa vụ của mình trong công việc. Những giá trị cốt lõi như sự trung thực, cam kết và tinh thần đồng đội đều hiện diện rõ ràng trong từng hành động. Tinh thần làm việc ấy đã tạo nên một môi trường làm việc vui vẻ và hiệu quả. Ai cũng mong muốn được cống hiến và làm việc. Không có sự chia rẽ, không có xung đột, chỉ có sự hợp tác và sự đồng lòng. Mọi người đều cảm thấy tự hào về những gì mình đã đóng góp và cùng nhau hướng tới một tương lai tốt đẹp hơn.

Nhìn lại, tất cả đều công nhận rằng đó là khoảng thời gian tuyệt vời nhất. Dù thiếu thốn về nguồn lực và quy trình chưa hoàn thiện, nhưng chính tinh thần và sự gắn kết đã giúp công ty hoạt động hiệu quả và phát triển nhanh chóng. Đó là minh chứng rõ ràng cho thấy sức mạnh của sự đồng lòng và cam kết của mỗi cá nhân trong tổ chức.

Bạn nghe câu chuyện có quen không? Có phải rất giống công ty bạn ngày xưa? Tôi đoán chắc đến 90% là giống!

Đúng vậy, chúng ta từng có một công ty tuyệt vời đến thế.

Nhưng rồi mọi chuyện cứ tệ đi dần. Ngày càng có nhiều người mới gia nhập công ty, nhưng mọi người bắt đầu không còn cùng nhau đến sớm và ăn sáng, chém gió ở quán trà đá nữa. Công việc ngày càng nhiều, ai cũng quay cuồng, còn sếp thì ban hành đủ thứ luật lệ. Mọi người bắt đầu ít nói chuyện với nhau, không còn hào hứng đến công ty mỗi buổi sáng và trở nên mệt mỏi vào cuối ngày.

Từ tuyệt vời trở thành chán nản, từ vui tươi trở thành tiêu cực, từ hào hứng trở thành chịu đựng... Chuyện gì đã xảy ra? Có phải bản chất con người chỉ có thể vui vẻ cùng nhau một thời gian ngắn rồi sau đó ai cũng chỉ nghĩ cho bản thân mình? Dưới con mắt của người làm sếp, có lẽ nhân viên luôn là người sai và ngược lại!

Tin vui cho bạn, dường như rất rất nhiều công ty đều như thế! Nhiều tới mức mà Larry Eugene Greiner, nhà kinh tế học người Mỹ đã tổng hợp khái quát thành mô hình, gọi là "Mô hình tăng trưởng Greiner".

MÔ HÌNH TĂNG TRƯỞNG GREINER

Mô hình tăng trưởng Greiner là một công cụ quan trọng giúp các nhà quản lý hiểu rõ quá trình phát triển của một công ty và những khủng hoảng mà nó có thể gặp phải. Theo mô hình này, một công ty sẽ trải qua năm giai đoạn phát triển, mỗi giai đoạn đều có những thách thức và khủng hoảng riêng. Nếu không được quản lý đúng cách, công ty có thể dần mất đi sự tuyệt vời ban đầu và trở nên kém hiệu quả.

NĂM GIAI ĐOẠN TĂNG TRƯỞNG

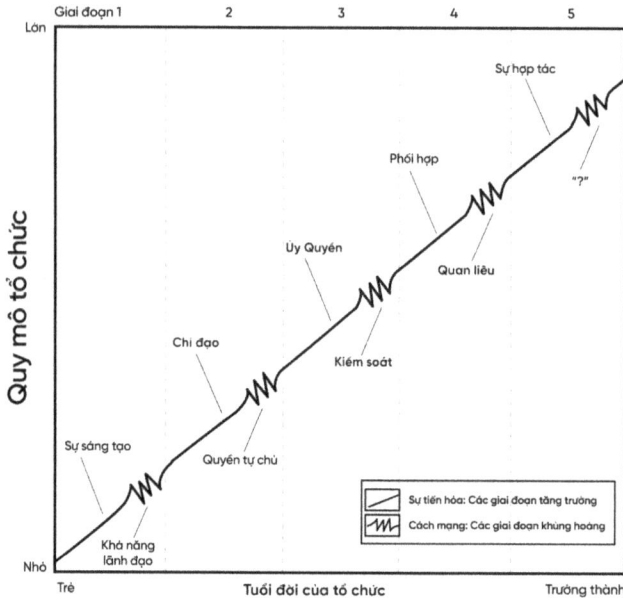

Theo *Harvard Business Review*, 70% doanh nghiệp vừa và nhỏ gặp khủng hoảng trong quá trình tăng trưởng quy mô từ 10 – 20 nhân viên lên 50 – 100 nhân viên.

Giai đoạn 1: Sáng Tạo (Creativity)

Trong giai đoạn đầu tiên, công ty thường hoạt động như một gia đình nhỏ, nơi sự sáng tạo và đổi mới được khuyến khích. Những người sáng lập, thường là những cá nhân có năng lực cao về kỹ thuật hoặc kinh doanh, dành phần lớn thời gian và năng lượng để phát triển sản phẩm mới và đáp ứng nhu cầu thị trường. Giao tiếp giữa các thành viên trong đội ngũ rất linh hoạt và mọi người đều có sự đồng thuận và tinh thần đoàn kết cao. Mọi người làm việc "quên ăn, quên ngủ, quên cả giờ giấc".

Đây chính là giai đoạn mà bạn đang có một *"công ty tuyệt vời"*.

Tuy nhiên, khi công ty bắt đầu mở rộng quy mô, những hoạt động sáng tạo này trở thành vấn đề. Doanh số tăng trưởng kéo theo các hoạt động cũng gia tăng, việc này đòi hỏi ban lãnh đạo phải có kiến thức về hiệu quả, hiệu suất. Số lượng nhân viên tăng lên không thể được quản lý hoàn toàn thông qua giao tiếp không chính thức, nhân viên mới cũng không có tinh thần cống hiến hết mình như những người đầu tiên. Các quyết định quản lý không còn có thể chỉ dựa vào cảm hứng mà cần có sự tổ chức và hệ thống. Vấn đề tài chính cũng không thể cứ mãi "nghiệp dư" như ban đầu. Người sáng lập công ty thấy mình phải gánh vác những trách nhiệm quản lý không mong muốn. Họ khao khát "ngày xưa tốt đẹp" và cố gắng hành động như họ từng làm trong quá khứ. Điều này được gọi là **khủng hoảng lãnh đạo**.

Cuộc cách mạng đầu tiên sẽ diễn ra ở đây: Ai sẽ dẫn dắt công ty thoát khỏi sự hỗn loạn và giải quyết các vấn đề quản lý mà công ty đang phải đối mặt? Rõ ràng, công ty cần có Nhà Lãnh Đạo mạnh mẽ – người có kiến thức và kỹ năng cần thiết để lãnh đạo, quản lý.

Thường thì các nhà sáng lập và CEO sẽ không muốn công nhận rằng họ thiếu kỹ năng cho việc mà họ đang làm và không bao giờ muốn nghĩ tới việc... "từ chức". Vì vậy, họ phải đưa ra lựa chọn quan trọng đầu tiên trong quá trình phát triển của một tổ chức: hoặc là tự mình nâng cấp năng lực lãnh đạo, hoặc là tìm một CEO được phần lớn nhà sáng lập ủng hộ.

Trên thực tế, đa số sẽ đưa ra quyết định sai lầm: không nhìn nhận sự thiếu sót của mình và tiếp tục cố gắng lèo lái công ty với kiến thức quản trị tối thiểu (mà tôi từng là một trong số đó).

Giai đoạn 2: Chỉ Đạo (Direction)

Khi khủng hoảng lãnh đạo nảy sinh, công ty cần thiết lập một hệ thống quản lý rõ ràng hơn. Trong giai đoạn này, năng lực quản trị của CEO tăng lên, công ty cũng thuê thêm các quản lý mới (mà chúng ta hay gọi là Leader) để tạo ra một cấu trúc tổ chức rõ ràng, tách biệt giữa các bộ phận như sản xuất, tiếp thị, nhân sự, tài chính. Những quy trình làm việc được xây dựng và các vai trò được định nghĩa. Văn hóa công ty bắt đầu hình thành và giao tiếp trở nên chính thức hơn. Công ty bắt đầu phân ra "sếp" và "nhân viên".

Tuy nhiên, giai đoạn này cũng dẫn đến **khủng hoảng tự chủ**. Nhân viên bắt đầu cảm thấy thiếu tự do trong việc đưa ra quyết định và sáng tạo, họ cảm thấy bị hạn chế bởi hệ thống phân cấp cồng kềnh và tập trung, dẫn đến xung đột và sự không hài lòng. Điều này có thể làm giảm động lực làm việc và cảm giác gắn kết của đội ngũ.

Cuộc cách mạng thứ hai xuất hiện từ cuộc khủng hoảng về quyền tự chủ. Giải pháp mà hầu hết các công ty áp dụng là chuyển sang phân quyền nhiều hơn. Tuy nhiên, các nhà quản lý cấp cao trước đây đã thành công trong việc chỉ đạo lại khó có thể từ bỏ "quyền lực". Nhân viên thì đã quen với kiểu làm việc nhận chỉ đạo nên đã dần trở nên thụ động, không còn tự đưa ra quyết định. Đây là hệ quả từ sếp, nhưng chúng ta lại nghĩ là do nhân viên. Kết quả là, nhiều công ty sụp đổ trong giai đoạn cách mạng này bằng cách tuân thủ các phương pháp quản lý tập trung, nhân viên trở nên chán nản và rời khỏi tổ chức.

Giai đoạn 3: Ủy Quyền (Delegation)

Để khắc phục khủng hoảng tự chủ, công ty cần ủy quyền nhiều hơn cho các quản lý và nhân viên cấp dưới. Việc phân chia trách nhiệm giúp nhân viên có cơ hội thể hiện năng lực và sáng tạo. Các nhà lãnh đạo có thể tập trung vào các vấn đề chiến lược hơn và tạo điều kiện cho nhân viên phát triển. Chủ đề động lực thường được giải quyết bằng việc đưa ra ngày càng nhiều các khoản thưởng và phạt. Khoảng cách giữa nhân viên và sếp ngày một xa cách.

Tuy nhiên, một vấn đề nghiêm trọng cũng xuất hiện khi ban lãnh đạo cảm thấy rằng họ đang mất quyền kiểm soát đối với một số bộ phận. Các trưởng phòng quá tập trung vào công việc mà họ được yêu cầu thực hiện, hoặc các công việc ảnh hưởng đến lương thưởng và đánh giá của công ty về họ (hệ thống "KPI"), họ không còn làm việc hướng đến mục tiêu chung, không còn phối hợp với các phòng ban khác một cách tự nguyện.

Chẳng mấy chốc, tổ chức rơi vào **khủng hoảng kiểm soát**. Cuộc cách mạng thứ ba diễn ra đồng thời với hành động giành lại quyền kiểm soát của ban lãnh đạo, CEO. Sự can thiệp "thô bạo" của lãnh đạo công ty khiến đội ngũ quản lý và nhân viên mất động lực.

Giai đoạn 4: Phối Hợp (Coordination)

Giai đoạn phối hợp được đánh dấu bởi việc thiết lập các hệ thống và quy trình để đảm bảo sự phối hợp hiệu quả giữa các bộ phận. Quy trình trở nên rõ ràng hơn và vai trò được xác định cụ thể. Mọi người hiểu rõ hơn về trách nhiệm của mình và có thể làm việc cùng nhau để đạt được các mục tiêu chung.

Tất cả các hệ thống phối hợp mới này đều hữu ích cho việc đạt được tăng trưởng thông qua việc phân bổ hiệu quả hơn các nguồn lực hạn chế của công ty. Các hệ thống này, khi được thiết lập đúng cách, giúp các trưởng bộ phận nhìn thấy mục tiêu lớn hơn từ công ty, thay vì chỉ biết tới mục tiêu của phòng ban mình.

Nhưng sự chuyên nghiệp của hệ thống lại có hệ quả là công ty trở nên quá cồng kềnh. **Khủng hoảng quan liêu** xuất hiện. Các quyết định chậm chạp và quy trình phức tạp có thể làm giảm khả năng sáng tạo và hiệu suất làm việc của nhân viên. Họ cảm thấy bị quy trình ràng buộc và mất đi động lực. Sự thiếu tự tin ở nhân viên dần dần hình thành, hiệu suất suy giảm, còn CEO thì cố gắng đi tìm thêm càng nhiều các hệ thống làm việc, quy trình và công cụ khác. Sếp không hài lòng về sự tuân thủ quy trình của nhân viên, còn nhân viên thì chỉ trích sếp không lắng nghe và quá cứng nhắc.

Giai đoạn 5: Hợp Tác (Collaboration)

Cuối cùng, để vượt qua khủng hoảng quan liêu, công ty chuyển mình sang văn hóa hợp tác. Quy trình được đơn giản hóa và sự phối hợp giữa các bộ phận được khuyến khích. Nhân viên cảm thấy họ có thể đóng góp ý kiến và phát triển trong môi trường làm việc. Nhân viên trở nên chủ động và sáng tạo hơn khi biết rõ vai trò của mình và các mục tiêu trong công việc, hướng đến mục tiêu chung. Các giải pháp chính của giai đoạn này:

- Giải quyết vấn đề nhanh chóng thông qua phối hợp giữa các nhóm.

- Hệ thống kiểm soát được đơn giản hóa.

- Ban lãnh đạo tập trung vào việc thiết lập ra các mục tiêu chiến lược để dẫn dắt công ty.

- Giao tiếp trở nên nhanh hơn bởi mỗi người biết mình đang làm việc hướng tới điều gì.

- Tốc độ thay đổi, sáng tạo nhanh hơn, đáp ứng được yêu cầu cạnh tranh.

Cuộc cách mạng thứ năm diễn ra, hiệu suất tăng nhanh, công ty có nhiều chính sách chăm lo đời sống, cân bằng cuộc sống cho nhân viên hơn. Năng lực quản trị tốt giúp công ty linh hoạt, hình thành nhiều nhóm dự án mới mà không xung đột với cấu trúc chính của công ty.

Mặc dù giai đoạn này mang lại nhiều cơ hội mới, công ty vẫn có thể đối mặt với khủng hoảng tăng trưởng. Khi tổ chức mở rộng, việc ra quyết định trở nên phức tạp hơn và cần phải cân bằng giữa lợi ích của các phòng ban và mục tiêu chung của doanh nghiệp.

Tóm tắt đặc điểm năm giai đoạn

PHÂN LOẠI	GIAI ĐOẠN 1 (Sáng tạo)	GIAI ĐOẠN 2 (Chỉ đạo)	GIAI ĐOẠN 3 (Ủy quyền)	GIAI ĐOẠN 4 (Phối hợp)	GIAI ĐOẠN 5 (Hợp tác)
Tập trung quản lý	Làm và bán	Hiệu quả hoạt động	Mở rộng thị trường	Củng cố tổ chức	Giải quyết vấn đề và đổi mới
Cấu trúc tổ chức	Không chính thức	Tập trung và chức năng	Phân quyền	Trao quyền sâu rộng	Ma trận các đội
Phong cách quản lý cấp cao	Cá nhân hóa và tinh thần doanh nhân	Chỉ đạo	Ủy quyền	Giám sát	Tham gia
Hệ thống kiểm soát	Kết quả thị trường	Luật lệ và tài chính	Báo cáo và tài chính tập trung	Có kế hoạch và tài chính bài bản	Đặt mục tiêu chung
Thưởng	Chủ yếu là lương	Tăng lương và thưởng thành tích	Thưởng cá nhân	Chia sẻ lợi nhuận và lựa chọn cổ phiếu	Thưởng nhóm

Kết luận

Mô hình tăng trưởng Greiner cho thấy rằng mỗi giai đoạn phát triển của công ty đều đi kèm với những khủng hoảng riêng. Từ khủng hoảng lãnh đạo, tự chủ, kiểm soát, quan liêu đến tăng trưởng, mỗi khủng hoảng đòi hỏi những giải pháp quản lý được cải tiến, nâng cấp. Nếu không được quản lý đúng cách, những khủng hoảng này không chỉ làm suy giảm hiệu quả hoạt động mà còn phá vỡ tinh thần và sự gắn kết trong đội ngũ, khiến công ty dần mất đi sự tuyệt vời ban đầu. Những công ty không thể vượt qua các khủng hoảng này sẽ dần trở nên kém hiệu quả và mất đi vị thế cạnh tranh của mình trên thị trường.

Greiner cũng chỉ ra rằng các khủng hoảng có tính chất cộng dồn. Nếu không được xử lý dứt điểm, các khủng hoảng sẽ cộng hưởng và ngày trở nên nghiêm trọng.

Với những ai đã điều hành doanh nghiệp 7 – 10 năm, có lẽ bạn sẽ nhìn thấy bóng dáng công ty mình đâu đó trong các mô tả của Greiner. Một chút động viên cho bạn rằng Greiner đã chỉ ra là hầu hết các công ty đều đi qua các giai đoạn đó. Việc của bạn giờ đây là nhìn thẳng vào sự thật và bắt tay vào giải quyết vấn đề.

Nếu bạn đang điều hành một công ty non trẻ, chưa chạm tới các nấc thang phát triển, chưa gặp các khủng hoảng, mô hình của Greiner cho bạn biết bạn sắp phải đối mặt với điều gì. Việc của bạn là nhìn trước các khủng hoảng và phát triển năng lực quản trị để những khủng hoảng đó không quá nghiêm trọng và sớm được giải quyết.

Greiner cũng nói rằng các nhà lãnh đạo nên sẵn sàng làm việc theo "dòng chảy của thủy triều" thay vì chống lại nó; nên thận trọng vì nếu thiếu kiên nhẫn thì sẽ rất dễ bỏ qua các giai đoạn. Mỗi giai đoạn tạo ra những điểm mạnh và kinh nghiệm học tập nhất định trong tổ chức, những điều này sẽ rất cần thiết cho sự thành công trong các giai đoạn tiếp theo. Ví dụ, một đứa trẻ thần đồng có thể đọc như một thiếu niên, nhưng không thể cư xử như một thiếu niên cho đến khi trưởng thành thông qua một chuỗi các trải nghiệm.

10 SAI LẦM PHỔ BIẾN TRONG QUẢN TRỊ

Chúng ta đã nói về con đường chông gai mà các công ty sẽ phải đi qua trên hành trình của mình. Giờ đây bạn đã "biết trước tương lai" và bạn muốn hành động để vượt qua các trở ngại. Nhưng phải làm thế nào? Trước khi cầm trên tay cuốn sách này, bạn cũng đã nỗ lực một thời gian dài để cố gắng cải thiện tình trạng của công ty rồi, đúng chứ?

Nhưng kết quả thật đáng thất vọng!

"Tại sao tôi cố mãi rồi mà vẫn quản trị không được?"

Bạn có từng đặt ra câu hỏi như vậy không? Tôi từng như vậy, không phải một lần mà là rất nhiều lần.

Trong nỗ lực mang "công ty tuyệt vời" mà tôi từng có quay trở lại, tôi đã... đi vái tứ phương. Tôi học mọi lớp Quản trị có thể, đọc mọi tài liệu có thể và hỏi bất kỳ anh chị nào đi trước nếu có thể hỏi. Cũng không hẳn là không tìm kiếm được gì, tôi cũng đã nhận được nhiều lời khuyên.

Nhưng rồi mọi thứ ngày càng rối tung lên. Mọi nỗ lực của tôi giống như đang cố gỡ một cuộn dây rối, càng gỡ... càng rối. Cho tới tận sau này, khi đã gỡ xong cuộn dây, tôi mới biết tại sao những nỗ lực trước đó không thành công. Bởi vì tôi đã sai từ đầu, sai một cách có hệ thống.

Bây giờ tôi sẽ kể cho bạn về những điều tưởng chừng như đúng, đúng một cách hiển nhiên, hóa ra lại là sai lầm.

Sai lầm 1: Không có sự ưu tiên

Công ty bạn có Mục tiêu chung chứ?

Câu hỏi này nghe có vẻ vô lý, công ty nào chẳng có mục tiêu chung? Tháng nào cũng có mục tiêu doanh thu, năm nào cũng có mục tiêu tăng trưởng mà?! Ngày trước tôi cũng suy nghĩ như vậy, cứ cho rằng có mục tiêu doanh thu là được rồi. Mục tiêu doanh thu là cần thiết, đương nhiên là vậy, nhưng chưa đủ. Doanh thu không phải là điều duy nhất mà cả doanh nghiệp cần thực hiện tại một thời điểm.

Để có được **doanh thu**, cần có các hoạt động hướng tới **khách hàng**, để có khách hàng cần có **hệ thống phù hợp** tối ưu cho nhóm khách hàng mục tiêu mà doanh nghiệp hướng tới, để có hệ thống đó cần có **con người phù hợp**.

Bất kể hoạt động nào trong bốn nhóm: **tài chính, khách hàng, hệ thống hoạt động, phát triển con người** đều cần sự hợp tác toàn diện của tất cả mọi người trong doanh nghiệp.

Ngoài mục tiêu tài chính, trong mỗi thời điểm nhất định (tháng/quý), các công ty còn cần tập trung sự chú ý của mình tới việc phát triển đội ngũ nhân sự, xây dựng và tối ưu hệ thống làm việc, phát triển và chăm sóc khách hàng. Và bởi nguồn lực doanh nghiệp là hữu hạn, chúng ta phải lựa chọn các ưu tiên, có cái cần làm trước, có cái có thể để làm sau.

Nhưng do không được chỉ ra một cách rõ ràng đâu là những ưu tiên cần làm vào lúc này, doanh nghiệp của chúng ta thường chọn cách đơn giản hóa: làm tất cả cùng một lúc. Kết quả là chẳng có việc nào được hoàn thành một cách xuất sắc, cái gì cũng dở dang, cái gì cũng chỉ được nửa chừng!

Khi tất cả đều là ưu tiên, thì thật ra chẳng có ưu tiên nào cả.

Ví dụ, nếu một doanh nghiệp tập trung toàn lực vào việc tăng doanh số mà không để ý tới việc xây dựng đội ngũ nhân sự và tối ưu hệ thống hoạt động, họ sẽ gặp khó khăn trong việc duy trì chất lượng dịch vụ và sự hài lòng của khách hàng. Tương tự, nếu doanh nghiệp chỉ tập trung vào việc phát triển nhân sự mà không chú trọng tới việc phát triển sản phẩm và mở rộng thị trường, họ sẽ bỏ lỡ cơ hội tăng trưởng.

Là một CEO, tôi đoán bạn cũng đang vướng vào vấn đề này, cảm thấy mình đang quá tải, như là đang phải làm việc với "ba đầu sáu tay" nhưng mọi thứ vẫn rối ren.

Sai lầm 2: Đo lường không căn cứ

Sai lầm tiếp theo nối tiếp sai lầm thứ nhất.

Có lẽ đo lường luôn là nỗi ám ảnh với bất kỳ CEO nào. Bạn muốn đo lường mọi thứ, đo lường từng ngóc ngách, đo lường để biết mọi chuyện đang diễn ra thế nào, có ổn không.

Xem nào, bạn có từng mua những bộ tài liệu như "Bộ KPIs mẫu 10 phòng ban" hay "100 KPIs cần thiết cho các công ty" chưa? Tôi mua rồi!

Tôi từng loay hoay muốn đặt KPIs ở khắp các bộ phận, thậm chí là một bộ phận có rất nhiều KPIs. Tôi từng nỗ lực yêu cầu nhân viên báo cáo mọi thứ, thậm chí là tạo ra hàng chục dashboard (bảng số liệu cập nhật) ở khắp nơi. Tôi muốn nắm bắt tất tần tật về doanh nghiệp của mình.

Và, dĩ nhiên, sau khi tạo ra vô số dashboard và các báo cáo, tôi... vứt chúng vào một góc.

Tại thời điểm tôi yêu cầu báo cáo, hay các bảng số liệu, tôi thực sự quan tâm! Nhưng vào lúc tôi nhận được chúng, sự quan tâm của tôi đã chuyển sang vấn đề khác. Hoặc có thể tôi vẫn quan tâm tới vấn đề nhưng bảng dữ liệu hay báo cáo không giúp tôi rút ra được kết luận gì! Và vì vậy, tôi bỏ qua chúng.

Việc bỏ qua các báo cáo, bảng dữ liệu vô hình chung khiến nhân viên phát nản đối với CEO. Nhưng đó chưa phải là điều tồi tệ nhất. Điều tồi tệ nhất là CEO... không bỏ qua chúng. Bạn không nghe nhầm đâu, điều tồi tệ là khi CEO quan tâm tới mọi số liệu và không bỏ qua điều gì cả.

Bạn có nhớ tôi vừa nói ở trên, sai lầm 2 là nối tiếp của sai lầm 1. Khi công ty không xác định rõ ràng các ưu tiên của mình, chúng ta sẽ tiến hành làm mọi thứ cùng một lúc với nguồn lực vô cùng hữu hạn. Việc CEO muốn mọi thứ cùng được diễn ra, hoàn thành một lúc, đồng nghĩa với việc sẽ đo lường mọi thứ và yêu cầu mọi số liệu đó phải hoàn hảo cùng một lúc, thật... vô vọng.

Đứng ở cương vị nhà lãnh đạo, khi đọc đến đây, bạn có cảm nhận được áp lực của nhân viên mình khi phải gánh trên vai quá nhiều chỉ số (mục tiêu, KPIs) phải thực hiện không? Mọi thứ cần hoàn hảo, đó là yêu cầu viễn vông với bất kỳ tổ chức, công ty nào! Nhất là với các SMEs. Điều này giống như một người trẻ tuổi muốn Bánh xe cuộc đời (Wheel Of Life) phải tròn trịa và hoàn hảo cả tám chủ đề vậy.

Việc đo lường sẽ chỉ có tác dụng nếu bạn biết mình đang hướng tới mục tiêu nào. Suy cho cùng đo lường cũng chỉ là công cụ để đạt được mục tiêu cuối cùng. Nhưng chúng ta lại biến đo lường trở thành mục đích.

Sự thật là các công ty đang cố gắng đo lường mọi thứ và... chả để làm gì cả.

Sai lầm 3: Quản trị là hệ thống?

Việc đo lường quá nhiều nhưng không có mục tiêu khiến cho công ty trở nên lộn xộn, rối ren và quá tải. Nhưng CEO lại không nhận ra nguyên nhân chính là do làm việc không có sự ưu tiên, làm mọi thứ cùng lúc. CEO bắt đầu thất vọng về nhân viên và chính bản thân mình, liên tục đặt ra câu hỏi "tại sao công ty lại lộn xộn vậy, tại sao tôi điều hành kém vậy…?".

Trên con đường "tự học Quản Trị", đáp án mà rất nhiều CEO sẽ tự trả lời cho mình đó là: *hệ thống Quản Trị của công ty chưa chuyên nghiệp.*

Còn nhớ khi công ty bắt đầu phát triển và dần đông lên, tôi ngày nào cũng suy nghĩ cách để công ty mình trở nên chuyên nghiệp hơn. Tôi rất thích thú khi nghĩ tới việc mình có thể điều khiển mọi thứ một cách logic, nghe rất "nguy hiểm". Tôi tìm kiếm những từ khóa như hệ thống quản trị, mô hình quản trị trên Google. À đúng rồi, lúc đó, tôi cũng tìm ra OKRs (vào năm 2015) trên một trang web của Google.

Một công ty hoạt động bài bản, có đầy đủ ban bệ, quy tắc… là điều hiển nhiên đúng, phải không?

Tôi từng bị tác động bởi một lời khuyên: "Đừng cố kiểm soát con người, con người có thể thay đổi 10.000 lần cảm xúc mỗi giây. Hãy xây dựng một hệ thống tự động để con người làm việc trong hệ thống đó!".

Tôi theo đuổi lời khuyên đó khoảng ba năm cho tới khi cảm thấy bất lực. Tôi đã vô cùng chán nản và nghĩ mình quá kém, không tìm ra nổi mô hình quản trị, không xây dựng nổi một hệ thống tử tế.

Tôi sẽ nói cho bạn một bí mật nho nhỏ, ẩn sâu, vi tế: đây là giai đoạn bạn bắt đầu mất đi lòng tin đối với nhân viên của mình. Mầm mống này sẽ lớn dần cùng với sự thất vọng về bản thân của nhà lãnh đạo.

Trong *Good To Great* (Từ tốt đến Vĩ đại), Jim Collins mô tả thế này: "… khi những nhân sự không phù hợp xuất hiện trong tổ chức, thay vì nhận ra và mời họ xuống xe, chúng ta bắt đầu tạo ra những quy tắc nhằm kiềm chế thiểu số này. Nhưng hệ quả là tổ chức trở nên ngột ngạt và những người phù hợp ra đi. Sự ra đi của người phù hợp (trong khi những người không phù hợp vẫn ở lại) làm tỷ lệ người không phù hợp ngày càng cao, khiến cho các quy tắc được sinh ra càng nhiều hơn, sự ngột ngạt lại lớn hơn và người phù hợp lại càng ra đi nhiều hơn. Đó là vòng xoáy phá hủy doanh nghiệp từ bên trong."

Thật tai hại khi tập trung vào hệ thống mà bỏ qua con người!

Peter Drucker, cha đẻ của quản trị học hiện đại nói rằng: "**Quản trị là về con người**. Nhiệm vụ của nó là làm cho mọi người có khả năng hợp tác thực hiện công việc chung, làm cho điểm mạnh của họ trở nên hiệu quả và điểm yếu của họ trở nên không còn quan trọng."

Cho mãi đến sau này, sau khi tự mình phá hủy công ty bằng cách cố gắng bỏ qua yếu tố con người để xây dựng một hệ thống, tôi mới đọc được câu nói trên của Peter Drucker. Tôi đã phải quay lại từ đầu trên hành trình tìm kiếm tri thức Quản trị. Có lẽ phải đọc hết cuốn sách này bạn mới có thể hiểu rõ những gì tôi nói. Hãy kiên trì!

Sai lầm 4: Tập trung vào kiểm soát

Sau khi cố gắng xây dựng một hệ thống tự động không thành công, CEO sẽ nghĩ rằng cốt lõi là do nhân viên đã không tuân theo hệ thống. Tất nhiên rồi, mọi sai lầm đều đến từ... người khác. Khi bạn là lãnh đạo, bạn càng có nhiều quyền lực để đổ mọi lỗi lầm cho nhân viên. Nhưng cũng phải nói rằng với tri thức quản trị ít ỏi, việc nhà lãnh đạo nghĩ rằng mọi vấn đề đang xảy ra đến từ lỗi của nhân viên thật ra cũng không đáng trách lắm. Chúng ta luôn có điểm mù, sẽ có những điều mình không biết. Vì vậy, đừng quá trách bản thân.

Lỗi ở nhân viên, vậy phải làm sao? Tất nhiên là phải tăng cường sự kiểm soát rồi. Với suy nghĩ đó, CEO bắt đầu tìm đủ mọi cách để theo dõi, giám sát. Đây là khi máy chấm công xuất hiện.

Còn nhớ ở giai đoạn này, tôi thường xuyên chi tiền mua các công cụ làm việc và yêu cầu nhân viên mình tuân theo. Nhân viên đặt cho tôi biệt danh "thánh tool". Biệt danh này dựa trên một thực tế là tôi biết mọi công cụ làm việc trên đời này (nhờ có Google).

Tôi còn nhớ rõ cảm giác mình đã phấn chấn thế nào khi chi tiền lắp một chiếc máy chấm công tuyệt đẹp ở cửa công ty, đã cảm thấy tự hào thế nào khi bỏ tiền ra mua Asana (một công cụ làm việc) với giao diện vô cùng sạch đẹp.

Thật tuyệt vời, tôi có thể ngồi một chỗ và biết nhân viên của mình đang làm task nào, có hoàn thành đúng hạn hay không, ai hay đi làm đúng giờ, đi muộn.

Đẩy câu chuyện đi xa hơn, tôi còn tìm ra một phần mềm mà nếu nhân viên cài đặt trên máy tính, nó sẽ bí mật chụp ảnh màn hình làm việc của nhân viên 10 phút một lần và gửi về cho admin. Rất may lúc đó tôi đã quyết định không sử dụng phần mềm này, tôi là người coi trọng quyền bảo mật thông tin của mỗi cá nhân!

> Nghiên cứu của Stanford cho thấy rằng các nhân viên làm việc dưới sự giám sát chặt chẽ có khả năng nghỉ việc cao hơn 28% so với nhân viên trong môi trường thoải mái.

Đây có lẽ là giai đoạn mà niềm tin bắt đầu mất đi với tốc độ nhanh hơn. CEO không còn tin rằng nhân viên sẽ tự giác, muốn nhân viên làm việc tốt chỉ có cách phải tăng cường giám sát, kiểm sát chặt chẽ. CEO bắt đầu xây dựng một "nhà tù", nơi mà người giỏi chẳng bao giờ muốn làm việc!

Sai lầm 5: Quản trị thiên về quy trình

Sự xuất hiện của các công cụ giám sát, kiểm soát ban đầu cũng tạo ra những thay đổi tích cực nhất định. Công ty có vẻ quy củ hơn, nhân viên làm việc rõ ràng hơn. Đâu đó vẫn có người chưa hoàn thành công việc đúng hạn, vẫn còn người đi làm muộn và phải giải trình với bộ phận nhân sự. Nhưng nhìn chung là công ty đã "chuyên nghiệp" hơn khá nhiều.

Với chiến thắng đó, CEO tin tưởng rằng dù chưa thể tạo ra một hệ thống quản trị hoàn chỉnh, nhưng nếu bắt đầu xây dựng từng quy trình một, công ty sẽ dần đạt đến sự chuyên nghiệp ở mức độ cao.

Đừng nói với tôi là bạn đã mua "X Bộ quy trình chuyên nghiệp cho công ty" nhé. Tôi mua rồi!

Đúng thật là khi nhìn vào một bộ quy trình mẫu, tôi từng cảm thấy như đó là lối thoát tuyệt hảo cho sự rối ren của công ty. Mọi thứ nhìn có vẻ rất rõ ràng! Các quy trình được hữu hình hóa bằng các hình khối, đường nối, chúng thật "chuyên nghiệp".

Từ khóa "chuyên nghiệp" có lẽ là thứ được nhắc đến nhiều nhất ở giai đoạn này. Viễn cảnh về một công ty tự động hóa, lãnh đạo được giải phóng khiến cho bất kỳ CEO nào cũng trở nên hừng hực khí thế, hào hứng tột độ. Một công ty vô cùng quy củ sắp được ra đời.

Niềm tin về quy trình là tuyệt đối! Sẽ không còn bất kỳ sự lo lắng nào nữa về vấn đề con người. Chúng ta chỉ cần tuyển dụng liên tục và đặt nhân viên vào đúng chỗ trong quy trình, lợi nhuận sẽ tự sinh ra!

Công ty bắt đầu chuyển qua trạng thái quản trị thiên về quy trình, hoàn toàn thiên về quy trình!

Sai lầm 6: Hy vọng nhân viên sẽ cam kết

Và rồi CEO sẽ sớm thất vọng!

Quy trình chỉ hoạt động tốt trong một thời gian vô cùng ngắn ngủi. Chỗ này trục trặc, chỗ kia trục trặc. Ngày càng có nhiều nhân viên không tuân theo các quy trình. Lúc này có người này quên, lúc kia có người kia quên.

Dường như việc tuân theo quy trình 100% là điều quá đỗi xa xỉ với nhân viên. CEO nối dài chuỗi ngày thất vọng với nhân viên của mình, "tại sao chỉ có việc đơn giản là làm đúng quy trình mà tụi nó cũng không làm nổi"?

Nhưng ngay cả khi bạn đang có trong tay một tập thể vô cùng tự giác, nghiêm túc với quy trình, bạn cũng không thể có một công ty hoàn hảo. Quy trình dù có công phu và chặt chẽ đến mấy cũng không đối phó được với hàng tỷ tình huống phát sinh khác nhau. Đôi khi việc tuân thủ quy trình quá chặt chẽ lại khiến mọi việc trở nên tệ hơn.

Không có một quy trình nào có thể xử lý tình huống bỗng dưng khách hàng trúng gió và ngất xỉu ngay trong cửa hàng.

Không có quy trình nào có thể xử lý vấn đề bỗng dưng một nhân sự quan trọng vắng mặt trong buổi họp định kỳ vì người đó vừa mới... thất tình tối hôm qua.

Không có quy trình nào có thể đối phó với thảm họa mạng Internet của công ty bỗng dưng chập chờn năm lần trong một ngày.

Đôi khi, quy trình còn khiến nhân sự cãi nhau!

CEO hiểu rằng mình chẳng thể nào cải tiến quy trình hết lần này đến lần khác để đạt đến cấp độ hoàn hảo. Chỉ còn biết trông mong vào sự tự giác, tự cam kết của nhân viên, với quy trình và với cả các tình huống... phi quy trình (thật nghịch lý).

Sai lầm 7: Kỷ luật chuyên chế

Sai lầm nối tiếp sai lầm. Hy vọng vào sự cam kết, tự giác của nhân viên ngày càng sụp đổ. Số lượng sai phạm ngày càng tăng. Vấn đề hỏng hóc trong công ty xảy ra trên diện rộng và có nguy cơ đổ vỡ hệ thống bất cứ lúc nào.

Thay vì nhìn ra cái sai của mình, CEO bắt đầu nuôi dưỡng niềm tin với "Cây gậy và Củ cà rốt". Nếu nhân viên không làm đúng, phải phạt thật nặng, đó chắc chắn là chân lý! Công ty bắt đầu sử dụng đến Kỷ Luật, thậm chí là tôn sùng Kỷ Luật. Niềm tin với nhân viên đã tiệm cận con số 0.

Tôi từng bắt gặp trên Facebook của ai đó một bảng liệt kê vô cùng chi tiết các lỗi kèm mức phạt của một công ty. Trong đó có cả lỗi "ăn cắp đồ của công ty, đồng nghiệp" với mức phạt 10.000.000 đồng. Khá hài hước, có một comment thế này: "Công ty này thật nhân văn, nếu bạn ăn cắp, bạn chỉ cần chịu phạt 10 triệu là xong".

Và tin tôi đi, cái bảng liệt kê vô cùng chi tiết đó, nếu so với công ty tôi thì vẫn còn sơ sài (thật đáng xấu hổ!).

Còn nhớ trợ lý của tôi đã phải làm một nhiệm vụ tốn cả tiếng đồng hồ mỗi buổi sáng: lọc những ai có task "đỏ" (quá hạn) trên Asana. Với mỗi một task đỏ, nhân viên sẽ bị phạt 10.000 đồng (sau này còn tăng lên hẳn 100.000 đồng). Mọi thứ đều quy ra tiền phạt: đi làm muộn, vào họp muộn, đi gặp khách muộn, không báo cáo đúng hạn, ra ngoài công ty quá 15 phút không báo cáo, gửi văn bản không đúng định dạng, để bàn làm việc bừa bãi, ra về không dọn dẹp, mặc đồng phục không đúng ngày, không phản hồi tin nhắn của sếp trong vòng 10 phút... Nhiều lắm, kể không hết!

Vấn đề là, CEO cảm thấy hài lòng về cách làm của mình. Càng phạt nhiều càng cảm thấy mình đang làm đúng, càng cảm thấy mình là người có quyền lực.

CEO nghe đâu đó trên Youtube đại loại như là "có những lúc, phải dùng Pháp Trị, không thể Nhân Trị" và cảm thấy điều đó là đúng. Một công ty tự hào rằng Pháp Trị là triết lý ra đời từ đây! (Và cũng sớm biến mất thôi, chẳng nhân viên nào thích làm việc trong một môi trường như thế).

Nếu bạn nói với tôi rằng vẫn có những môi trường mà việc phạt là chủ đạo và họ vẫn lớn mạnh, thì tôi muốn hỏi lại rằng bạn có thực sự muốn xây dựng một công ty như thế không? Một công ty đề cao việc phạt, giảm bớt niềm tin với con người?

Một câu hỏi khác: công ty bạn có trả lương đủ cao để sau khi trừ đi tiền phạt, thu nhập của nhân viên vẫn là cạnh tranh so với thị trường?

Hãy nhớ rằng, nguồn gốc của Quản trị hiện đại – những gì được chia sẻ trong cuốn sách này – chính là Niềm Tin Với Con Người.

Sai lầm 8: Văn hóa... để làm sau

Nếu không dùng Pháp Trị, thì nghĩa là Nhân Trị đúng không? Nhưng làm sao có thể thực hiện Nhân Trị nếu tôi tin rằng thiếu các quy tắc, quy trình thì nhân viên của tôi sẽ không làm tốt việc của họ?

Từ sai lầm số 1 cho đến sai lầm số 7, có lẽ chúng ta cũng đã đưa công ty mình đi được năm, bảy năm. Trong ngần ấy năm, có bao giờ bạn từng nghe tới "Văn hóa doanh nghiệp" chưa? Tôi đoán là rồi. Nhưng cũng từng ấy lần bạn đã bỏ qua, bạn tự nhủ mình rằng "Thôi, Văn hóa... để làm sau".

Trong cuốn sách này, tôi sẽ nói nhiều và kỹ lưỡng về văn hóa. Nhưng giờ chúng ta quay trở lại với chủ đề "10 sai lầm" đã!

Như đã nói là sai lầm số 3, Jim Collins đã chỉ ra cách mà chúng ta "phá hủy doanh nghiệp mình từ bên trong", đó là để những người không phù hợp với doanh nghiệp tồn tại, từ khi họ chỉ là thiểu số, cho tới khi họ trở thành đa số.

Hãy nhớ Peter Drucker đã nói: "Quản trị là vấn đề về con người". Cách chúng ta làm việc với con người là cốt lõi của quản trị tổ chức, xuất phát từ những quan điểm của chúng ta.

Văn hóa không phải là khái niệm bề ngoài như chúng ta thường nghĩ. Văn hóa hiểu một cách đơn giản nhất thì là cách các cá nhân trong tổ chức suy nghĩ, làm việc và tương tác với nhau. Văn hóa xuất hiện từng giây, từng phút ở mọi nơi, mọi lúc, không phải là những buổi văn nghệ, những dịp lễ, trên các bộ y phục hay các vật trang trí.

Văn hóa là con người chúng ta.

Hãy nhớ tôi đã kể về việc chúng ta từng có một công ty tuyệt vời, và rồi nó đã dần không còn tuyệt vời nữa khi những thành viên mới gia nhập, những người có thể không thực sự hợp với tập thể đầu tiên mà chúng ta có.

Có lẽ tôi chỉ nói đến đây để dành chia sẻ nhiều hơn ở Chương 6.

Sai lầm 9: Có tiền nhân viên mới làm

Do không nhận thức được vấn đề của hệ thống thực ra là vấn đề con người, ngoài việc sử dụng các hình phạt (mà đa phần là vi phạm luật lao động), chúng ta còn mắc phải sai lầm nghiêm trọng không kém: lạm dụng THƯỞNG.

Trong nỗ lực "giãy giụa" vô vọng và bất tận muốn nhân viên làm đúng ý mình, CEO không chỉ PHẠT thật nặng mà còn cố gắng đưa ra các lời hứa THƯỞNG cũng thật... lớn.

Có lẽ trong thâm tâm chúng ta, muốn một ai đó hành động chỉ có Tiền là có tác dụng. Bạn làm sai, tôi trừ tiền, bạn làm đúng, tôi cho tiền! Niềm tin của chúng ta về việc tiền có thể sai khiến con người vững chắc một cách đáng ngạc nhiên. Chỉ cần đăng một nội dung về thưởng phạt lên mạng xã hội, tôi sẽ nhận được cả tá lời khẳng định chắc nịch đến từ cả hai phía sếp và nhân viên về chân lý: **tất cả cuối cùng đều quy ra tiền**.

Tôi sẽ kể cho các bạn một câu chuyện trong cuốn sách cổ của Trung Quốc.

> Có ông lão nọ sống trong một khu vườn đầy hoa trái. Cuộc sống của ông rất yên bình cho đến một ngày nọ, một nhóm trẻ con phát hiện ra khu vườn của ông. Chúng thích khu vườn, chính xác là chúng thích các loại quả trong khu vườn. Lũ trẻ thường xuyên đến khu vườn và phá tan sự yên bình của ông lão. Ông lão không hài lòng và xua đuổi nhưng chúng không rời đi, thậm chí còn cố trêu tức ông lão. Cứ tưởng ông lão sẽ tức điên và bất lực, nhưng không. Một ngày nọ, ông lão đón chào tụi trẻ bằng những bịch kẹo. Lũ trẻ vui vẻ nhận kẹo, chúng không hề biết ơn mà còn nghĩ rằng ông lão đã lú lẫn. Những ngày sau đó, ông lão tiếp tục cho kẹo tụi trẻ con. Rồi ông giảm dần kẹo, mỗi

ngày giảm một chút, lũ trẻ có vẻ không hài lòng. Và rồi ông lão ngưng việc cho tụi trẻ kẹo. Lũ trẻ tức lắm, chúng nói rằng "đã đến chơi cho rồi mà còn không cho kẹo, từ giờ không đến nữa". Và đúng là tụi trẻ đã không đến nữa.

Bạn biết gì không? Tụi trẻ đã quên đi mất lý do đầu tiên mà chúng đến khu vườn: chúng thích khu vườn! Kẹo đã làm chúng quên mất điều đó. Nhân viên của chúng ta cũng vậy, họ gia nhập công ty với tinh thần hừng hực khí thế, với kỳ vọng sẽ đóng góp và chứng minh giá trị của mình vào công việc và mục tiêu chung. Nhân viên được trả lương xứng đáng, phù hợp với kỳ vọng để yên tâm đóng góp. Nhưng rồi những phần thưởng liên tục được công ty sáng tạo đã dần khiến họ quên mất mục đích ban đầu và chỉ còn tập trung vào tiền thưởng.

> Theo nghiên cứu của MIT, 67% nhân viên cho biết họ cần sự công nhận và cơ hội phát triển hơn là chỉ thưởng tài chính.

Tiền thưởng sẽ tốt nếu nó luôn có và tăng theo thời gian. Nhưng rõ ràng điều đó là không thể! Không một công ty nào đủ nguồn lực để luôn duy trì và tăng tiền thưởng. Và khi tiền thưởng giảm hoặc không còn, điều gì đến sẽ đến: "lũ trẻ sẽ quên khu vườn".

Động lực là chủ đề phức tạp. Nhưng tôi sẽ làm rõ mọi thứ, trong cuốn sách này.

Sai lầm 10: Mất niềm tin

Khi đã mắc cả tá sai lầm, thay vì nhìn nhận bản thân, CEO vẫn tiếp tục cho mình cái quyền đổ lỗi cho người khác, đổ lỗi cho nhân viên.

Tôi đã nỗ lực rất nhiều, tại sao nhân viên của tôi không nỗ lực?

Chỉ có tôi tâm huyết với công ty thôi hay sao?

Tôi đã nghĩ cho nhân viên rất nhiều, nhưng đổi lại chỉ là sự thờ ơ, thậm chí phản bội!?

Tôi cô đơn, hoàn toàn không có ai là đồng đội!

...

Vô vàn tiếng nói nhỏ trách móc vang lên trong đầu. Chúng ta thất vọng về mọi thứ, trừ chính chúng ta!

Chúng ta dường như đã đến cánh cửa cuối cùng: lựa chọn hoàn toàn mất niềm tin vào con người.

Có những người sẽ bước qua cánh cửa đó, từ bỏ những hoài bão ngày đầu tiên về việc xây dựng một công ty đáng mơ ước, một công ty như một gia đình. Có một số sẽ dừng lại trước cánh cửa đó, không chấp nhận bản thân sẽ bước qua cánh cửa, quay trở lại và lần mò lần nữa, hoặc cũng có thể là "thêm một lần nữa".

Nếu bạn đang ở trước cánh cửa đó và không muốn bước qua, bạn muốn quay trở lại, trong đêm tối, tôi hy vọng cuốn sách này sẽ là chút ánh sáng dẫn đường cho bạn.

Đừng mất niềm tin vào con người, vào nhân viên. Niềm tin là thứ quan trọng nhất mà chúng ta có.

Sai lầm 0: Tuyển dụng cảm tính

Trong hành trình nhiều năm quản trị sai lầm, đa phần chúng ta sẽ không nhận ra mình đã sai. Nhưng ngay cả khi lờ mờ nhận ra rằng mình đã sai, thật khó để biết làm lại từ đâu cho đúng. Khi cảm nhận ra rằng mình đang sai, tôi đã cố gắng đi học thật nhiều, đọc thật nhiều về Quản trị, cũng chỉ để tìm ra câu trả lời cho câu hỏi "**Quản trị là gì, bắt đầu từ đâu?**"

Tôi sẽ nói cho bạn một sự thật ngỡ ngàng: bạn đã sai từ bước đầu tiên, từ khởi đầu. Đó chính là lý do mà việc vá lỗi không thực sự thành công.

Bước đầu tiên chúng ta làm sai chính là: **Tuyển dụng sai.**

Hãy tưởng tượng thế này, công ty là một đội bóng. Đội bóng vốn nhỏ thôi, chỉ vài cầu thủ đá với nhau. Những cầu thủ đầu tiên tập hợp thường có lối đá rất hợp nhau (hợp nhau mới rủ nhau thành lập đội bóng chứ). Bởi vì hợp nhau nên đá rất vui và thường chiến thắng. Nhưng sau đó, để tham gia những trận đấu, giải đấu lớn hơn, đội bóng đã tuyển mộ thêm các cầu thủ. Quá trình tuyển mộ rất đơn giản, giống như chúng ta phỏng vấn nhân sự: ưng ưng là tuyển.

Còn nhớ khi công ty còn nhỏ, tôi vui mừng mỗi khi có ai đó nộp hồ sơ xin việc vào công ty. Mừng vì công ty mình điều kiện còn hạn chế, danh tiếng lại không có, vậy mà vẫn có người muốn vào làm. Và thế là cuộc phỏng vấn với ứng viên thường diễn ra khá chóng vánh, hỏi sơ sơ vài ba câu, với tâm lý là "tôi hy vọng bạn sẽ nhận việc". Tiêu chí duy nhất lúc đó để tuyển dụng là "cảm thấy ổn ổn".

Tôi đã không biết rằng trong quá trình hợp tác cùng nhau làm việc, một cộng một không có nghĩa là hai.

Quay trở lại với đội bóng. Giả sử những cầu thủ đầu tiên đều là những người đam mê đá bóng cùng nhau, có năng lực tương đồng nhau, đều thích lối đá của toàn đội. Nhưng vài ba cầu thủ tiếp theo được tuyển mộ vội vàng có tư duy đá bóng hoàn toàn khác biệt, trái ngược, có năng lực hoặc quá cao hoặc quá tệ, gia nhập đội bóng chỉ vì được trả lương hậu hĩnh. Bạn nghĩ điều gì sẽ xảy ra? Thay vì hợp tác đá bóng, các cầu thủ mới và cũ sẽ cãi cọ, tranh luận về cách đá, sẽ đá vào chân nhau, sẽ không phối hợp ăn ý. Một cộng một đã không còn bằng hai.

Mọi hệ thống, quy trình, quy tắc khi bạn có quá nhiều người không phù hợp chẳng thể nào bù đắp nổi các thiệt hại. Hiệu suất sẽ trở nên tệ hại, tinh thần đi xuống, bất đồng tăng cao!

Từ đây, sai lầm nối tiếp sai lầm.

*

Tổng hợp lại 11 niềm tin sai lầm mà các công ty quản trị ngược thường hay mắc phải, chúng ta có thể đưa ra kết luận:

Quản trị Ngược	Quản trị Đúng
Tuyển dụng "Bừa"	Tuyển dụng "Người phù hợp"
Mất niềm tin vào nhân sự	Tin tưởng nhân viên
Dùng tiền làm động lực chính	Trả lương "hài lòng" và tập trung vào nội động lực
Xây dựng VHDN muộn	Xây dựng VHDN ngay từ đầu
Kỷ luật chuyên chế	Tạo ra môi trường để người có năng lực phát huy và phát triển
Giao việc và không giám sát	Ủy quyền và giám sát
Quản trị thiên về quy trình	Quản trị theo mục tiêu
Kiểm soát nhân sự	Tin tưởng về cơ bản con người là tốt
Tin tưởng vào hệ thống	Tập trung vào con người
Đo lường nhiều chỉ số nhưng không có căn cứ	Đo lường dựa vào mục tiêu
Thực hiện quá nhiều mục tiêu cùng lúc	Tập trung vào những điều quan trọng

TẤM BẢN ĐỒ SAI

Bạn đã cầm sai tấm bản đồ du lịch bao giờ chưa? Có lẽ là chưa, giờ đây chúng ta toàn dùng Google Maps. Bỏ qua mệnh đề vô lý của tôi và coi như chúng ta đang nói về tấm bản đồ giấy. Giả sử bạn tới Rome du lịch và cầm trong tay tấm bản đồ New York, điều gì sẽ xảy ra? Đi lạc chứ còn gì nữa!

Bây giờ tôi hỏi, bạn đã cầm trong tay tấm bản đồ Quản trị Đúng bao giờ chưa? Có lẽ là chưa. Vậy thì chúng ta đi lạc trong thế giới quản trị, biến một tổ chức tuyệt vời ban đầu ngày càng trở nên tệ hại là điều dễ hiểu.

Tấm bản đồ sai mà chúng ta tự mình vẽ ra đã dẫn chúng ta đi từ sai lầm 0 đến sai lầm số 10. Thật đáng tiếc là chúng ta không nhận ra sai lầm này sớm hơn. Tôi cũng giống các bạn, cầm trong tay tấm bản đồ sai gần 10 năm trời mà không biết.

Với cá nhân tôi, cuốn sách này chính là tấm bản đồ đúng, được vẽ lại sau quá trình đi hết các sai lầm, lần mò tìm lại tri thức quản trị từ các nhà quản trị lỗi lạc, làm lại từ đầu. Tôi cũng đã chia sẻ tấm bản đồ đúng với nhiều chủ doanh nghiệp SMEs, từ năm 2020. Thành quả của tất cả chúng tôi đủ để tôi ngày càng tin tưởng vào việc mình đã tìm ra tấm bản đồ đúng.

Tại sao lại đúng? Vì chúng tôi đã trở thành những CEO vui vẻ hạnh phúc, rảnh rang để suy nghĩ về những điều lớn lao hơn là cặm cụi xử lý những rắc rối hằng ngày. Đúng, bởi vì hiệu suất đã tăng, bởi vì đã đạt được các mục tiêu của doanh nghiệp. Đúng, bởi vì nhân viên của chúng tôi cũng vui vẻ hơn, làm việc hứng khởi hơn, chủ động và cam kết hơn (tôi sẽ hướng dẫn các bạn đo lường những điều này).

Bạn đã sẵn sàng thay tấm bản đồ của mình chưa?

KHỞI ĐẦU HÀNH TRÌNH QUẢN TRỊ ĐÚNG: BẮT ĐẦU BẰNG ĐÍCH ĐẾN

Trong cuốn sách *The 7 Habits of Highly Effective People* (7 thói quen hiệu quả) của Stephen R. Covey, tôi rất thích thói quen số 2: **Begin with the end in mind** (bắt đầu bằng đích đến). Trước khi làm bất kỳ điều gì, hãy dành thời gian để suy nghĩ về những gì bạn sẽ có được khi chúng hoàn thành.

Nếu định tập thể thao để có cơ thể khỏe mạnh, hãy tưởng tượng thật rõ ràng sự khỏe mạnh của bạn sau này.

Nếu định kiếm tiền để mua căn nhà mơ ước, hãy mô tả thật kỹ về căn nhà đó.

Nếu bạn muốn lên kế hoạch cho chuyến du lịch, hãy vẽ ra chuyến đi như thể bạn đang ở đó.

Suy nghĩ về tương lai sẽ thúc đẩy hiện tại. Việc suy nghĩ về đích đến không chỉ giúp bạn biết mình nên làm gì để đạt được mục tiêu mà còn thúc đẩy bạn mạnh mẽ hành động tiến về đích đến.

Vậy, trước khi tiếp tục hành trình cùng tấm bản đồ Quản Trị Đúng, hãy nghiêm túc suy nghĩ về công ty mà bạn muốn xây dựng, viết ra giấy và đọc đi đọc lại, bổ sung nếu sau này bạn nghĩ ra thêm.

Bạn có muốn bắt đầu viết đại loại như là: "tôi muốn xây dựng một công ty mà ở đó có thật nhiều hình phạt không?" Tôi đùa đấy, chắc chắn là không rồi (nhưng bạn lại đang thực hiện điều đó, thật là nghịch lý).

Tôi sẽ cho bạn xem tôi đã viết gì, bạn cũng có thể tham khảo.

Tôi là một người hiểu bản thân của mình!

Những trải nghiệm của tôi từ khi còn nhỏ, đến khi đi học, tốt nghiệp, đi làm, rồi xây dựng doanh nghiệp của mình đã giúp tôi tường tận con người mình là ai, **mình tin vào điều gì sâu sắc** và mình "khó chịu" với điều gì.

Niềm tin của tôi đối với cuộc sống, con người, với cách mà chúng ta học hỏi, giải quyết các vấn đề đã định hình nên **tính cách, quan điểm của tôi.** Những ai chơi với tôi, làm việc cùng tôi thường thấy tôi có những hành động, **phản ứng nhất quán trước các vấn đề.**

Và bởi vì sự nhất quán đó, tôi xây dựng những mối quan hệ chất lượng, tìm kiếm được những người đồng đội cùng quan điểm, gây dựng nên công ty tôi như ngày hôm nay, tạo ra giá trị cho bản thân và những người xung quanh..Vì vậy, tính cách và quan điểm... còn có tên gọi khác, là **"Giá trị Cốt lõi"** của tôi.

Nhưng những điều đó, ngay từ đầu khi mở công ty, tôi vẫn chưa thực sự nhận ra. Vì vậy, mà tôi từng mắc sai lầm: tuyển người cảm tính, với áp lực giải quyết các vấn đề trước mắt. Để rồi hệ quả là công ty càng nhiều nhân sự - hiệu quả càng giảm, còn tôi thì tất bật với các sự vụ, với các "cửa sổ vỡ" mà không thể nào kiểm soát hết được.

Giờ đây, tôi chú trọng đến việc **tuyển đúng "người phù hợp"**, coi trọng việc tìm ra những người có cùng niềm tin, cùng Giá trị Cốt lõi để mời họ "lên chuyến xe bus". Xung quanh tôi toàn là "người phù hợp" và tôi thấy vui vì điều đó, phải nói là tôi thấy hạnh phúc!

Tôi có niềm tin với nhân viên của mình, với những người đồng hành. Điều đó giúp tôi có cơ hội xây dựng một công ty đúng nghĩa.

Ở công ty tôi, chúng tôi không phải lo lắng về một ai đó không muốn cống hiến cho tập thể. **Mọi người đều hướng đến mục tiêu chung.** Vì vậy, thay vì phải ÉP mục tiêu, chúng tôi chủ động NHẬN mục tiêu phù hợp với mỗi người, miễn sao mục tiêu đó cho thấy giá trị của chúng tôi đối với cả công ty.

Chúng tôi **không bao giờ XUNG ĐỘT** một cách xấu tính, chúng tôi **chủ động HỢP TÁC**. Đôi khi, trong phòng họp, chúng tôi to tiếng **TRANH LUẬN**, nhưng mọi người đều thoải mái vì biết rằng, tất cả đều đang vì cái chung. Chúng tôi chỉ bước ra khỏi phòng họp khi biết chắc đã **thống nhất được GIẢI PHÁP** và ai cũng đều rõ nhiệm vụ tiếp theo của mình.

Mỗi người trong công ty đều có khả năng **TỰ CHỦ**. Bởi vì mục tiêu được đặt ra bởi các cá nhân, nên tính **CAM KẾT** là rất cao. Ai cũng **CHỦ ĐỘNG theo đuổi mục tiêu** của mình và không quên việc **LIÊN KẾT với đồng nghiệp** để cùng thúc đẩy mục tiêu tiến về phía trước.

Động lực của chúng tôi đến từ bên trong, chúng tôi muốn hoàn thành công việc của mình, bởi vì chúng tôi đều yêu thích công việc, khát khao vượt qua chính mình. Và thường xuyên, chúng tôi trao cho nhau những **GHI NHẬN**, lòng **BIẾT ƠN** nếu có một thành viên nào đó đạt được thành công dù nhỏ, hoặc chỉ đơn giản vì sự nỗ lực.

Không một ai có tâm lý đầu hàng, e sợ hay buông xuôi. Một khi mục tiêu đã đặt ra, chúng tôi nói tới **GIẢI PHÁP**. Khái niệm đổ lỗi không tồn tại, vì chúng tôi đều có tư duy **LỖI TẠI BẢN THÂN.**

À, chúng tôi đều là những người có **TIÊU CHUẨN LÀM VIỆC rất cao!**

Khái niệm **SẾP** trong công ty cũng rất khác so với những gì mọi người nghĩ. Sếp không phải là người áp đặt mục tiêu hay công việc, soi mói nhân viên và "đao to búa lớn". Ở công ty tôi, **sếp chính là người bạn, là người huấn luyện**, luôn lắng nghe nhân viên, xuất hiện kịp thời khi nhân viên cần và đưa ra những lời phản hồi hữu ích, luôn mang lại cho nhân viên động lực làm việc bằng những hành động, lời nói ghi nhận. Nhưng các sếp cũng rất **thẳng thắn khi phê bình,** bởi lời phê bình giúp mọi người hiểu rõ điều gì nên hay không nên, để chúng tôi không vấp phải các sai sót quá nhiều lần.

Người ta hay nói, nhân viên rời bỏ sếp chứ không rời bỏ công ty. Ở công ty chúng tôi, mọi người ở lại vì những người Sếp!

Một điều tuyệt vời nữa, là chúng tôi rất chú ý tới sự **học hỏi và phát triển.** Người ta nói rằng *"Nếu một người vào công ty và khi rời khỏi công ty không có gì tiến bộ, thì đó là một công ty thất bại!".*

Chúng tôi chú trọng tới việc **phát triển bản thân mỗi người.** Nhưng chúng tôi không "ép" học. Chúng tôi biết rằng việc đào tạo hiệu quả nhất là khi đào tạo thông qua thực tế công việc. Bởi vì chúng tôi đặt ra các mục tiêu rõ ràng và liên tục **"review"**, nên mỗi người đều biết bản thân đang mạnh yếu như thế nào, cần tăng cường năng lực nào. **Chúng tôi đều chủ động chọn cho mình thứ mà mình cần học.**

Một điều thú vị nữa là: không có KỶ LUẬT CHUYÊN CHẾ. Những thủ tục nho nhỏ nhưng khiến cho môi trường làm việc ngột ngạt như điểm danh, đếm việc... không thực sự quan trọng và cần thiết. Với chúng tôi, **kỷ luật nghĩa là CAM KẾT VỚI MỤC TIÊU.** Mục tiêu, quan trọng hơn sự hiện diện!

Và cuối cùng, trong công ty, mọi thứ đều rất **minh bạch và trong suốt.** Gần như không có điểm mù giữa các phòng ban và cá nhân. Ngay cả mục tiêu của CEO và ban lãnh đạo cũng được **công khai.** Ai cũng có thể dễ dàng biết mọi thông tin cũng như việc các cá nhân khác đang làm việc, cam kết với mục tiêu như thế nào. Vì vậy, mà công việc luôn trôi chảy, nếu một chỗ tắc nghẽn, sẽ rất nhanh chóng được giải quyết.

Suy cho cùng, chúng tôi **làm việc vì MỤC TIÊU CHUNG** mà!

Cùng thảo luận những gì bạn tâm đắc tại QUANTRIQUAN.COM, cộng đồng những Nhà lãnh đạo tâm huyết với Quản Trị.

CHƯƠNG 02

CHUẨN BỊ MỘT TÂM THẾ ĐÚNG

Trước khi đi đến các tri thức quản trị, chúng ta cần thống nhất trước một vài điều. Nếu không có những thống nhất nữa giữa tôi và bạn, thì những nội dung tôi chia sẻ sẽ dẫn đến... tranh cãi. Cho nên, trước khi chúng ta tranh cãi một cách vô vọng vì những hiểu biết, niềm tin khác biệt, thì hãy làm rõ chúng đã.

CÁC GIẢ ĐỊNH CĂN BẢN

Tôi hỏi bạn nhé, là một người sếp, bạn tin vào các nhận định, các quyết định của mình bao nhiêu?

100%? Chắc là không nhiều đến như vậy!

30%? Chà, bạn đang mất niềm tin vào bản thân.

Đừng lo lắng là bạn tự tin bao nhiêu %. Cũng đừng vội vui mừng vì bạn có mức độ tự tin cao. Cả hai đều có thể là sai lầm!

Tôi vô tình đọc được cuốn sách *The Four Agreements* (Bốn thỏa ước) của Don Miguel Ruiz. Cuốn sách khá kỳ dị, không dễ đọc, một dạng "kinh thánh" của người da đỏ châu Mỹ. Cả bốn thỏa ước (những điều bạn nên làm với chính mình) đều rất hay. Tôi kể cho bạn thỏa ước số 2: Đừng Giả Định.

Don Miguel nói rằng phần lớn hành động trong cuộc đời chúng ta dựa trên các giả định, tức là chúng ta nghĩ về các sự vật, hiện tượng, về người khác trong đầu mình, không hề kiểm chứng và rồi chúng ta hành động. Điều thú vị là phần lớn giả định trong cuộc đời chúng ta là… sai! Có nghĩa là phần lớn hành động trong cuộc đời chúng ta là sai. Thật kinh khủng!

Để dễ hiểu hơn, tôi hỏi bạn một câu: bạn có bao giờ trách nhầm nhân viên của mình chưa? Chắc là có. Nhiều hay ít? Chắc bạn nghĩ là ít! Don Miguel nói rằng phần lớn những gì chúng ta giả định lại là sai đấy.

Còn nhớ trong một lần họp qua Zoom với khách hàng, trên màn hình của tôi hiển thị ba cửa sổ, gồm nhóm khách hàng (họ ngồi chung một phòng họp), tôi và bạn trợ lý của tôi. Cuộc nói chuyện diễn ra với tôi và nhóm người bên phía khách hàng, còn bạn trợ lý chỉ có mặt để ghi chép. Tôi đã nhắn cho trợ lý: "Này em, tại sao em không biết ý một chút, tắt video của em đi chứ, anh với khách nói chuyện mà cái cửa sổ của em nó cứ chình ình ra đó, chẳng tham gia nói năng gì, nhìn rất khó chịu". Và bạn trợ lý đã trả lời thế này: "Ơ em thấy bình thường mà" và gửi kèm ảnh chụp màn hình Zoom của bạn. Hóa ra ở giao diện phần mềm Zoom của bạn trợ lý, chỉ có cửa sổ của tôi và khách hàng hiển thị ở trung tâm, còn cửa sổ của bạn trợ lý thì hiển thị nhỏ hơn, ở phía trên cùng, hoàn toàn không ảnh hưởng đến cuộc họp.

Tôi đã không quan tâm đến "sự thật". "Sự thật" chỉ ở góc nhìn của tôi và ngay lập tức tôi giả định rằng nhân viên của mình không biết ý, không tinh tế. Với sự thật của mình và giả định cũng của mình, tôi đã khiến trách nhân viên và điều đó hóa ra lại là sai lầm.

Bạn có hay giả định như tôi không? Tôi nghĩ là nhiều hơn là bạn tưởng đấy. Trong đầu chúng ta luôn có tiếng nói nhỏ, nó nói với chúng ta rằng người này thế này, người kia thế kia, nó giả định rằng mọi người cũng nhìn mọi thứ như bản thân ta nhìn, tiếng nói nhỏ nói với chúng ta rằng những gì chúng ta tin, những gì chúng ta biết là đúng đắn. Thật tệ, Don Miguel nói rằng phần lớn là sai!

Tại sao chúng ta thường giả định?

Con người thường có xu hướng giả định vì đó là cách chúng ta cố gắng hiểu và kiểm soát thế giới xung quanh. Giả định giúp chúng ta đưa ra những quyết định nhanh chóng dựa trên kinh nghiệm và hiểu biết trước đó. Tuy nhiên, những giả định này thường dựa trên các thông tin không đầy đủ hoặc sai lệch, dẫn đến những hiểu lầm và xung đột không cần thiết.

Hậu quả của việc giả định

Hiểu lầm và xung đột: Khi chúng ta giả định về suy nghĩ, cảm xúc hoặc ý định của người khác mà không kiểm chứng, chúng ta dễ dàng hiểu lầm và phản ứng không phù hợp. Điều này có thể dẫn đến những xung đột không đáng có trong các mối quan hệ.

Mất niềm tin: Giả định sai lầm có thể làm mất niềm tin giữa các cá nhân. Khi chúng ta dựa vào những giả định không chính xác, chúng ta có thể tạo ra những kỳ vọng không thực tế và cảm thấy thất vọng khi những kỳ vọng đó không được đáp ứng.

Tự làm khổ bản thân: Chúng ta thường tự tạo ra những câu chuyện tiêu cực trong đầu dựa trên những giả định của mình. Điều này có thể gây ra căng thẳng, lo lắng và sự tự ti không cần thiết.

Làm thế nào để tránh giả định?

Hỏi và kiểm chứng: Thay vì giả định, hãy hỏi trực tiếp và kiểm chứng thông tin. Giao tiếp rõ ràng và minh bạch giúp chúng ta hiểu đúng và tránh những hiểu lầm không đáng có.

Lắng nghe: Hãy lắng nghe cẩn thận và chú ý đến những gì người khác đang nói. Lắng nghe không chỉ giúp chúng ta hiểu rõ hơn mà còn thể hiện sự tôn trọng đối với người khác.

Chấp nhận sự không biết: Chúng ta không thể biết hết mọi thứ và điều này là hoàn toàn bình thường. Hãy chấp nhận sự không biết và sẵn sàng học hỏi từ người khác.

Thực hành sự tự nhận thức: Hãy tự nhận thức về những giả định mà mình đang tạo ra và kiểm soát chúng. Điều này giúp chúng ta có cái nhìn khách quan hơn và tránh những suy nghĩ tiêu cực.

Lợi ích của việc không giả định

Cải thiện mối quan hệ: Khi chúng ta không giả định, mối quan hệ của chúng ta trở nên rõ ràng và chân thật hơn. Sự hiểu biết và tôn trọng lẫn nhau sẽ tăng lên, giúp xây dựng niềm tin và sự hợp tác.

Tâm trạng tích cực hơn: Việc tránh giả định giúp chúng ta loại bỏ những suy nghĩ tiêu cực và tập trung vào những điều tích cực. Điều này giúp cải thiện tâm trạng và tăng cường sự tự tin.

Quyết định đúng đắn hơn: Khi không giả định, chúng ta sẽ đưa ra những quyết định dựa trên thông tin chính xác và đầy đủ hơn, từ đó giúp đạt được kết quả tốt hơn.

Trong cuộc sống hằng ngày, việc không giả định đòi hỏi chúng ta phải rèn luyện sự kiên nhẫn và tự nhận thức. Tuy nhiên, lợi ích mà nó mang lại là vô cùng to lớn, giúp chúng ta sống một cuộc sống tự do và hạnh phúc hơn. Don Miguel Ruiz đã nhấn mạnh rằng, chỉ cần tuân theo thỏa ước này, chúng ta sẽ tránh được rất nhiều đau khổ và xung đột không cần thiết, cuộc sống sẽ trở nên dễ chịu và ý nghĩa hơn.

CÁC GIẢ ĐỊNH SAI LẦM CỦA NGƯỜI LÀM SẾP

Trong công việc quản lý, các nhà lãnh đạo thường vô tình đưa ra những giả định sai lầm về nhân viên, tình hình công việc và môi trường làm việc. Những giả định này có thể dẫn đến hiểu lầm, xung đột và giảm hiệu quả công việc.

> Nghiên cứu của Korn Ferry cho thấy 50% các quyết định quản lý sai lầm xuất phát từ giả định sai lầm về nhân viên và tổ chức.

Dưới đây là một số giả định phổ biến (và sai):

1. "Nhân viên của tôi đi làm vì tiền, đâu yêu quý gì công ty!"

- **Giả định:** Sau một thời gian dài quản trị sai lầm (như đã nói ở chương trước), chúng ta có xu hướng mất niềm tin vào nhân viên của mình, nghĩ rằng chỉ có mình mới quan tâm tới công ty, còn nhân viên đều lười nhác, chỉ làm việc vì tiền. Dần dần chúng ta chấp nhận mệnh đề này, tạo ra một khoảng cách với nhân viên.

- **Hậu quả:** Mối quan hệ ngày càng trở nên ngột ngạt, thiếu đi sự tin tưởng. Tệ hơn thì chúng ta dần có thái độ "thù hằn" với nhân viên. Tôi viết nặng như vậy bởi tôi từng như thế! Và bởi vì chẳng tin tưởng rằng nhân viên sẽ nỗ lực vì công ty, chúng ta tạo ra đủ thứ cơ chế kiểm soát để rồi chẳng ai còn muốn cống hiến cho công ty chúng ta nữa.

- **Sự thật:** Hãy tưởng tượng về ngày đầu tiên một nhân viên đi làm, họ có nghĩ rằng *"tôi sẽ chỉ nghĩ cho mình, chỉ làm điều gì mang lại lợi ích cho cá nhân"* không? Tôi không nghĩ thế. *"Tôi muốn kiếm tiền, tôi cũng muốn trở thành người quan trọng, có giá trị với công ty, tôi muốn phát triển bản thân"*. Tôi nghĩ hầu như ai cũng suy nghĩ như thế khi bắt đầu một công việc mới, một suy nghĩ lạc quan và đầy hào hứng. Nhưng điều gì đã khiến nhân viên thay đổi? Do môi trường và do sếp chứ do gì nữa. Tất nhiên thì phát triển bản thân, trở nên xuất sắc hơn và đóng góp giá trị cho công ty thì nhân viên cũng kỳ vọng thu về giá trị tài chính cho bản thân. Nhưng tôi dám chắc rằng không một ai chỉ dừng lại ở suy nghĩ *"tôi chỉ làm việc ở đây duy nhất với mục đích kiếm tiền"*, cảm giác muốn mình là người có giá trị luôn tồn tại trong mỗi người! À, có một sự thật nữa mà chỉ khi nào sếp hành động đúng, sự thật đó mới xảy ra: nhân viên cũng rất quan tâm và yêu quý công ty!

2. "Cách duy nhất để kích thích động lực nhân viên làm việc là Thưởng và Phạt."

- **Giả định:** Bởi vì tin là nhân viên chỉ làm việc vì tiền, và bởi vì chẳng biết cách nào hơn ngoài "Cây gậy và Củ cà rốt", hầu như sếp nào cũng chỉ nghĩ đến Tiền (và các phần thưởng hấp dẫn) khi muốn nhân viên "máu lửa" hơn.

- **Hậu quả:** Không phải tất cả nhân viên đều được thúc đẩy bởi tiền bạc. Một số người cần sự công nhận, cơ hội thăng tiến, hoặc môi trường làm việc tốt để có động lực. Thiếu hiểu biết về động lực của nhân viên có thể dẫn đến sự không hài lòng và giảm hiệu quả làm việc. Nuôi dưỡng động lực bằng tiền là cách "làm hư" nhân viên, đòi hỏi vượt giới hạn và không còn yêu công việc.

- **Sự thật:** Động lực là môn khoa học phức tạp đã được nghiên cứu từ rất lâu. Tôi sẽ nói kỹ hơn ở Chương 3. Đúng là Tiền (vật chất) rất quan trọng, nhưng không phải là Duy Nhất. Thậm chí, khoa học đã chứng minh trong rất nhiều tình huống công việc, động lực bằng tiền (và vật chất) càng lớn càng làm cho hiệu suất công việc suy giảm, tạo ra nhiều hệ lụy trong tương lai. Việc trả công xứng đáng cho công sức và đóng góp của nhân viên là điều quan trọng, cần làm, đừng mang tiền ra để "nhử" nhân viên làm việc, điều đó không thực sự hiệu quả như bạn tưởng.

3. "Nhân sự Việt Nam có xu hướng thiếu cam kết, chủ động, không có khả năng tự làm việc."

- **Giả định:** tôi đã nghe quá nhiều về việc "Ồ, quản trị phương Tây hả, không phù hợp với Việt Nam đâu, người Việt Nam không có tính chủ động, cam kết, cần phải thúc ép, giám sát".

- **Hậu quả:** thay vì ứng dụng quản trị hiện đại, tạo ra môi trường thúc đẩy tinh thần trách nhiệm với công việc của nhân viên, người làm sếp lại chỉ tập trung tìm cách kiểm soát, theo dõi mọi việc nhân viên làm. Chúng ta không yên tâm mỗi khi giao việc, chúng ta can thiệp quá sâu, trở thành nhà lãnh đạo vi mô, tự mang việc vào thân.

- **Sự thật:** Có những người có xu hướng chủ động và cam kết, cũng có những người thì không. Sai lầm đầu tiên của chúng ta là không tuyển dụng cẩn thận. Sai lầm tiếp theo của chúng ta là không có một môi trường ủng hộ những nhân viên có tinh thần trách nhiệm, chủ động. Hãy nghĩ xem, bạn là một người chủ động, nhưng lại gặp một sếp muốn đụng tay vào bất kỳ việc gì bạn làm, bạn sẽ thấy thế nào? Bạn sẽ dần trở thành người thụ động. Đằng nào sếp chẳng chọc ngoáy, đằng nào sếp chả yêu cầu mình làm thế này thế kia, vậy thì thôi cứ đợi sếp nói gì làm nấy, một người chủ động sẽ bị biến thành người thụ động như thế đấy.

4. "Nhân viên hiểu rõ yêu cầu trong công việc của họ."

- **Giả định:** Mọi nhân viên đều hiểu họ cần làm gì và họ cần tự giác làm tốt công việc của họ, khi đó, công ty sẽ phát triển tốt, việc biết rõ mục tiêu, chiến lược của công ty là không cần thiết.

- **Hậu quả:** Chúng ta thường xuyên "mặc kệ" nhân viên với công việc, với KPIs của họ. Chúng ta chỉ can thiệp khi việc hoàn thành KPIs, dự án hay một task nào đó gặp vấn đề. Uh thì chúng ta còn đang bận với việc điều hành công ty và xử lý các sự cố mà. Nếu nhân viên không nắm rõ mục tiêu và chiến lược của công ty, họ sẽ khó có thể đồng lòng và hướng tới mục tiêu chung. Điều này dẫn đến sự thiếu nhất quán trong hành động và giảm hiệu quả tổng thể.

- **Sự thật:** Tôi sẽ cho bạn biết một sự thật khác hoàn toàn với giả định. *Harvard Business Review* trong một nghiên cứu rộng khắp của mình đã chỉ ra rằng: "95% nhân sự của các công ty không hiểu rõ về mục tiêu của công ty cũng như những gì mà công ty kỳ vọng ở họ". Bạn cứ hiểu đơn giản thế này, thực tế là phần lớn nhân viên không biết họ nên làm gì để… tốt cho công ty. Họ chỉ cố gắng làm tốt nhất có thể trong phạm vi công việc mà họ được phân công, mà điều đó… chưa chắc tốt cho công ty. Điều này khó hiểu nhưng tôi sẽ làm cho bạn hiểu ở Chương 4!

Trên đây là một số giả định thật sự không tốt cho người làm Sếp. Hãy bỏ qua chuyện chúng đúng hay sai, miễn là bạn còn giữ những giả định đó và tin vào chúng một cách chắc chắn, tôi e là bạn sẽ chẳng thể tạo ra được một tổ chức thịnh vượng.

Tôi cũng không yêu cầu bạn từ bỏ các giả định đó ngay, tôi muốn bạn tạm thời "gác" lại chúng khi tiếp tục đọc cuốn sách này. Chúng ta sẽ thử các giả định khác khi thảo luận về quản trị trong những chương tiếp theo:

1. Ai đi làm cũng muốn trở nên xuất sắc và có giá trị với tổ chức chứ không chỉ làm việc vì tiền.

2. Tiền rất quan trọng, nhưng không phải là thứ duy nhất khiến nhân viên nhiệt huyết với công việc. Nhân viên hoàn toàn có thể đạt trạng thái làm việc với động lực cao ngay cả khi không thấy công ty/sếp hứa thưởng hay dọa phạt.

3. Nhân sự Việt Nam luôn có những người làm việc chăm chỉ, tập trung và cam kết. Việc của các công ty là tìm kiếm, tuyển dụng những con người chất lượng và tạo ra môi trường thúc đẩy họ.

4. Mọi nhân viên cần hiểu rõ mục tiêu chung của công ty và những điều công ty yêu cầu ở họ.

VỀ CƠ BẢN CON NGƯỜI (PHÙ HỢP) LÀ TỐT, NẾU NHÂN VIÊN GIA NHẬP TỔ CHỨC VÀ TỆ ĐI THEO MỘT CÁCH NÀO ĐÓ THÌ LÀ DO LỖI CỦA CÔNG TY VÀ SẾP

– Mai Xuân Đạt

Cho dù bạn có tin vào các giả định mới vào lúc này hay không cũng không quan trọng, tôi sẽ chứng minh các giả định đó trong cuốn sách này. Điều mà bạn cần làm là cài đặt các giả định đó trong suy nghĩ của mình khi đọc tiếp. Nếu vẫn để tiếng nói nhỏ vang lên trong đầu, nghĩ rằng nhân viên của mình (hiện tại và trong tương lai) là không tốt, điều đó sẽ cản trở bạn tiếp nhận thông tin mà tôi chia sẻ, bạn sẽ cảm thấy buồn ngủ khi đọc cuốn sách này, tệ hơn là bạn sẽ dừng đọc và tôi sẽ không có cơ hội để chứng minh với bạn. Đừng để các giả định phá bỏ cơ hội tạo dựng một công ty tuyệt vời.

Nếu vẫn không thể tạm dừng các giả định, hãy nghĩ thế này: Đừng để những nhân viên không phù hợp choán hết suy nghĩ của bạn, hãy nghĩ về những nhân viên tốt. Suy cho cùng thì việc sếp đúng hay nhân viên đúng, sếp sai hay nhân viên sai không thực sự quan trọng. Khi bản thân chúng ta nhận ra mình đã sai, chúng ta có cơ hội sửa chữa vấn đề nhanh hơn là đi sửa sai của người khác!

PETER DRUCKER VÀ CÁC GIẢ ĐỊNH CĂN BẢN TRONG QUẢN TRỊ

Peter Drucker đã đề cập đến các giả định căn bản trong nhiều tác phẩm của ông. Một trong những luận điểm nổi tiếng của Drucker liên quan đến "Giả định trong quản trị" (Assumptions in Management) là các giả định cơ bản về thực tế của tổ chức và môi trường xung quanh nó. Những giả định này có thể được tóm tắt như sau:

1. **Mục tiêu và sứ mệnh của tổ chức:** Drucker nhấn mạnh rằng các tổ chức cần phải rõ ràng về mục tiêu và sứ mệnh của mình. Các nhà quản lý cần xác định rõ tại sao tổ chức tồn tại và nó đang cố gắng đạt được điều gì. Điều này không chỉ giúp định hướng chiến lược mà còn tạo động lực cho toàn bộ tổ chức.

2. **Giả định về môi trường:** Điều này bao gồm việc hiểu rõ bối cảnh kinh tế, xã hội và chính trị mà tổ chức đang hoạt động. Các nhà

quản lý cần phải có những hiểu biết đúng đắn về những yếu tố bên ngoài ảnh hưởng đến tổ chức. Việc nắm bắt và dự đoán các xu hướng, thay đổi trong môi trường là rất quan trọng để điều chỉnh chiến lược và hoạt động của tổ chức.

3. **Giả định về tổ chức:** Drucker cho rằng các tổ chức cần phải hiểu rõ về cấu trúc, văn hóa và các quy trình nội bộ của mình. Điều này giúp tổ chức hoạt động hiệu quả và thích nghi với sự thay đổi. Một tổ chức có cấu trúc rõ ràng và văn hóa phù hợp sẽ giúp nhân viên làm việc hiệu quả hơn và gắn kết hơn.

4. **Giả định về Con người:** Tổ chức cần hiểu cách mà nhân viên làm việc, các yếu tố thúc đẩy động lực và cách mà mỗi người tương tác với nhau. Hiểu đúng về nhân viên và các bên liên quan là yếu tố then chốt để quản lý hiệu quả. Các nhà quản lý cần biết cách khích lệ, phát triển và giữ chân nhân viên tài năng.

Drucker nhấn mạnh rằng các giả định này cần phải được kiểm tra và cập nhật liên tục để đảm bảo tính hiệu quả và phù hợp của quản lý. Nếu các giả định cơ bản này sai, toàn bộ chiến lược và hoạt động của tổ chức có thể bị ảnh hưởng nghiêm trọng.

Việc hiểu và áp dụng đúng các giả định căn bản trong quản trị sẽ giúp các nhà quản lý điều hành tổ chức một cách hiệu quả hơn, từ đó đảm bảo sự phát triển bền vững và thành công lâu dài.

CÁC NGUYÊN TẮC QUẢN TRỊ CỦA PETER DRUCKER

Chúng ta đã nói về "tác hại" của các giả định. Khi loại bỏ các giả định, thường xuyên tìm kiếm sự thật, bạn sẽ là nhà lãnh đạo sáng suốt, các hành động của bạn sẽ ít sai lầm... Nhưng ít sai lầm không có nghĩa là đúng. **Bạn cần có Nguyên tắc!**

Nguyên tắc là gì? Hiểu đơn giản thì đó là những gì bạn sẽ "bám vào" khi đưa ra quyết định, hành động. Bạn có những nguyên tắc nào khi làm sếp, khi điều hành doanh nghiệp? Bạn có chúng chứ?

Nếu bạn chưa có (mà tôi đoán là chưa), cuốn sách này sẽ xây dựng cho bạn một danh sách các nguyên tắc đúng đắn. Trước tiên, hãy đến với các nguyên tắc cơ bản của Peter Drucker, bậc thầy quản trị huyền thoại. Trong nhiều thập kỷ, các nhà lãnh đạo hàng đầu đã học tập từ Peter Drucker và ông được coi là "cha đẻ" của Quản trị học hiện đại.

Có rất nhiều nguyên tắc của Peter Drucker mà những người thành công trên trái đất đã áp dụng. Người ta thường không hiểu tại sao từ 70 năm trước, nhiều nguyên tắc của Peter Drucker đã được phát biểu mà vẫn còn phù hợp mạnh mẽ với thực tiễn kinh doanh ngày nay. Ông là người "đi trước thời đại".

Dưới đây là các nguyên tắc hàng đầu của Drucker mà chúng ta có thể áp dụng trong thực tiễn kinh doanh hằng ngày.

1. Quản trị là vấn đề về con người

Quản trị (quản lý) sau cùng cũng là vấn đề về Con Người. Nhiệm vụ của quản trị là làm cho mọi người có khả năng cùng nhau thực hiện công việc, kết nối và tối ưu hóa khả năng của từng cá nhân để đạt được mục tiêu chung. Quản trị làm cho điểm mạnh của mỗi người trở nên hiệu quả và điểm yếu trở nên không còn quan trọng.

2. Cần có cam kết với các mục tiêu chung và giá trị cốt lõi

Mọi doanh nghiệp đều cần cam kết với các mục tiêu chung và các giá trị chung. Nếu không có cam kết đó thì không có doanh nghiệp; chỉ có một đám đông. Doanh nghiệp phải có các mục tiêu đơn giản, rõ ràng và thống nhất. Sứ mệnh của tổ chức phải đủ rõ ràng và đủ lớn để cung cấp tầm nhìn chung. Các mục tiêu thể hiện sứ mệnh đó phải rõ ràng, công khai và liên tục được khẳng định lại. Công việc đầu tiên của ban quản lý là suy nghĩ, đặt ra và làm gương các mục tiêu, giá trị và mục đích đó.

Đây chính là nguyên tắc thúc đẩy tôi viết cuốn sách này. Bởi vì, đa số chúng ta... là một đám đông.

3. Tập trung vào kết quả

Drucker phân biệt rõ giữa hiệu quả (effectiveness) và hiệu suất (efficiency). Ông cho rằng hiệu quả là làm đúng việc (doing the right things), còn hiệu suất chỉ là làm việc đúng cách (doing things right). Điều quan trọng hơn là tập trung vào những việc mang lại kết quả mong muốn và đóng góp vào mục tiêu của tổ chức, thay vì chỉ làm tốt những việc có thể không thực sự cần thiết.

4. Tập trung vào "cơ hội", không phải "vấn đề"

Nguyên tắc quan trọng của Peter Drucker đối với "lãnh đạo đội bóng" và "các cầu thủ" là tập trung vào các cơ hội. Nhiều doanh nghiệp không thể thoát khỏi cạm bẫy của họ bởi vì họ tập trung vào các vấn đề. Khi họ tập trung vào các vấn đề, họ sẽ ngừng nói về các giải pháp.

Drucker tuyên bố rằng tổ chức sẽ có tinh thần hoạt động cao nếu nó hướng tới cơ hội hơn là vấn đề.

Đó cũng là tư duy hướng tới kết quả. Khi mỗi thành viên trong nhóm tập trung vào kết quả, điều đó có nghĩa là họ đang hướng mình đến các cơ hội. Những điều tồi tệ đã xảy ra sẽ được đưa vào quá khứ. Thay vì sửa chữa quá khứ, bạn và nhóm của bạn phải tập trung kỳ vọng vào tương lai.

Vì vậy, cho dù công ty bạn đang có những vấn đề nào đi chăng nữa, hãy nghĩ chúng là "cơ hội" để bạn giải quyết vấn đề và tiến lên.

5. Từ bỏ có kế hoạch

"Từ bỏ có kế hoạch" nghĩa là chủ động từ bỏ các hoạt động, sản phẩm, hoặc dự án không còn mang lại giá trị cao cho tổ chức hoặc không phù hợp với mục tiêu chiến lược dài hạn.

Hiểu được sức mạnh của "planned abandonment" là biết cách tập trung nguồn lực vào những việc thực sự quan trọng và có giá trị, thay vì cố gắng duy trì những thứ đã không còn hiệu quả hoặc không còn phù hợp. Việc từ bỏ một cách có kế hoạch sẽ giúp công ty giảm thiểu lãng phí, tăng cường sự tập trung và khả năng thích ứng với thay đổi.

"Từ bỏ có kế hoạch" là một việc đòi hỏi sức mạnh, bản thân việc này cũng tạo ra sức mạnh cho doanh nghiệp.

Nhiều doanh nghiệp muốn làm mọi thứ và thất bại vì họ không thể đảm đương được sức nặng của rất nhiều nhiệm vụ phải đảm nhận. Thay vì phải vật lộn với tất cả các cơ hội khác nhau, bạn nên tập trung vào làm những gì bạn giỏi. Ví dụ: Nếu doanh nghiệp của bạn đạt hiệu suất tối đa trong việc cung cấp sản phẩm A, thì không có lý do gì phải phân chia các nguồn lực sẵn có của bạn để xử lý sản phẩm B.

Bạn bắt buộc phải quyết định điều gì không nên làm và chỉ tập trung vào thứ mà bạn có nhiều triển vọng hơn. Vì nhu cầu và yêu cầu của khách hàng đối với sản phẩm A có thể thay đổi theo thời gian, bạn cần dành sự chú tâm hoàn toàn của mình cho sản phẩm A ngay cả khi bạn bắt đầu cảm thấy dư thời gian.

6. Những gì đo lường được mới quản lý được

Khi bạn muốn thực hiện các kế hoạch kinh doanh của mình, bạn cũng sẽ cần phải xem xét các phép đo. Trong các nguyên tắc quản lý của Drucker, đo lường đúng sẽ giúp mọi người đi đúng hướng. Nếu không có các biện pháp phù hợp, việc quản lý sẽ trở nên khá lộn xộn, mọi thứ có thể được thực hiện theo những cách sai lầm.

Do đó, điều cần thiết là phải hiểu và đo lường các chỉ số hiệu suất chính để dự đoán hiệu suất trong tương lai. Không ai có thể biết trước được điều gì sẽ xảy ra trong tương lai. Nhưng những dự báo và đo lường có thể giúp bạn tiến hành kế hoạch dự phòng khi mọi thứ đi xuống.

7. Phân quyền và ủy quyền

Drucker đề cao sự phân quyền trong tổ chức, cho phép các cấp quản lý thấp hơn có thể ra quyết định một cách chủ động và linh hoạt hơn. Ông cho rằng phân quyền giúp tổ chức phản ứng nhanh chóng với các thay đổi và tận dụng tối đa sự sáng tạo, ý tưởng từ các cấp thấp hơn. Việc ủy quyền còn giúp giảm tải cho quản lý cấp cao và tạo điều kiện cho nhân viên phát triển năng lực.

8. Con người là tài sản quý giá nhất

Drucker luôn nhấn mạnh rằng con người là tài sản quan trọng nhất của một tổ chức. Ông cho rằng nhiệm vụ của quản trị không chỉ là quản lý công việc, mà còn phải quản lý con người sao cho họ cảm thấy có giá trị và được phát triển, vì sự thành công của tổ chức phụ thuộc phần lớn vào chất lượng và sự cống hiến của đội ngũ nhân viên.

9. Quản lý bản thân

Drucker tin rằng mỗi cá nhân, đặc biệt là các nhà quản lý cần biết tự quản lý bản thân, bao gồm việc hiểu rõ điểm mạnh, điểm yếu, giá trị cá nhân và biết đặt mục tiêu phù hợp với mục tiêu chung của tổ chức. Tự quản lý không chỉ giúp nâng cao năng suất mà còn giúp mỗi người có thể phát huy hết tiềm năng của mình. **Tự quản lý là một trách nhiệm cần có của mỗi người.**

10. Liên tục học tập và phát triển

Trong một thế giới thay đổi nhanh chóng, không chỉ tổ chức mà cả nhân viên cũng phải liên tục học hỏi và phát triển. Kiến thức là tài sản quan trọng và việc học hỏi liên tục là cần thiết để duy trì tính cạnh tranh và thích ứng với sự thay đổi của thị trường.

NĂM CẤP ĐỘ LÃNH ĐẠO

Hãy chậm lại một chút và nhớ xem bạn đang đọc chương nào? Là Chương 2 - CHUẨN BỊ MỘT TÂM THẾ ĐÚNG.

Ở đầu chương, tôi đã nói rằng chúng ta cần thống nhất một số điều để tránh việc "cãi nhau một cách vô vọng". Tôi đã trình bày một số khái niệm nền tảng của một Nhà Quản trị: các giả định, các nguyên tắc.

Với tôi, các giả định và nguyên tắc đã đưa ra là rất hợp lý (tôi chỉ là nhà sưu tầm, không phải người sáng tạo ra chúng). Nhưng thật kỳ lạ, trong hành trình hướng dẫn cho hàng trăm công ty, tôi nhận ra rằng chúng không hề hợp lý với nhiều nhà lãnh đạo! Vẫn có người nói với tôi rằng nhân viên không hề tốt, họ đi làm vì tiền và việc của lãnh đạo là hiểu bản chất đen tối bên trong mỗi con người và "cai trị" họ. Cũng có người vẫn một mực cho rằng nhân sự Việt Nam thực sự có vấn đề, việc trông chờ vào sự chủ động, tự chủ của nhân viên là rất viển vông, cần thiết phải có các phương tiện quản lý tinh vi, giám sát chặt chẽ hơn nữa... Nhưng lạ một điều là có những người lại hấp thụ những quan điểm quản trị một cách vô cùng dễ dàng. Họ nhanh chóng chuyển trạng thái từ nghi ngờ, phân vân về nhân viên sang trạng thái tin tưởng. Họ cũng nhanh chóng loại bỏ các phương tiện quản lý gây ngột ngạt và thay vào đó bằng các cơ chế lắng nghe, trao quyền, hỗ trợ...

Tôi cứ thắc mắc mãi, điều gì khác biệt giữa hai nhóm Nhà Lãnh đạo này? Tại sao một nhóm rất cởi mở còn một nhóm lại khó mở lòng đón nhận góc nhìn tích cực?

Và rồi tôi tìm thấy sợi dây liên kết giữa thắc mắc của mình và khái niệm "Năm cấp độ lãnh đạo" của John Maxwell. Maxwell đã chỉ ra rằng, để trở thành một nhà lãnh đạo hiệu quả, chúng ta cần nhận thức và vượt qua năm cấp độ phát triển khác nhau, mỗi cấp độ phản ánh một cách nhìn và thái độ khác nhau về con người và quản trị.

Cấp độ 1: Vị Trí (Position)

Ở cấp độ này, bạn được coi là lãnh đạo chỉ vì chức danh bạn nắm giữ. Nhân viên làm theo vì họ buộc phải làm vậy, không phải vì họ thực sự tôn trọng hoặc tin tưởng vào khả năng của bạn. Đây là nơi nhiều nhà quản lý dừng lại, họ nghĩ rằng chức danh đã đủ để lãnh đạo, họ cho rằng có thể kiểm soát nhân viên thông qua quyền lực và mệnh lệnh.

Với sự tự mãn đó, họ thoải mái đặt ra các giả định tiêu cực về nhân viên ngay cả khi các giả định đó dẫn tới hệ quả rằng đội ngũ không thể phối hợp hiệu quả với nhau. (Thì họ đâu có coi trọng sự hợp tác!)

Cấp độ 2: Sự Cho Phép (Permission)

Ở cấp độ này, lãnh đạo được xây dựng dựa trên mối quan hệ. Bạn không còn chỉ là "sếp", mà trở thành một người được nhân viên tin tưởng và tôn trọng. Nhân viên làm theo vì họ muốn, vì họ cảm thấy được lắng nghe và thấu hiểu. Những lãnh đạo ở cấp độ này hiểu rằng, động lực không chỉ đến từ tiền bạc hay sự kiểm soát mà còn từ sự kết nối và giao tiếp chân thành.

Cấp độ 3: Kết Quả (Production)

Lãnh đạo tại cấp độ này được đánh giá qua kết quả mà họ đạt được cùng đội ngũ. Khi bạn chứng minh được năng lực thông qua thành công cụ thể, nhân viên sẽ theo bạn vì họ thấy rõ giá trị mà bạn mang lại cho tổ chức. Những nhà lãnh đạo này bắt đầu nhận ra tầm quan trọng của việc tạo động lực và khuyến khích nhân viên bằng sự ghi nhận và khen thưởng công bằng, thay vì chỉ dựa vào các biện pháp kỷ luật. Họ cũng hiểu rằng để tạo ra kết quả vượt trội, đội ngũ cần mục tiêu chung, tầm nhìn và sứ mệnh.

Cấp độ 4: Phát Triển Con Người (People Development)

Đây là cấp độ mà bạn không chỉ lãnh đạo vì kết quả công việc, mà còn vì sự phát triển của nhân viên. Bạn bắt đầu đầu tư thời gian, công sức để phát triển kỹ năng, tư duy lãnh đạo của họ, giúp họ trở thành phiên bản tốt nhất của chính mình. Ở đây, lãnh đạo nhận thức được giá trị bền vững nằm ở việc xây dựng đội ngũ mạnh mẽ, sáng tạo và đầy tiềm năng. Nhà lãnh đạo ở cấp độ 4 quả thực hiếm khi "nghĩ xấu" cho nhân viên.

Cấp độ 5: Đỉnh Cao (Pinnacle)

Đây là cấp độ cao nhất, nơi bạn được công nhận không chỉ vì những gì bạn làm mà vì chính con người bạn. Lãnh đạo ở cấp độ này tạo ra một tầm ảnh hưởng sâu rộng không chỉ trong công ty mà còn trong cộng đồng và ngành công nghiệp. Bạn trở thành người truyền cảm hứng, thúc đẩy nhân viên không chỉ vì công việc mà còn vì giá trị, tầm nhìn và sứ mệnh cao hơn.

Những cấp độ này giúp tôi nhận ra, sự khác biệt giữa hai nhóm nhà lãnh đạo mà tôi đã gặp không nằm ở trình độ hay kinh nghiệm, mà ở cách họ phát triển bản thân và đội ngũ. Nhóm đầu tiên bị mắc kẹt ở các cấp độ thấp hơn, nơi mà lãnh đạo chỉ thực thi quyền lực, duy trì kiểm soát. Họ dựa vào những giả định tiêu cực về con người và từ đó dẫn đến những phương pháp quản trị cứng nhắc, thiếu hiệu quả.

Ngược lại, nhóm thứ hai đã vượt qua những cấp độ này, họ thấy được rằng lãnh đạo không chỉ là việc ra lệnh, mà còn là việc xây dựng mối quan hệ, tạo cảm hứng và phát triển con người. Họ sẵn sàng loại bỏ những giả định sai lầm và đón nhận những phương pháp quản trị mới mẻ, bởi họ đã trải nghiệm và hiểu rõ giá trị của sự tin tưởng, trao quyền và hỗ trợ.

Vậy, bạn đang ở cấp độ nào trên hành trình lãnh đạo của mình? Liệu bạn có thể vượt qua những giả định cũ kỹ, cởi mở với những cách nhìn mới và sẵn sàng chuyển đổi từ một người lãnh đạo theo quyền lực sang một người lãnh đạo theo giá trị và tầm nhìn? Hãy tiếp tục đọc và chúng ta sẽ cùng khám phá thêm về cách bạn có thể phát triển lên những cấp độ cao hơn, để xây dựng một tổ chức thực sự vững mạnh và thành công.

CHƯƠNG 03

HIỂU ĐÚNG
VỀ ĐỘNG LỰC

Tôi chọn viết chương này tiếp theo,
trước khi đến "món chính" của cuốn sách,
bởi hiểu biết sai về động lực sẽ khiến bạn khó
tiếp nhận những gì mà khoa học quản trị đã
nghiên cứu, chứng thực.

Động lực làm việc của nhân viên là chìa khóa thành công của tổ chức. Động lực tiếp thêm năng lượng làm việc cho nhân viên, truyền cảm hứng cho sự tiến bộ và thúc đẩy các nhóm phát triển vượt trội. Nếu không có nó, các công ty sẽ bị giảm năng suất, mức sản lượng thấp hơn và có khả năng công ty sẽ không đạt được các mục tiêu quan trọng.

Nhưng động lực của nhân viên không phải lúc nào cũng được tạo ra một cách dễ dàng. Để giúp nhân viên có được động lực làm việc mạnh mẽ, những người lãnh đạo cần phải hiểu rõ về các loại động lực và làm thế nào để thúc đẩy được chúng trong một môi trường làm việc chuyên nghiệp.

ĐỘNG LỰC CỦA NHÂN VIÊN LÀ GÌ?

Động lực: *Là quá trình khởi tạo và duy trì các hành vi hướng tới mục tiêu, là nguyên nhân khiến bạn phải hành động, cho dù là uống một cốc nước để giảm cơn khát hay đọc một cuốn sách để thu thập kiến thức. Động lực mô tả lý do tại sao một người làm điều gì đó.*

Động lực làm việc là mong muốn hoặc sẵn sàng nỗ lực trong công việc của một người. Các yếu tố thúc đẩy có thể bao gồm **tiền lương** và **các lợi ích khác** như mong muốn có địa vị và sự công nhận, cảm giác thành tích, mối quan hệ với đồng nghiệp và cảm giác rằng công việc của họ là hữu ích hoặc quan trọng...

Việc duy trì và cải thiện động lực của nhân viên liên tục có thể là một vấn đề đối với các công ty, không phải lúc nào công việc cũng tạo ra được hứng thú cho những người phải thực hiện nó. Do đó các doanh nghiệp phải luôn tìm kiếm giải pháp để duy trì động lực làm việc cao cho nhân viên của mình.

Trong thời đại ngày nay Động lực không còn là vấn đề của tiền lương, tiền thưởng hằng năm hay các lợi ích tốt. Nhân viên cần nhiều hơn nữa nếu họ ở lại với một tổ chức, bao gồm cả các động lực đến từ bên trong và động lực từ bên ngoài.

LÝ THUYẾT ĐỘNG LỰC

Trên thế giới có rất nhiều nhà tâm lý học đã nghiên cứu hành vi của con người và đưa ra những lý thuyết về động lực. Một số lý thuyết động lực nổi tiếng có thể kể đến như:

- *Hệ thống phân cấp nhu cầu của Maslow* (Maslow's hierarchy of needs)

- *Thuyết hai nhân tố của Herzberg* (Herzberg's two factor theory)

- *Thuyết nhu cầu của McClelland* (McClelland's theory of needs)

- *Lý thuyết về kỳ vọng của Vroom* (Vroom's theory of expectancy)

- *Thuyết X và thuyết Y của Douglas McGregor* (McGregor's theory X and theory Y)

Các lý thuyết này cung cấp hiểu biết rõ ràng về cách mọi người hành xử và điều gì thúc đẩy hành vi của họ. Trong chương này, tôi sẽ giới thiệu hai lý thuyết động lực được cho là nổi tiếng nhất: *Hệ thống phân cấp nhu cầu của Maslow* và *Thuyết hai nhân tố của Herzberg*.

Hệ thống phân cấp nhu cầu của Maslow (Tháp nhu cầu Maslow)

Hệ thống phân cấp nhu cầu của Maslow là một ý tưởng trong tâm lý học do Abraham Maslow đề xuất trong bài báo năm 1943 "A theory of Human Motivation" (Lý thuyết về Động lực của Con người) đăng trên tạp chí *Psychological Review*. Sau đó, Maslow đã mở rộng ý tưởng ra bao gồm cả những quan sát của ông về sự tò mò bẩm sinh của con người.

Hệ thống phân cấp nhu cầu của Maslow bao gồm một mô hình năm bậc về nhu cầu của con người, thường được mô tả là các cấp độ phân cấp trong một kim tự tháp. Các nhu cầu bao gồm:

- *Nhu cầu sinh lý (Physiological Needs): Các nhu cầu cơ bản để sống sót như thức ăn, nước uống và chỗ ở.*

- *Nhu cầu an toàn (Safety Needs): Nhu cầu về sự an toàn, bảo vệ khỏi nguy hiểm và đe dọa.*

- *Nhu cầu xã hội (Social Needs): Nhu cầu về tình bạn, tình yêu và cảm giác thuộc về một nhóm.*

- *Nhu cầu tôn trọng (Esteem Needs): Nhu cầu về sự tự trọng, công nhận và thành tựu cá nhân.*

- *Nhu cầu tự thể hiện (Self-Actualization Needs): Nhu cầu phát triển tối đa khả năng bản thân và đạt được mục tiêu cá nhân.*

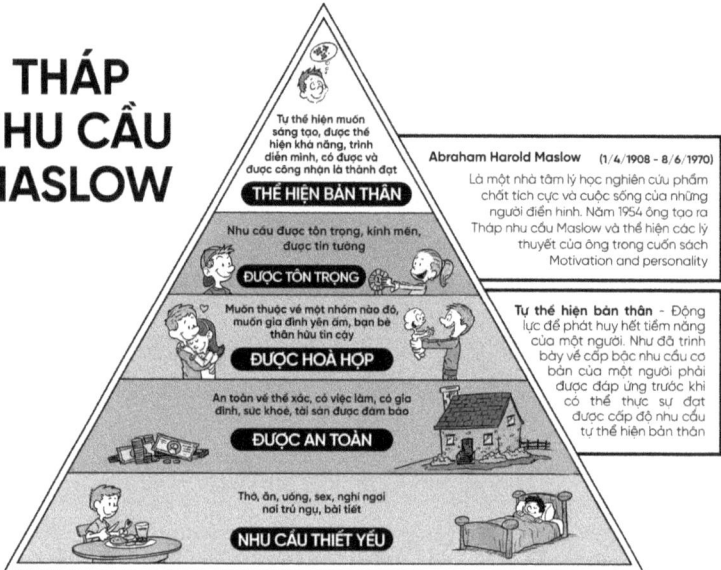

Mô hình năm nhu cầu này có thể được chia thành hai nhóm: nhu cầu thiếu hụt (nhu cầu D) và nhu cầu tăng trưởng (nhu cầu B). Bốn cấp độ đầu tiên thuộc về nhu cầu thiếu hụt, nghĩa là nếu không được đáp ứng đủ sẽ tạo ra động lực hành động. Cấp độ cao nhất, nhu cầu tự thể hiện, thuộc về nhu cầu tăng trưởng, không cần sự thiếu hụt nhưng vẫn thúc đẩy hành động.

Hệ thống phân cấp nhu cầu của Maslow giúp chúng ta nghiên cứu cách mà con người tham gia động lực hành vi. Các cấp độ trong tháp nhu cầu mô tả sự thay đổi động cơ của con người, tức là để một động lực mới phát sinh, các nhu cầu ở các cấp độ thấp hơn cần được thoả mãn (nhưng không cần tối đa). Tuy nhiên, một cá nhân có thể trải nghiệm và theo đuổi nhiều nhu cầu cùng một lúc, không nhất thiết phải hoàn toàn đáp ứng các nhu cầu thấp hơn trước khi đạt được các nhu cầu cao hơn.

Hãy cùng xem xét một nhân viên tên là Lan, đang làm việc tại một công ty công nghệ. Ban đầu, Lan tập trung vào những "nhu cầu sinh lý", như có một công việc ổn định để đảm bảo thu nhập. Cô làm việc chăm chỉ để trang trải cho cuộc sống hằng ngày, nhưng bên cạnh đó, cô cũng tìm kiếm một môi trường làm việc thoải mái.

Khi đã đáp ứng được nhu cầu sinh lý, Lan đồng thời mong muốn có sự an toàn trong công việc. Cô muốn có bảo hiểm sức khỏe và các phúc lợi khác từ công ty. Việc có được một vị trí công việc vững chắc mang lại cho cô cảm giác an toàn.

Song song với việc đảm bảo an toàn, Lan bắt đầu tìm kiếm sự kết nối xã hội. Cô tham gia vào các hoạt động của công ty, xây dựng mối quan hệ với đồng nghiệp. Việc tạo dựng các mối quan hệ tốt đẹp tại nơi làm việc giúp Lan cảm thấy mình thuộc về một nhóm, điều này cũng thúc đẩy động lực làm việc của cô.

Khi cảm thấy thoải mái trong môi trường xã hội, Lan khao khát nhận được sự công nhận và tôn trọng từ cấp trên và đồng nghiệp. Cô tìm kiếm các cơ hội thăng tiến trong công việc và muốn được giao các dự án quan trọng. Những thành tựu này không chỉ giúp cô được công nhận mà còn tăng cường sự tự tin và động lực.

Cuối cùng, với tất cả các nhu cầu trên đã được thỏa mãn, Lan muốn phát triển bản thân và đạt được tiềm năng tối đa. Cô tham gia các khóa đào tạo và học thêm kỹ năng mới. Mục tiêu của cô không chỉ là thành công cá nhân mà còn là tạo ra ảnh hưởng tích cực đến công ty và đồng nghiệp.

Hiểu rõ về hệ thống của Maslow này cung cấp cơ sở chính để hiểu mối tương quan giữa nỗ lực và động lực trong hành vi của con người. Mỗi cấp độ trong tháp nhu cầu chứa những yếu tố cần thiết để một cá nhân hoàn thành hệ thống phân cấp của mình, với mục tiêu cuối cùng là đạt được cấp độ cao nhất – tự thể hiện bản thân.

Một số kết luận về hệ thống phân cấp nhu cầu Maslow:

- Con người được thúc đẩy bởi hệ thống cấp bậc nhu cầu và động lực có thể thay đổi tùy theo bối cảnh.

- Các nhu cầu được sắp xếp theo thứ tự từ thấp đến cao, nhưng một người có thể đồng thời theo đuổi nhiều nhu cầu ở các cấp độ khác nhau trong cùng một thời điểm.

- Thứ tự các nhu cầu không cứng nhắc và có thể linh hoạt dựa trên hoàn cảnh và sự khác biệt của từng cá nhân.

- Hầu hết hành vi của một người là đa động cơ, tức là bị chi phối bởi nhiều nhu cầu cơ bản đồng thời.

- Một cá nhân có thể tồn tại với nhu cầu ở nhiều cấp độ cùng lúc.

Vấn đề lớn đối với hiểu biết về Tháp nhu cầu Maslow chính là... hình cái tháp. Trên thực tế, Maslow không phải là người vẽ ra năm nhu cầu theo hình tháp. Việc này đã gây ra những hiểu lầm phổ biến về tháp Maslow:

- **Các nhu cầu phải được thỏa mãn theo thứ tự:** Nhiều người tin rằng các nhu cầu trong tháp Maslow phải được thỏa mãn một cách tuần tự từ thấp đến cao. Tuy nhiên, thực tế là một cá nhân có thể trải nghiệm và theo đuổi nhiều nhu cầu cùng một lúc, và không nhất thiết phải hoàn toàn đáp ứng các nhu cầu thấp hơn trước khi có thể tập trung vào các nhu cầu cao hơn.

- **Mỗi cấp độ đều quan trọng như nhau:** Có một quan niệm sai lầm rằng tất cả các nhu cầu đều quan trọng như nhau và phải được đáp ứng đồng đều. Thực tế, độ ưu tiên của từng nhu cầu có thể thay đổi tùy thuộc vào hoàn cảnh cá nhân và môi trường.

- **Cấp độ cao hơn không bao giờ trở thành động lực:** Một số người cho rằng sau khi đạt được một nhu cầu cao hơn, họ sẽ không còn quan tâm đến nhu cầu thấp hơn. Tuy nhiên, các nhu cầu này vẫn có thể trở thành động lực trong các tình huống khác nhau, đặc biệt khi điều kiện sống thay đổi.

- **Tháp nhu cầu là một mô hình cứng nhắc:** Có quan điểm cho rằng tháp Maslow là một mô hình cứng nhắc và không thể thay đổi. Thực tế, mô hình này linh hoạt và có thể thay đổi tùy thuộc vào bối cảnh và những thay đổi trong cuộc sống của cá nhân.

> Tóm gọn lại, nếu bạn tin rằng chỉ cần cung cấp cho ai đó một mức đãi ngộ tài chính cao là đủ để họ có động lực để làm việc thì bạn đã sai lầm. Nếu không tin, hãy thử "sỉ nhục" một người ăn xin xem họ có nhu cầu được tôn trọng không? (giả dụ thôi, đừng làm thật!)

Thuyết hai nhân tố của Herzberg

Nhà tâm lý học Frederick Herzberg đã phát triển mô hình này vào năm 1959, thông qua việc phỏng vấn hơn 200 chuyên gia. Ông đã tìm hiểu những thời điểm mà người được phỏng vấn cảm thấy hạnh phúc nhất và ít hạnh phúc nhất với công việc của họ.

Theo Herzberg, nhân viên không chỉ hài lòng với việc đáp ứng các nhu cầu cơ bản tại nơi làm việc – như mức lương tối thiểu hay điều kiện làm việc an toàn. Họ còn tìm kiếm sự thỏa mãn từ các nhu cầu tâm lý cao hơn như thành tích, sự công nhận, trách nhiệm, cơ hội thăng tiến và bản chất của công việc.

Mặc dù lý thuyết này có sự tương đồng với thuyết phân cấp nhu cầu của Maslow, nhưng Herzberg đã đưa ra một khía cạnh mới với mô hình động lực hai yếu tố. Ông cho rằng sự hiện diện của một nhóm đặc điểm công việc hay đãi ngộ sẽ dẫn đến sự hài lòng của nhân viên, trong khi một nhóm đặc điểm khác lại gây ra sự không hài lòng.

Do đó, sự hài lòng và không hài lòng không phải là hai mặt của cùng một đồng xu – chúng là những hiện tượng độc lập. Lý thuyết này nhấn mạnh rằng để cải thiện thái độ và hiệu suất làm việc, các nhà quản lý cần chú ý đến cả hai nhóm đặc điểm: yếu tố động lực (Motivation) và yếu tố duy trì (Hygiene).

Yếu tố động lực

Yếu tố động lực là những yếu tố khuyến khích nhân viên làm việc chăm chỉ hơn. Chúng bao gồm:

- **Thành tích:** Công việc cần mang lại cảm giác đạt được thành tựu cho nhân viên, khiến họ tự hào vì đã hoàn thành điều gì đó khó khăn nhưng đáng giá.

- **Sự công nhận:** Nhân viên cần được khen ngợi và ghi nhận cho những thành công của mình, từ cả cấp trên và đồng nghiệp.

- **Bản thân công việc:** Công việc nên thú vị, đa dạng và đủ thách thức để giữ cho nhân viên có động lực.

- **Trao quyền:** Nhân viên cần được tự chịu trách nhiệm cho công việc của mình và không bị quản lý quá mức.

- **Thăng tiến:** Cần có cơ hội thăng tiến cho nhân viên.

- **Phát triển nghề nghiệp:** Công việc nên tạo cơ hội học hỏi kỹ năng mới, có thể trong công việc hoặc thông qua đào tạo chính thức.

Yếu tố duy trì

Các yếu tố duy trì là những yếu tố cần thiết để giữ cho nhân viên hài lòng. Nếu thiếu những yếu tố này, sự hài lòng sẽ giảm và hiệu suất làm việc cũng bị ảnh hưởng. Chúng bao gồm:

- **Chính sách công ty**: Cần phải công bằng và rõ ràng cho mọi nhân viên, cũng như tương đương với đối thủ cạnh tranh.

- **Giám sát**: Cần công bằng và phù hợp, với sự tự chủ cho nhân viên.

- **Mối quan hệ**: Cần có mối quan hệ hòa nhã giữa đồng nghiệp và cấp trên.

- **Điều kiện làm việc**: Cần đảm bảo trang thiết bị và môi trường làm việc an toàn và hợp vệ sinh.

- **Tiền lương**: Cần công bằng và hợp lý, cạnh tranh với các tổ chức khác trong cùng ngành.

- **An toàn**: Nhân viên cần cảm thấy công việc của họ ổn định và không bị đe dọa thường xuyên.

LÝ THUYẾT ĐỘNG LỰC HAI YẾU TỐ

Động lực	Yếu tố vệ sinh
Thành tích	Chính sách công ty
Sự công nhận	Giám sát
Bản thân công việc	Mối quan hệ
Trách nhiệm	Điều kiện làm việc
Thăng tiến	Thù lao
Sự phát triển	Lương
	Bảo vệ

Bốn trạng thái có thể xảy ra

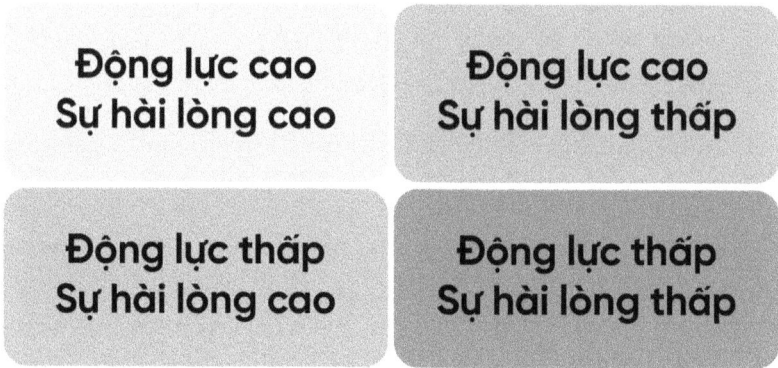

Động lực cao Sự hài lòng cao	**Động lực cao Sự hài lòng thấp**
Động lực thấp Sự hài lòng cao	**Động lực thấp Sự hài lòng thấp**

- **Yếu tố duy trì và động lực cùng cao:** Tình huống lý tưởng mà mọi tổ chức mong muốn. Tất cả nhân viên đều có động lực và rất ít bất bình.

- **Yếu tố duy trì cao và yếu tố động lực thấp:** Nhân viên có ít bất bình nhưng không có động lực cao, ví dụ như tổ chức có chế độ đãi ngộ tốt nhưng công việc không thú vị.

- **Yếu tố duy trì thấp và yếu tố động lực cao:** Nhân viên có động lực cao nhưng nhiều bất bình, thường gặp trong môi trường khởi nghiệp nơi công việc thú vị nhưng đãi ngộ kém.

- **Yếu tố duy trì thấp và yếu tố động lực thấp:** Tình huống tồi tệ nhất, khi nhân viên không có động lực và thường xuyên phàn nàn.

Như vậy, việc chỉ tập trung vào động lực bằng tiền sẽ không đạt được hiệu quả lâu dài. Herzberg đã nói rằng các yếu tố duy trì giống như sàn nhà có bụi bẩn – nếu không lau dọn (không đáp ứng), sẽ dẫn đến sự không hài lòng, nhưng sau khi lau sạch, việc cố gắng lau tiếp cũng không mang lại hiệu quả.

Động lực ngoại vi và nội vi

Chúng ta đã xem xét hai thuyết động lực nổi tiếng và có ảnh hưởng. Kết luận chung là "tiền" không phải là động lực duy nhất! Tiếp theo, chúng ta sẽ phân tích động lực theo hai nhóm: **ngoại vi và nội vi**.

Động lực ngoại vi (Extrinsic Motivation)

Động lực ngoại vi là khi chúng ta được thúc đẩy để thực hiện một hành vi hoặc tham gia vào một hoạt động vì mong muốn kiếm được phần thưởng hoặc tránh bị trừng phạt. Bạn tham gia vào hành vi không phải vì thích thú hay cảm thấy thỏa mãn, mà bởi vì bạn mong đợi nhận được điều gì đó đáp lại hoặc tránh điều gì đó khó chịu.

Rất nhiều việc bạn làm mỗi ngày đều có động lực từ bên ngoài. Ví dụ như tập thể dục để giảm cân nhằm nhận được sự ngưỡng mộ, học tiếng Anh để gây ấn tượng với bạn bè, hay đi làm đúng giờ để tránh bị sếp la mắng…

Động lực ngoại vi là làm điều gì đó vì những phần thưởng bên ngoài mà bạn nhận được từ nó. Trong công việc, động lực ngoại vi có thể bao gồm lợi ích tài chính, quyền lợi, đặc quyền hoặc thậm chí là tránh bị sa thải.

Động lực nội vi (Intrinsic Motivation)

Động lực nội vi là khi bạn tham gia vào một hành vi, công việc, hoặc nhiệm vụ vì bạn thực sự thích điều đó. Bạn thực hiện một hoạt động vì lợi ích riêng của nó, không phải vì mong muốn một phần thưởng bên ngoài nào đó. Việc hoàn thành hay thực hiện hành vi đó chính là phần thưởng mà bạn muốn nhận được. Ví dụ, bạn bắt đầu chạy bộ vì bạn thích dậy sớm vào buổi sáng và hít thở không khí trong lành, hoặc bạn giúp đỡ người khác vì bạn cảm thấy rất vui khi làm việc đó. Tất cả những hành động này đều xuất phát từ động lực nội vi.

Trong công việc, động lực nội vi có thể đến từ việc làm công việc mà bạn cảm thấy có mục đích, tận hưởng thời gian với đồng đội, hoặc đạt được các mục tiêu mà bạn đã đặt ra cho chính mình.

Động lực ngoại vi và động lực nội vi: Cái nào tốt hơn?

Động lực ngoại vi phát sinh từ bên ngoài, trong khi động lực nội vi đến từ bên trong. Nghiên cứu đã chỉ ra rằng mỗi loại có ảnh hưởng khác nhau đến hành vi của con người.

Khi có động lực nội vi, con người thường có những đặc điểm sau:

- **Chất lượng hành động tốt hơn**: Nghiên cứu của Deci và Ryan (1985) cho thấy rằng động lực nội vi dẫn đến hiệu suất tốt hơn, đặc biệt là về lâu dài so với động lực ngoại vi.

- **Cam kết mạnh mẽ hơn**: Một nghiên cứu của Gagné và Deci (2005) chỉ ra rằng những người có động lực nội vi thường thể hiện sự cam kết cao hơn trong công việc, dẫn đến năng suất tốt hơn.

- **Kiên trì hơn khi gặp khó khăn**: Theo một nghiên cứu của Niemann và các cộng sự (2014), những người có động lực nội vi thường kiên trì hơn khi phải đối mặt với các thử thách.

- **Sáng tạo hơn**: Nghiên cứu của Amabile (1996) cho thấy rằng động lực nội vi thúc đẩy sự sáng tạo, vì những người cảm thấy hứng thú với công việc của họ có nhiều khả năng phát triển ý tưởng mới.

Ngược lại, khi động lực ngoại vi được sử dụng làm phương pháp tạo động lực chính, hệ quả có thể là:

- **Dập tắt động lực nội vi:** Việc quá chú trọng vào phần thưởng bên ngoài có thể làm giảm động lực bên trong.

- **Giảm hiệu suất trong dài hạn:** Khi phần thưởng không tăng lên hoặc bị giảm đi, hiệu suất có thể suy giảm. Theo nghiên cứu của Kahneman và Deaton (2010), tiền không còn tạo ra động lực khi đã đáp ứng đủ nhu cầu cơ bản.

- **Khuyến khích hành vi gian lận:** Nghiên cứu cho thấy rằng việc tạo động lực bằng phần thưởng có thể dẫn đến các hành vi gian lận để đạt được mục tiêu.

- **Nuôi dưỡng tư duy ngắn hạn:** Nhân viên có thể chỉ tập trung vào phần thưởng, thay vì mục tiêu dài hạn.

Tuy nhiên, động lực ngoại vi không phải là điều xấu. Nó có thể hữu ích trong một số tình huống:

- Khi một người cần hoàn thành nhiệm vụ mà họ cảm thấy khó chịu.

- Gây hứng thú và tham gia vào một hoạt động mà một cá nhân ban đầu không quan tâm.

- Thúc đẩy mọi người tiếp thu các kỹ năng hoặc kiến thức mới.

Dù rằng động lực nội vi thường được coi là tốt nhất, không phải lúc nào bạn cũng có thể có được động lực nội vi trong mọi tình huống. Đôi khi, một người chỉ đơn giản là không có mong muốn bên trong để tham gia vào một hoạt động.

Cung cấp quá nhiều động lực ngoại vi cũng có thể gây ra vấn đề. Tuy nhiên, khi được sử dụng một cách thích hợp, động lực ngoại vi có thể là công cụ hữu ích.

10 CÁCH ĐỂ TẠO ĐỘNG LỰC HIỆU QUẢ – BỀN VỮNG

Tôi trình bày các lý thuyết về động lực là để chứng minh một luận điểm rằng, dù tiền là vô cùng quan trọng, nhưng đừng lấy tiền làm động lực chính, điều đó không thực sự hiệu quả và bền vững. Tiền giống như "chất gây nghiện" vậy, càng sử dụng càng không thể bỏ và phải tăng liều lượng. Ngoài tiền ra, con người còn đi làm vì niềm vui. Cần trả tiền cho nhân sự công bằng với đóng góp của họ (đừng cố trả thấp), công bằng với các cổ đông của công ty, mang lại sự hài lòng, yên tâm làm việc. Còn động lực chính hãy lựa chọn động lực nội vi.

1. Có một công việc có ý nghĩa (mục đích cốt lõi phù hợp)

Bạn có thể giúp thúc đẩy động lực tại nơi làm việc bằng cách đảm bảo nhóm của bạn hiểu được mỗi nỗ lực của họ tác động đến tổ chức, khách hàng và cộng đồng như thế nào (Tầm nhìn, mục đích cốt lõi).

Trên thực tế, theo một báo cáo của *Harvard Business Review*, hơn 9/10 người được khảo sát sẵn sàng kiếm ít tiền hơn để có cơ hội làm những công việc có ý nghĩa hơn – cho thấy mục đích của công việc thực sự quan trọng như thế nào đối với họ.

Hoàn thành một nhiệm vụ thường mang lại cảm giác hoàn thành rất nhỏ, nhưng biết được công việc đó đã giúp ích cho người khác như thế nào, mang lại giá trị gì cho tổ chức sẽ giúp nhân viên có thêm nhiều động lực để làm việc.

Tại J.O.H.N Capital, chúng tôi làm việc với sự hào hứng mỗi ngày vì biết rằng chúng tôi đang giúp các CEO biết và ứng dụng quản trị đúng đắn thông qua Quản trị Mục tiêu (MBOs), OKRs, VHDN... Kiến tạo nên những môi trường làm việc hiệu quả, hạnh phúc.

2. Được học hỏi, phát triển bản thân và thăng tiến

Mọi người gặp khó khăn khi họ thực hiện cùng **một nhiệm vụ công việc ngày này qua ngày khác**. Khi nhân viên của bạn đang trong tình trạng này, họ rất dễ trở nên kém động lực, thiếu sáng tạo và không hài lòng với công việc của mình. Bạn có thể thay đổi điều đó bằng cách thường xuyên tổ chức những buổi đào tạo kỹ năng cho nhân viên, chia sẻ kinh nghiệm của bản thân để giúp họ phát triển hơn trong công việc thông qua những buổi nói chuyện ngắn. Theo nghiên cứu từ LinkedIn, 94% nhân viên cho biết họ sẽ ở lại công ty lâu hơn nếu tổ chức của họ tích cực giúp họ trong việc học tập và phát triển nghề nghiệp.

Bằng cách nâng cao kỹ năng cho nhân viên của mình, bạn đang cho họ thấy rằng họ quan trọng đối với doanh nghiệp, rằng bạn nhìn thấy tiềm năng của họ. Điều này góp phần giúp cho hiệu suất công việc ổn định hơn, nâng cao sự hài lòng trong công việc, từ đó mang lại nhiều lợi ích cho tổ chức.

3. Nhận được các phản hồi, ghi nhận thường xuyên

Hãy tưởng tượng bạn làm việc trong một môi trường mà bạn không biết mình đang hoạt động như thế nào, nơi bạn chỉ đơn giản là hoàn thành nhiệm vụ mà không hiểu bạn đang làm tốt ở điểm nào hoặc bạn cần cải thiện ở đâu.

Cung cấp phản hồi và ghi nhận cho nhân viên một cách thường xuyên và mang tính xây dựng, sẽ dễ dàng tạo ra động lực cho người lao động vì họ trở nên tự tin hơn trong một số khía cạnh của công việc và cam kết hơn để giải quyết những thiếu sót của họ.

Thông qua phản hồi, ghi nhận, người nhân viên biết được rằng các nhà lãnh đạo nhìn thấy và đánh giá cao những nỗ lực của họ. Được công nhận xứng đáng mang lại cho họ cảm giác có giá trị ở nơi làm việc, làm tăng lòng tự trọng, sự nhiệt tình và nâng cao tinh thần – đây cũng chính chìa khóa để cải thiện hiệu suất và mức độ gắn kết.

> Theo *Forbes*, phản hồi thường xuyên hiện đang được gắn nhãn "Ứng dụng sát thủ" và đã được chứng minh làm tăng hiệu suất lên đến 39%.

Tuy nhiên, văn hóa phản hồi và công nhận đôi khi khó được thực hiện tại các doanh nghiệp do thói quen ngại giao tiếp. Người quản lý và nhân viên luôn có khoảng cách và thường không có sự thẳng thắn hoàn toàn với nhau. Việc ghi nhận thành tích của người khác một cách công khai cũng rất khó để thực hiện.

Để thực hiện tốt việc ghi nhận, trước tiên, doanh nghiệp cần quá trình làm quen. Và cần có một công cụ chuyên biệt – giống như **phần mềm GoalF** để tạo thói quen phản hồi và công nhận trong tổ chức.

4. Được người khác lắng nghe

Việc lắng nghe nhân viên không có nghĩa là bạn có thể khắc phục mọi vấn đề, không nhất thiết phải đồng ý với nhân viên của mình (về bất cứ điều gì họ đang nói) hoặc không có nghĩa là bạn phải thực hiện một đề xuất của họ. Nhưng bạn cần có sự lắng nghe một cách chân thành để hiểu được cảm xúc của nhân viên.

Trong một nghiên cứu, Salesforce Research đã khảo sát hơn 1.500 chuyên gia kinh doanh về khả năng lãnh đạo dựa trên giá trị và bình đẳng tại nơi làm việc. Họ phát hiện ra rằng khi một nhân viên cảm thấy được lắng nghe, người đó có khả năng cảm thấy được trao quyền để thực hiện hết khả năng của họ cao hơn 4,6 lần.

Tất cả chúng ta đều có nhu cầu được người khác lắng nghe, điều đó giúp cho chúng ta cảm thấy mình được tôn trọng và ý kiến của chúng ta có giá trị. Khi nhân viên của bạn cảm thấy được lắng nghe, họ cảm thấy có động lực và làm tốt công việc của mình hơn.

5. Được đóng góp vào mục tiêu chung

Các doanh nghiệp tiến lên bằng cách đặt ra các mục tiêu và sau đó nỗ lực để đạt được chúng. Tuy nhiên, tại phần lớn các công ty, chỉ có một số ít thành viên hiểu về mục tiêu chung của tổ chức, số còn lại hoàn toàn không hiểu được ý nghĩa của công việc mình đang làm. Điều này gây ảnh hưởng rất lớn tới động lực làm việc của nhân viên.

Thiết lập mục tiêu chung cho cả tổ chức là một quá trình cần thiết để thu hút sự tham gia của nhân viên và giúp họ thành công. Tập hợp mọi người lại với nhau để theo đuổi các mục tiêu chung là điều quan trọng để tiến lên phía trước, duy trì và phát triển doanh nghiệp trong thời gian dài.

Hiểu và được tham gia vào các mục tiêu chung của tổ chức giúp nhân viên có động lực và cảm thấy công việc của mình có giá trị. Những nhân viên tài năng sẽ được thể hiện và vượt lên trên những gì bạn mong đợi ở họ.

> Câu chuyện về Tổng thống John F. Kennedy và người gác cổng tại NASA thường được kể lại như một ví dụ về tầm quan trọng của mọi vai trò trong một tổ chức. Khi Kennedy thăm trung tâm vũ trụ NASA vào năm 1962, ông đã gặp một người gác cổng đang làm việc với một cây chổi. Ông hỏi người gác cổng đang làm gì, người này đã trả lời rằng anh ta đang "giúp đưa một người lên mặt trăng".

> Câu trả lời của người gác cổng không chỉ thể hiện lòng tự hào mà còn cho thấy tầm quan trọng của sự đóng góp cá nhân vào một mục tiêu lớn hơn. Câu chuyện này thường được dùng để nhấn mạnh rằng, trong các tổ chức, mọi vai trò, dù là nhỏ nhất, đều có thể góp phần vào sự thành công của một sứ mệnh lớn.

> Nghiên cứu và tài liệu từ *Stanford Social Innovation Review* cũng đã nhấn mạnh tầm quan trọng trong việc kết nối công việc hằng ngày của nhân viên với các mục tiêu lớn của tổ chức, giúp nhân viên cảm thấy họ có giá trị và có một vai trò quan trọng trong sứ mệnh chung.

6. Thực hiện các mục tiêu thách thức

Theo lý thuyết thiết lập mục tiêu của Locke từ năm 1968, một mục tiêu đầy thách thức và phù hợp sẽ thúc đẩy động lực nội vi, mang lại cho một cá nhân cảm giác tự hào và chiến thắng khi họ đạt được chúng, và giúp họ có động lực để đạt mục tiêu tiếp theo lớn lao hơn.

Mục tiêu càng thách thức (và được chấp nhận) thì sự thỏa mãn và niềm đam mê đạt được nó càng lớn.

Vì vậy, hãy khuyến khích nhân viên của bạn đặt ra những mục tiêu thách thức. Đảm bảo rằng những mục tiêu này được vạch ra rõ ràng cho nhân viên của bạn, cho họ biết lý do họ cần thực hiện và những kỳ vọng của bạn. Và lưu ý một điều hãy tạo ra một môi trường "an toàn" để đặt ra các mục tiêu thách thức, điều đó đồng nghĩa một văn hóa, một hệ thống "**Không trừng phạt những thất bại**".

7. Cùng chung giá trị văn hóa, niềm tin với tổ chức

Văn hóa của một doanh nghiệp là toàn bộ giá trị, niềm tin được gây dựng trong suốt quá trình tồn tại và phát triển của doanh nghiệp, từ đó trở thành quy tắc, tập quán quen thuộc ăn sâu vào hoạt động của doanh nghiệp, đồng thời chi phối tình cảm, cách suy nghĩ và hành vi của mọi thành viên trong việc theo đuổi và thực hiện mục tiêu.

Một tổ chức có văn hóa tốt là một tổ chức có những hành vi và cách cư xử đồng nhất. Nhân viên của bạn sẽ cảm thấy có động lực và niềm tin vào tổ chức khi họ được làm việc cùng những người có chung giá trị niềm tin.

Người lãnh đạo có vai trò quan trọng trong việc duy trì một nền văn hóa mạnh mẽ, bắt đầu bằng việc tuyển dụng và lựa chọn những ứng viên có cùng chung niềm tin. Ngoài ra người lãnh đạo cũng cần phát triển các chương trình định hướng, đào tạo và quản lý hiệu suất nhằm vạch ra và củng cố các giá trị cốt lõi của tổ chức, đảm bảo rằng tất cả thành viên luôn hướng tới những giá trị văn hóa của tổ chức.

8. Có một người sếp tốt (lắng nghe, thấu hiểu, dẫn dắt, đồng hành, tin tưởng)

Mối quan hệ giữa người quản lý và nhân viên được xây dựng dựa trên sự tin tưởng và cam kết. Được làm việc với một người người quản lý tốt, luôn sẵn sàng hỗ trợ là yếu tố quan trọng khiến cho nhân viên cảm thấy gắn bó với tổ chức và có thêm động lực để làm tốt công việc của mình.

Những nhân viên tin rằng người quản lý của họ quan tâm đến họ sẽ hoạt động tốt hơn. Khi nhân viên cảm thấy được hỗ trợ bởi người quản lý của họ, niềm hạnh phúc của họ trong công việc sẽ tăng mạnh, điều này cũng góp phần vào thành công của công ty.

Xây dựng một mối quan hệ lành mạnh đòi hỏi nỗ lực của cả người quản lý và nhân viên. Và khi mối quan hệ này trở nên bền chặt thì kết quả là niềm hạnh phúc và sự hài lòng trong công việc, tác động tích cực đến năng suất, hiệu suất, chính sách và cả văn hóa làm việc.

9. Nhận được mức lương xứng đáng với đóng góp, chứ không phải vị trí công việc

Trong cuốn *Work Rules* (Quy tắc làm việc của Google), Laszlo Bock nói rằng tại Google, nguyên tắc để giữ chân được những người giỏi nhất là "Trả lương không cào bằng". Điều này có nghĩa rằng bạn không nên trả lương đồng đều cho tất cả nhân viên ở cùng một vị trí, thay vào đó hãy nhìn vào năng lực, sự đóng góp của mỗi người để đưa ra một mức lương phù hợp.

Phần lớn các công ty đều nhầm lẫn giữa khái niệm "Trả lương đồng đều" và "Trả lương công bằng". Công bằng là khi tiền lương tương xứng với đóng góp của họ, và phải có sự chênh lệch lớn giữa những người giỏi nhất và những người tệ nhất. Những người giỏi làm việc vượt trội hơn những người kém rất nhiều lần. Vì vậy, tiền lương của họ cũng phải cao gấp nhiều lần.

Việc được hưởng mức lương đúng với năng lực của mình sẽ đảm bảo sự công bằng và giúp cho những nhân viên giỏi của bạn có thêm niềm tin để làm việc và gắn bó lâu dài với tổ chức. Đơn giản là vì họ biết rằng tổ chức nhận ra giá trị và đánh giá cao năng lực của họ, điều đó tạo ra động lực. Nếu bạn không có khả năng trả lương hoặc tăng lương cạnh tranh, hãy nghĩ đến các khoản thưởng dựa trên hiệu suất cho từng nhân viên hoặc nhóm.

10. Được tôn trọng, tin tưởng và trao quyền

Trao quyền là yếu tố quan trọng đối với sự phát triển của bất kỳ công ty nào. Ủy quyền hiệu quả không chỉ mang lại lợi ích cho việc tăng năng suất ngay lập tức mà còn cho phép bạn phát triển nhân sự để họ có thể sẵn sàng thăng tiến vào các vai trò cao hơn trong tương lai.

Khi được trao quyền, các thành viên trong nhóm sẽ hoạt động hiệu quả hơn vì họ nhận được sự tin cậy, được đối xử một cách đàng hoàng và tôn trọng từ người quản lý. Theo Tháp nhu cầu Maslow, "Được tôn trọng" là nhu cầu cao thứ hai chỉ sau "Khẳng định bản thân". Điều này cho thấy rằng khi một người được tin tưởng và trao quyền, họ sẽ có động lực làm việc mạnh mẽ để thực hiện bất kỳ nhiệm vụ thách thức nào.

CHƯƠNG 04

TỔ CHỨC
VÀ ĐÁM ĐÔNG

Đã hết ba chương và bạn bắt đầu cảm thấy
"mất kiên nhẫn"? Nếu là tôi, tôi cũng sẽ mất kiên
nhẫn. Ai mà chẳng thích những cuốn sách
thực chiến, "vào việc" được luôn từ
những trang đầu tiên!

Tôi có thể hiểu sự sốt ruột của bạn! Nhưng điều tôi nhận ra đối với chủ đề Quản Trị là sự vội vã và những hiểu biết không đầy đủ sẽ gây hậu quả vô cùng nghiêm trọng, đôi khi là bạn không có cơ hội để đảo ngược hệ quả của việc làm sai.

Sẽ chẳng có thực hành nào đủ tốt nếu bạn vẫn chưa có một mindset (cách tư duy) đúng. Vì vậy, hãy chịu khó đi từ những bước cơ bản. Và chẳng có cái gì cơ bản hơn là ĐỊNH NGHĨA.

ĐỊNH NGHĨA QUẢN TRỊ

Tôi từng không thích đọc các định nghĩa, chúng quá ngắn gọn, ít thông tin. Tôi thích những lý giải chi tiết, các công thức rõ ràng, có thể thực thi. Nhưng càng thực hành quản trị, tôi càng nhận thấy một điều lạ lùng là hình như mọi công thức, mọi lý giải đến tận cùng lại chỉ về cùng một chỗ: Định Nghĩa Về Quản Trị.

Theo Peter Drucker, *"Quản trị là nghệ thuật sử dụng các nguyên tắc cơ bản trong việc quản lý con người và nguồn lực để đạt được mục tiêu của tổ chức. Quản trị liên quan mật thiết đến việc lãnh đạo con người, xây dựng mục tiêu và giá trị chung, cũng như tạo điều kiện cho sự phát triển và học hỏi liên tục".*

Quả là ngắn gọn, quanh đi quẩn lại cũng chỉ là đạt được mục tiêu, lãnh đạo con người, các giá trị chung, phát triển và học hỏi... Chẳng có gì lạ cả! Nếu định nghĩa chỉ thế này thôi thì giúp được gì cho chúng ta?

Đừng vội nhận định như vậy! Cho tới khi viết những dòng này, tôi vẫn đầy phấn khích khi đọc đi đọc lại những dòng định nghĩa trên. Hãy để tôi giải thích cho bạn biết tại sao tôi lại phấn khích.

Trước tiên, bạn hãy trả lời các câu hỏi sau (1):

- Công ty của bạn có các mục tiêu rõ ràng trong ngắn, trung và dài hạn chứ? Chúng là gì?

- Công ty của bạn có mục tiêu, vậy bạn đã làm gì để toàn bộ các nguồn lực của công ty đều được tập trung về hướng mục tiêu?

- Nhân viên của bạn có biết về các mục tiêu và luôn làm việc hướng đến mục tiêu chung không? (hay họ chỉ biết làm việc theo sự phân công, chỉ đạo?).

- Là một CEO, bạn đang quản lý hay lãnh đạo con người? Bạn có biết sự khác nhau giữa lãnh đạo và quản lý không?

- Công ty bạn có các giá trị cốt lõi chung chứ? Chúng có thực sự có ý nghĩa hay chỉ đơn giản là phát ngôn ra rồi để đấy?

- Các giá trị cốt lõi đó đóng vai trò thế nào trong các hoạt động của doanh nghiệp, chúng có đóng góp gì đối với chiến lược, các mục tiêu?

- Môi trường, các chính sách của công ty có đang ủng hộ cho sự phát triển của từng cá nhân, giúp nhân viên của bạn có động lực học hỏi và phát triển không?

Tôi đoán chắc bạn cảm thấy mơ hồ, nghi ngờ chính bản thân khi đối diện với các câu hỏi đó. Chúng có vẻ đơn giản nhưng tại sao việc trả lời thấu đáo lại có vẻ rất khó?

Trong hành trình 10 năm đầu (từ 2009) tự loay hoay với quản trị, tôi hoàn toàn... không để ý tới các câu hỏi trên, tôi thường phải đối diện với các câu hỏi cụ thể hơn (2):

- Làm gì để bán được sản phẩm?

- Làm thế nào để nhân viên cũng bán được sản phẩm mà không phụ thuộc vào CEO?

- Nên đặt ra các quy tắc làm việc nào để tránh việc nhân viên làm sai?

- Nên bổ sung quy trình làm việc nào để tăng năng suất đang ngày càng suy giảm?

- Nên tăng/giảm lương thưởng thế nào để nhân viên có động lực làm việc?

- Cần thiết kế khung năng lực thế nào để sắp xếp nhân sự tối ưu nhất...

- Làm sao để tuyển được nhân viên tốt?

Có sự khác biệt nào giữa hai nhóm câu hỏi? Nhóm câu hỏi số (1) là những câu hỏi **Lãnh Đạo**, còn nhóm câu hỏi số (2) là những câu hỏi **Quản Lý**. Trong định nghĩa về Quản trị, chúng ta có cả Lãnh đạo và Quản lý. Lãnh đạo tập trung vào việc xác định, hướng dẫn tập thể đi theo các mục tiêu và giá trị cốt lõi, trong khi Quản lý là việc triển khai các nguyên tắc và phương pháp để đạt được các mục tiêu đó. Cả hai đều là kỹ năng không thể thiếu đối với CEO, giúp điều hành và định hướng doanh nghiệp một cách toàn diện và hiệu quả.

Nhưng với việc chỉ đặt ra các câu hỏi ở nhóm số (2), CEO đã tự biến mình từ nhà lãnh đạo trở thành một nhà quản lý đơn thuần, không khác là mấy so với một trưởng phòng! Điều này giống như việc bạn lái một chiếc xe và chỉ quan tâm tới cách vận hành chiếc xe mà không hề quan tâm sẽ phải lái chiếc xe đi đâu và bạn có bao nhiêu nguồn lực cho việc đó. Nếu chỉ quan tâm hiệu suất mà không cần biết chiếc xe đi đâu, sớm muộn gì bạn cũng... cạn kiệt xăng.

Định nghĩa Quản trị, đã thực sự chỉ ra những điều mà một nhà lãnh đạo (CEO) cần tập trung nếu muốn dẫn dắt đội ngũ của mình tiến lên:

- **Mục tiêu:** mọi tổ chức cần có mục tiêu, đây là điều cơ bản và quan trọng nhất cần xác định.

- **Các nguyên tắc:** cần có các nguyên tắc cơ bản để quản lý nguồn lực và con người để đạt được mục tiêu.

- **Lãnh đạo con người:** quản trị là lãnh đạo con người, lãnh đạo đề cập nhiều hơn đến các khái niệm động lực, sự dẫn dắt hơn là làm việc như thế nào.

- **Các giá trị chung:** quản trị cũng cần xác định các giá trị cốt lõi của tổ chức (VHDN).

- **Phát triển và học hỏi:** Tạo điều kiện cho sự phát triển và học hỏi liên tục.

Đọc đi đọc lại thì vẫn cảm thấy những điều này thật... căn bản. Đúng vậy, chúng rất căn bản, nhưng lại là những điều căn bản ít khi được các CEO thực sự chú tâm. Giống như đã nói ở trên, tôi không thực sự tập trung vào năm yếu tố trên trong 10 năm đầu làm chủ doanh nghiệp. Điều đó giải thích cho sự phấn khích của tôi khi hiểu ra thế nào là Quản Trị. Tôi đã biết những gì mà mình cần tập trung vào!

Bạn có để ý thấy rằng các khái niệm trên cũng chính là các vấn đề mà tôi đã cố gắng làm rõ ở Chương 1 và 2 không? Các Nguyên tắc, Lãnh đạo, các Giá trị chung... và cả Mục tiêu nữa. Giờ thì bạn đã hiểu tại sao chúng ta phải dành thời gian cho những thứ "lý thuyết" đó mà không phải là nhảy ngay vào "thực hành" chưa? Đó đều là những khái niệm gốc của quản trị mà một nhà quản trị, nhà lãnh đạo cần hiểu thấu đáo. Chúng cũng là những Giả Định của Peter Drucker về điều mà Nhà lãnh đạo luôn cần hiểu rõ về tổ chức của mình như đã nói ở Chương 2.

Bây giờ, nếu muốn thực hành quản trị thì bạn có thể bắt đầu rồi. Hãy suy nghĩ và xác định các yếu tố trên, trả lời các giả định của Peter Drucker:

1. Mục tiêu và Sứ mệnh của công ty là gì?

2. Công ty bạn hoạt động dựa trên nguyên tắc, cấu trúc nào, chúng có giúp công ty thích nghi với thay đổi không?

3. Văn hóa của công ty (các giá trị cốt lõi) là gì?

4. Cách mà con người trong công ty bạn tương tác, làm việc và thúc đẩy động lực của nhau là gì?

5. Công ty có đang khuyến khích sự phát triển của nhân viên và có khả năng giữ chân các nhân tài không?

6. ... (và cả các câu hỏi ở phần đầu của chương này.)

Việc trả lời rõ ràng những câu hỏi này sẽ giúp bạn định hướng và nâng cao hiệu quả quản trị, tránh tình trạng mơ hồ.

Nhưng nếu CEO chưa thể trả lời các câu hỏi đó thì sao? Liệu chúng ta có nên chờ đợi người đứng đầu tìm ra các câu trả lời rồi mới tiến hành các hoạt động kinh doanh? Và trong quá trình chờ đợi đó, điều gì có thể xảy ra?

Nếu doanh nghiệp vẫn đang kiếm tiền tốt, thì việc thiếu Sứ mệnh, tầm nhìn, các giá trị cốt lõi cũng như các nguyên tắc điều hành liệu rằng có thể chấp nhận được? Chẳng phải đa số doanh nghiệp đều đang hoạt động như thế hay sao? Câu trả lời là… cũng được, nhưng bạn sẽ "thua" khi gặp đối thủ thực thụ: NHỮNG TỔ CHỨC HIỆU SUẤT CAO.

THẾ NÀO LÀ MỘT TỔ CHỨC VÀ THẾ NÀO LÀ MỘT ĐÁM ĐÔNG?

Nhìn vào hình này, bạn thấy gì?

Nguồn: Melinda Nagy

Một đám đông, đúng chứ?

Tại sao lại là một đám đông? Một đám đông thì có đặc tính gì? Có phải là những con người khác biệt, suy nghĩ về những điều khác nhau, họ có mục đích khác nhau và đang đi về các hướng khác nhau.

Bây giờ, sẽ thế nào nếu bạn tuyên bố với công ty của mình rằng: *Các bạn nhân viên thân mến, chúng ta chỉ cần làm việc và kiếm tiền, bất chấp các khác biệt về tính cách, phẩm chất, đạo đức. Chúng ta cũng không cần thiết phải có các mục tiêu, tầm nhìn rõ ràng, cứ kiếm tiền ngày qua ngày, tháng qua tháng, miễn là còn có lãi là được. Tôi cũng không biết chúng ta cần các nguyên tắc làm việc nào, việc đó tôi cho rằng cũng có thể... để sau, hiện tại thì cứ làm theo các quy trình mà tôi nghĩ ra là được, đó là nguyên tắc duy nhất!*

Chà, nghe có vẻ bất ổn! Nhưng lại là những gì thực tế đang diễn ra tại hầu hết các doanh nghiệp Việt Nam. Tôi không phải là người thích các phát ngôn tự ti về Việt Nam chúng ta, nhưng trải nghiệm thực tế tiếp xúc hàng nghìn CEO trong bốn năm chia sẻ về Quản trị thì tôi tin rằng doanh nghiệp Việt Nam đang gặp vấn đề lớn: **chúng ta phần lớn là Đám Đông chứ không phải là một Tổ Chức.**

Hãy xem xét một nguyên tắc quan trọng mà Peter Drucker đã phát biểu, được trình bày trong Chương 2:

> Mọi doanh nghiệp đều cần cam kết với các mục tiêu chung và các giá trị chung. Nếu không có cam kết đó thì không có doanh nghiệp; chỉ có một đám đông.
>
> Doanh nghiệp phải có các mục tiêu đơn giản, rõ ràng và thống nhất. Sứ mệnh của tổ chức phải đủ rõ ràng và đủ lớn để cung cấp tầm nhìn chung. Các mục tiêu thể hiện sứ mệnh đó phải rõ ràng, công khai và liên tục được khẳng định lại.
>
> Công việc đầu tiên của ban quản lý là suy nghĩ, đặt ra và làm gương cho các mục tiêu, giá trị và mục đích đó.

Peter Drucker nói rằng: *"Không có cam kết đó thì không có doanh nghiệp, chỉ có một đám đông"*.

Thật vậy, nếu mọi thành viên trong doanh nghiệp đều không quan tâm, không hành động hướng tới mục tiêu chung, cũng không gìn giữ các giá trị chung, thì đó không phải một Tổ Chức, đó là một Đám Đông. Rất trực diện và dễ hiểu! Khi biết về điều này, tôi cứ băn khoăn mãi tại sao điều đơn giản đến vậy nhưng mình lại không biết.

Để so sánh giữa "Đám đông" và "Tổ chức", tôi sẽ mô tả hai đội bóng đá như sau:

Đội A: Một Đám Đông Rệu Rã	Đội B: Một Tổ Chức Hiệu Suất Cao
Tham gia giải đấu mà không có mục tiêu chung, không ai chỉ ra rằng đời sẽ đi tới đâu, nhắm tới thứ hạng bao nhiêu. Trong từng trận đấu, ông chủ đội bóng cũng chỉ nói các cầu thủ cần nỗ lực hết mình mà không có kết quả cụ thể nào được đề cập.	Từ đầu mùa giải, đội bóng đã đặt ra mục tiêu lọt vào top 3, cầu thủ nào cũng biết điều đó và tất cả đều rất hào hứng với mục tiêu thách thức này. Ở từng chặng của giải đấu và trong từng hiệp đấu, từng trận đấu, HLV và các cầu thủ luôn thống nhất các điểm số, số bàn thắng thua cần đạt được.
Các cầu thủ chỉ quan tâm tới mục tiêu, lợi ích của riêng mình. Tiền đạo chỉ quan tâm đến số lần ghi bàn để nâng cao danh tiếng cá nhân, hậu vệ chỉ chú ý đến việc tránh lỗi cá nhân và thủ môn thì tập trung vào những pha cản phá để duy trì chỉ số cá nhân tốt.	Các cầu thủ hiểu rõ vai trò của mình trong đội, họ sẵn sàng hỗ trợ lẫn nhau và cùng nhau phấn đấu để đạt được mục tiêu chung.
Khi bị tấn công, hậu vệ không phối hợp với đồng đội, tiền vệ không biết cách kết nối tấn công và phòng thủ, tiền đạo đứng sai vị trí vì chỉ muốn "tỏa sáng" cá nhân.	Các hậu vệ biết cách không chỉ bảo vệ khung thành mà còn phát động tấn công khi cần thiết. Tiền vệ trở thành mắt xích quan trọng giữa phòng ngự và tấn công, giúp duy trì sự cân bằng và tạo cơ hội cho tiền đạo. Tiền đạo thì không chỉ chăm chăm ghi bàn, mà còn tham gia vào việc tạo áp lực lên đối thủ và hỗ trợ phòng ngự khi cần thiết.
	Họ đều hiểu rằng chiến thắng chung của toàn đội là điều quan trọng nhất.

Mỗi cầu thủ tự mình chơi theo phong cách riêng, không quan tâm đến chiến thuật hay sự phối hợp. Họ có đủ các kiểu tư duy về bóng đá khác nhau, ai cũng muốn bảo vệ "cách đá" của mình.

Kết quả là đội A luôn mất cân bằng, hiệu suất kém và không bao giờ có thể tiến xa trong cuộc chơi vì thiếu đi tinh thần đồng đội và mục tiêu chung.

Cả đội được huấn luyện theo một triết lý bóng đá rõ ràng, họ sử dụng phong cách chơi phù hợp với triết lý. Bất kể cầu thủ nào không phù hợp với lối chơi của toàn đội sẽ bị thay thế dù có là ngôi sao lớn đi chăng nữa.

Không những thế, trải qua nhiều thập kỷ tồn tại và phát triển, đội bóng B đã hình thành những giá trị chung vững chắc của riêng họ: sự tin tưởng, đoàn kết, tinh thần tôn trọng lẫn nhau. Người thiếu đi các phẩm chất đó đều bị "xa lánh" như virus.

Kết quả:

Đội A như một đám đông rời rạc, không có định hướng và thiếu sự cam kết. Đội A dễ dàng tan rã trước áp lực vì không có mục tiêu chung rõ ràng và thiếu đi sự đoàn kết.

Kết quả:

Đội B giống như một tổ chức mạnh mẽ và thống nhất. Điều này giúp họ tạo ra một môi trường thi đấu tích cực, nơi mà mỗi cá nhân không chỉ chơi vì bản thân mà còn vì mục tiêu chung của cả đội. Đội B trở nên mạnh mẽ hơn qua mỗi thử thách!

Bây giờ bạn đã hiểu sự khác nhau giữa Tổ Chức và Đám Đông rồi chứ? Bạn cho rằng khi đội A và đội B đối đầu với nhau, đội nào sẽ chiến thắng? Xét trên kết quả của một, hai trận đấu, không thể khẳng định B sẽ luôn chiến thắng A. Nhưng nếu xem xét trên hành trình dài, người có lý trí khó mà cho rằng A có tỷ lệ dành chiến thắng cao hơn!

TẠI SAO DOANH NGHIỆP VIỆT NAM ĐA PHẦN LÀ ĐÁM ĐÔNG?

Quay trở lại vấn đề tại sao tôi lại nói đa số doanh nghiệp Việt Nam là Đám Đông? Bây giờ tôi sẽ đặt ra các câu hỏi, bạn sẽ trả lời có hoặc không, đúng hoặc sai, sau đó chúng ta sẽ có kết luận.

1.   Bạn có lo lắng rằng nhân viên làm việc theo lợi ích cá nhân, không thực sự vì lợi ích chung của công ty?

2. Nhân viên của bạn có biểu hiện không quan tâm đến các mục tiêu dài hạn (5-10 năm) của doanh nghiệp không?

3. Bạn có cho rằng không cần thiết để nhân viên quan tâm đến mục tiêu dài hạn vì họ có thể không làm việc ở công ty lâu đến vậy?

4. Bạn chỉ cần nhân viên tuân thủ đúng quy trình và yêu cầu, bất kể chúng có hướng tới mục tiêu chung hay không?

5. Bạn tin rằng nhân viên với các tính cách và quan điểm sống khác biệt đều có thể giữ vị trí trong doanh nghiệp miễn là họ làm việc tốt, không cần tuân theo giá trị cốt lõi của công ty?

6. Khi công ty gặp khó khăn, bạn có cố gắng giấu thông tin để tránh việc nhân viên lo lắng và rời bỏ công ty?

7. Bạn tin rằng nhân viên chỉ làm việc hết mình khi có phần thưởng hấp dẫn. Vì vậy, tập trung xây dựng cơ chế thưởng phạt để kích thích họ?

8. Khi đối mặt với một thách thức lớn, bạn có nghĩ đó là trách nhiệm của mình và ra quyết định mà không cần sự tham gia hoặc phản hồi từ đội ngũ nhân viên không?

9. Bạn có thấy rằng nhân viên thường làm việc chỉ để tránh lỗi hoặc không bị phạt, và vì vậy, doanh nghiệp cần làm chi tiết hơn nữa hệ thống phạt/thưởng?

Bạn đọc kỹ những câu hỏi chưa? Câu trả lời của bạn là gì? Nếu đa số câu trả lời là Có hoặc Đúng, bạn đang gặp vấn đề lớn.

Vấn đề không nằm ở chỗ doanh nghiệp của bạn đang là Đám Đông hay Tổ Chức, mà vấn đề nằm ở việc bạn chấp nhận doanh nghiệp của bạn là một Đám Đông.

Tôi từng trò chuyện với rất nhiều CEO mà công ty của họ đang ở trong tình trạng khó khăn tột cùng, lời khuyên của tôi dành cho họ là hãy làm rõ tình trạng với tập thể nhân viên, sau đó cùng nhau thiết lập ra các mục tiêu và giải pháp để đưa doanh nghiệp thoát khỏi nguy cơ... Ngay lập tức, phản ứng của CEO là sợ hãi! Họ cho rằng không thể làm điều đó, không thể nói cho nhân viên biết rằng công ty sắp hết sạch tiền và nhân viên sẽ mất việc, những thông tin kiểu như vậy sẽ khiến nhân viên "chạy đi còn nhanh hơn" vì chẳng nhân viên nào quan tâm tới khó khăn của công ty đâu!

Thật kỳ lạ! Tại sao họ có thể nghĩ như vậy?

Tôi không thắc mắc rằng tại sao họ lại sợ hãi hay không tin tưởng nhân viên, mà tôi thắc mắc rằng tại sao họ lại chấp nhận làm việc với những nhân viên mà họ không tin tưởng như vậy. Họ chấp nhận trong doanh nghiệp của mình có những người không quan tâm tới lợi ích, khó khăn của công ty. Họ chấp nhận những nhân sự sẽ "chạy đi thật nhanh" khi lợi ích cá nhân bị ảnh hưởng.

Tôi cho rằng họ đang sở hữu một Đám Đông vì họ cho phép điều đó xảy ra.

Cả chín câu hỏi trên, chỉ cần có bất kỳ câu nào mà bạn trả lời là Có hoặc Đúng, thì bạn đang tư duy ngược lại với nguyên tắc mà Peter Drucker đã đặt ra: *"Mọi doanh nghiệp đều cần (các thành viên) cam kết với các mục tiêu chung và các giá trị chung"*.

Nếu những suy nghĩ đó đi ngược lại với nguyên tắc để xây dựng một Tổ Chức mạnh mẽ, tại sao bạn lại chấp nhận chúng? Hãy thử tự trả lời bằng tư duy của một Tổ Chức:

	Tư duy "Đám Đông"	Tư duy "Tổ Chức"
1	Bạn có lo lắng rằng nhân viên làm việc theo lợi ích cá nhân, không thực sự vì lợi ích chung của công ty?	Đừng lo lắng rằng nhân viên có quan tâm tới lợi ích chung hay không, hãy yêu cầu điều đó. Nếu ai không đáp ứng yêu cầu cơ bản này, hãy để họ rời đi.
2	Nhân viên của bạn có biểu hiện không quan tâm đến các mục tiêu dài hạn (5-10 năm) của doanh nghiệp không?	Trách nhiệm của doanh nghiệp là tạo ra mục tiêu hấp dẫn, có định hướng rõ ràng và thu hút mọi người cùng theo đuổi, sau đó trọng dụng những ai hào hứng đóng góp giá trị cho mục tiêu đó.
3	Bạn có cho rằng không cần thiết để nhân viên quan tâm đến mục tiêu dài hạn vì họ có thể không làm việc ở công ty lâu đến vậy?	Bất kể nhân viên có mục đích gì, sẽ làm việc trong bao lâu, miễn là khi họ còn đang là một thành viên của doanh nghiệp, họ có trách nhiệm đóng góp giá trị của mình vào mục tiêu chung.
4	Bạn chỉ cần nhân viên tuân thủ đúng quy trình và yêu cầu, bất kể chúng có hướng tới mục tiêu chung hay không?	Mục tiêu và các giá trị chung của Tổ chức là quan trọng nhất. Nhân viên cần hiểu rõ quy trình, quy định là để thực hiện những điều đó.
5	Bạn tin rằng nhân viên với các tính cách và quan điểm sống khác biệt đều có thể giữ vị trí trong doanh nghiệp miễn là họ làm việc tốt, không cần tuân theo giá trị cốt lõi của công ty?	Chúng tôi tôn trọng mọi sự khác biệt, trừ những khác biệt đi ngược lại với giá trị cốt lõi của doanh nghiệp, điều đó không được phép.

6	Khi công ty gặp khó khăn, bạn có cố gắng giấu thông tin để tránh việc nhân viên lo lắng và rời bỏ công ty?	Trong bất kể tình huống nào, thuận lợi hay khó khăn, nhân viên cũng cần hiểu rõ các mục tiêu chung. Để truyền đạt mục tiêu chung, bạn có thể lựa chọn các thông tin phù hợp. Nhưng hãy nhớ rằng tổ chức càng minh bạch thông tin, sức mạnh càng lớn! Ai muốn rời đi, hãy để họ rời đi. Những người có tinh thần chiến đấu yếu đuối, dù ở lại cũng không giúp được gì.
7	Bạn tin rằng nhân viên chỉ làm việc hết mình khi có phần thưởng hấp dẫn. Vì vậy, tập trung xây dựng cơ chế thưởng phạt để kích thích họ?	Lợi ích của tổ chức, các mục tiêu chung phải là thứ quan trọng nhất, lợi ích của các thành viên sẽ đạt được khi cùng nhau đưa tổ chức đạt được các mục tiêu. Ai cũng phải cam kết làm việc hướng đến mục tiêu chung.
8	Khi đối mặt với một thách thức lớn, bạn có nghĩ đó là trách nhiệm của mình và ra quyết định mà không cần sự tham gia hoặc phản hồi từ đội ngũ nhân viên không?	Vì rằng tất cả thành viên đều quan tâm đến mục tiêu chung, tại sao nhà lãnh đạo lại cho rằng thách thức lớn của doanh nghiệp lại là vấn đề riêng của mình? Trước các thách thức lớn, hãy lãnh đạo tổ chức của mình cùng nhau vượt qua chúng. Hãy để cho mọi người cùng tham gia với bạn.
9	Bạn có thấy rằng nhân viên thường làm việc chỉ để tránh lỗi hoặc không bị phạt, và Vì vậy, doanh nghiệp cần làm chi tiết hơn nữa hệ thống phạt/thưởng?	Nhân viên không nên bị thúc đẩy làm việc bởi vì phạt (hoặc thưởng), họ nên bị thúc đẩy bởi những đóng góp công việc của họ rất có giá trị đối với việc đạt được mục tiêu chung của cả Tổ Chức.

Vậy ra, khi tôi nói đa phần doanh nghiệp Việt Nam là Đám Đông chứ không phải Tổ Chức thì ý của tôi là "đa phần các CEO đang không tư duy như một Tổ Chức, họ chấp nhận những điều sẽ biến doanh nghiệp của họ trở thành Đám Đông".

Còn bạn thì sao? Bạn có chấp nhận những tư duy sẽ biến doanh nghiệp của mình thành một Đám Đông?

CHUYỂN DỊCH TỪ TƯ DUY ĐÁM ĐÔNG SANG TƯ DUY TỔ CHỨC

Tôi biết bạn sẽ cảm thấy có chút khó khăn với kiểu Tư duy Tổ Chức. Có phải luôn có tiếng nói nhỏ vang lên trong đầu khi bạn đọc những câu hỏi mà tôi đã đặt ra trong chương này?

- Ôi, làm sao mà tin được nhân viên?

- Rõ ràng nhân viên làm việc vì tiền mà?

- Minh bạch thông tin ư, điều đó quá rủi ro và thật ngu ngốc!

Đừng lo lắng về những tiếng nói nhỏ, chúng luôn tồn tại, cả tôi cũng vậy.

Thật ra, bạn đã có thể bắt đầu thực hành quản trị từ Chương 2. Hãy nhớ lại xem chúng ta đã bàn với nhau những gì:

1. Nhận diện các giả định mà bạn liên tục đặt ra khi nghĩ về nhân viên. Chúng có nằm trong danh sách các giả định sai ở Chương 1 không?

2. Đâu là những giả định ta sẽ lựa chọn để cài đặt lại? Hãy nhớ rằng đây là lựa chọn của bạn, bạn có quyền chọn.

3. Sử dụng các nguyên tắc quản trị để xem xét các tình huống. Liệu nhận định, hành động của bạn có đang đi ngược lại với một trong 10 nguyên tắc cơ bản không?

4. Hãy xem xét bản thân mình đang ở cấp độ nào trên thang lãnh đạo, liệu ta có đang suy nghĩ về các giả định, nguyên tắc với tư cách là "Nhà lãnh đạo cấp độ 1" – Lãnh đạo bằng quyền lực? Nếu đúng như vậy, hãy từ bỏ suy nghĩ đó đi, thật ra bạn... chẳng có chút quyền lực nào. Nhân viên thời đại này sẵn sàng từ bỏ một người sếp không đủ tốt.

<u>Tình huống ví dụ</u>: Công ty đang gặp khó khăn về dòng tiền, nếu không có gì đột phá có lẽ công ty sẽ cạn tiền vào đợt trả lương đầu tháng tới và không có tiền thanh toán cho đối tác. CEO rất muốn nhân viên cùng nhảy vào giải quyết kho hàng tồn đã dồn ứ hai năm nay nhưng lại lo ngại nhân viên sẽ không nhiệt tình bởi việc bán "hàng trend" vẫn mang lại thu nhập cho họ tốt hơn. CEO rất muốn tăng hoa hồng cho việc bán hàng tồn những việc đó có thể khiến tình trạng thâm hụt tài chính trở nên nghiêm trọng hơn.

Sau đây tôi sẽ phân tích tình huống trên theo Tư Duy Tổ Chức:

Người CEO đang có các giả định gì về nhân viên:

- Nhân viên chỉ nhiệt tình với công việc mang lại lợi ích cá nhân nhiều hơn.

- Nhân viên sẽ không quan tâm tới tình trạng khó khăn của công ty.

- Muốn kích thích nhân viên chỉ có cách tăng "hoa hồng" bán hàng tồn kho.

Những giả định đó có thể đúng hoặc sai, không quan trọng, hãy cài đặt lại giả định:

- Nhân viên muốn bản thân có giá trị với công ty (là người quan trọng).

- Nhân viên muốn đóng góp vào lợi ích chung (các mục tiêu chung).

- Tiền rất quan trọng, nhưng không phải là thứ duy nhất khiến nhân viên nhiệt huyết với công việc.

Trong tình huống này, cần suy nghĩ và hành động theo các nguyên tắc sau:

- **Sự cam kết với mục tiêu chung:** *Mọi doanh nghiệp đều cần cam kết với các mục tiêu chung và các giá trị chung. Nếu không có cam kết đó thì không có doanh nghiệp; chỉ có một đám đông. Doanh nghiệp phải có các mục tiêu đơn giản, rõ ràng và thống nhất...*

  Hãy đặt mục tiêu "giải cứu doanh nghiệp bằng việc bán hàng tồn", giải thích rõ ràng với nhân viên về tình trạng của công ty và tại sao cần phải tập trung vào giải pháp hàng tồn, lắng nghe phản hồi của nhân viên. Nhân viên có trách nhiệm thấu hiểu mục tiêu chung và cam kết đóng góp sức mình vào mục tiêu chung mà không đòi hỏi thêm bất kỳ phần thưởng nào.

  Trên thực tế, nhân viên tại các doanh nghiệp mà tôi cố vấn đã không đòi hỏi các khoản thưởng khi biết rõ tình trạng cấp bách cần phải bán hàng tồn, và họ đã "nhảy vào" cùng CEO giải quyết vấn đề. CEO Tuấn Vũ của BUMAS một doanh nghiệp thương mại và sản xuất, khách hàng mà tôi cố vấn, đã giải quyết kho hàng tồn hai năm chỉ trong vòng một tháng, thu về 1 tỷ đồng chỉ bằng việc thực hiện nguyên tắc trên.

- **Tập trung vào "cơ hội", không phải những "vấn đề":** *Nguyên tắc quan trọng của Peter Drucker đối với "lãnh đạo đội bóng" và "các cầu thủ" là tập trung vào các cơ hội. Nhiều doanh nghiệp không thể thoát khỏi cạm bẫy của họ bởi vì họ tập trung vào các vấn đề. Khi họ tập trung vào các vấn đề, họ sẽ ngừng nói về các giải pháp...*

  Là người lãnh đạo doanh nghiệp, bạn phải thể hiện tinh thần mạnh mẽ đương đầu với thử thách, dẫn dắt đội ngũ tìm ra giải pháp, tin tưởng vào tương lai. Hãy gạt bỏ bất kỳ sự chần chừ, thiếu tự tin nào.

CEO BUMAS từng thử nhiều cách để bán kho hàng tồn. Theo cách thông thường nhất, công ty đã đặt ra các khoản thưởng hấp dẫn để nhân viên tập trung vào hàng tồn thay vì "hàng trend". Nhưng sau vài lần không thành công CEO đã từ bỏ kỳ vọng và gần như chấp nhận hiện thực về sự lãng phí của hàng tồn.

- **Từ bỏ có kế hoạch (planned abandonment):** *Chủ động từ bỏ các hoạt động, sản phẩm, hoặc dự án không còn mang lại giá trị cao cho tổ chức hoặc không phù hợp với mục tiêu chiến lược dài hạn.*

Khi đã xác định mục tiêu và giải pháp, hãy đảm bảo cả công ty tập trung vào chúng, gạt bỏ những việc dư thừa, chưa cấp bách. Dừng những việc không quan trọng là thông điệp mạnh mẽ để nhân viên tập trung vào việc quan trọng.

Với những gì đã trải qua, một cách cẩn trọng và đặt niềm tin chứng minh rằng quản trị đúng đắn sẽ hiệu quả, CEO BUMAS không lựa chọn các nhóm bán hàng "thiện chiến" trước đây từng thử và thất bại với việc bán hàng tồn, mà lựa chọn một nhân sự bình thường nhất để giải quyết vấn đề. Sau khi chia sẻ rõ ràng về tình hình và mong muốn bán kho hàng tồn, số tiền kỳ vọng thu về, CEO BUMAS đã giúp người nhân viên đó yên tâm hướng đến mục tiêu bằng việc loại bỏ các nhiệm vụ chưa cần thiết để tập trung hoàn toàn vào nhiệm vụ "hàng tồn".

Thẳng thắn và thành thật với nhân viên về khó khăn của công ty, những ai đồng lòng hãy giữ lại, những ai không thể thấu hiểu hãy bỏ lại phía sau. Làm việc với những người tin tưởng và tôn trọng bạn (Lãnh đạo cấp độ 2). Từng bước tạo ra các chiến thắng nhỏ, mang lại niềm tin cho toàn đội (Lãnh đạo cấp độ 3). Luôn đồng hành cùng nhân viên trên hành trình vượt qua các mục tiêu thách thức, giúp họ tiến bộ và cung cấp động lực bằng sự ghi nhận các nỗ lực (Lãnh đạo cấp độ 4). Nếu bạn thấy tất cả những điều trên quá khó, bạn sẽ chọn cách dễ hơn: Đề ra phần thưởng và yêu cầu nhân viên thực hiện "giải pháp hàng tồn" theo chỉ đạo của công ty; tốt thôi, bạn đang quay lại là nhà lãnh đạo cấp độ 1.

Từ giờ về sau, bất kỳ tình huống nào xảy ra, bạn cũng có thể áp dụng trình tự tái tư duy như trên để phân tích. Khi đã trở thành thói quen, mọi thứ sẽ dần dễ hơn.

Những ngày đầu thực hành theo tư duy mới, tôi thường "ngựa quen đường cũ": đổ lỗi và nghĩ xấu cho nhân viên (trước khi nghĩ tới lỗi của bản thân) và đưa ra các quyết định dựa trên sự giận dữ. Tất nhiên điều đó không hiệu quả. Còn hiện tại, sau năm năm thực hành, tôi có thể nhận diện các giả định tệ hại ngay khi chúng xuất hiện.

Thú thực là việc trở thành một nhà cố vấn quản trị cũng giúp tôi thực hành tốt hơn. Tôi có thể là một nhà cố vấn không nếu bản thân mình không làm tốt? Mỗi lần định làm gì đó sai, tôi lại nghĩ như vậy.

CHUYỂN ĐỔI CÔNG TY TỪ ĐÁM ĐÔNG THÀNH TỔ CHỨC

Bước đầu tiên và khó nhất đã được giải quyết: **Thay đổi cách chúng ta tư duy về quản trị.**

Chỉ khi bạn chấp nhận cài đặt các tư duy tin tưởng nhân viên, không để các giả định điều khiển bạn, tin tưởng vào các nguyên tắc quản trị bất biến đã được cả thế giới công nhận… bạn mới có thể bước tiếp trên con đường quản trị đúng.

Những chương tiếp theo, tôi sẽ hướng dẫn từng bước để chuyển dần doanh nghiệp của bạn từ Đám Đông Rệu Rã thành Tổ Chức Hiệu Suất Cao.

BỐN CÂU CHUYỆN VỀ HIỆU QUẢ CỦA "TỔ CHỨC"

Câu chuyện đầy đủ về "Xả Hàng Tồn" của BUMAS

Vấn đề:

Công ty Bumas của sếp Tuấn Vũ đối mặt với một lượng hàng tồn kho lớn, trị giá hơn 1 tỷ đồng, không thể bán ra trong suốt hai năm. Trước đó, công ty đã cố gắng xả hàng bằng cách tăng tiền hoa hồng (commission) và treo thưởng cao cho nhân viên, nhưng kết quả không đáng kể. Các nỗ lực này không đạt được mục tiêu, hàng tồn vẫn còn rất nhiều, khiến mọi người trong công ty cảm thấy nản chí và không còn động lực để tiếp tục cố gắng.

Giải pháp:

Sếp Tuấn Vũ đã tiếp cận triết lý Quản trị Mục tiêu, đặc biệt là ý tưởng về mục tiêu chung. Ông nhận ra rằng vấn đề không nằm ở việc thiếu tiền thưởng mà nằm ở chỗ nhân viên không hiểu rõ mục tiêu xả hàng là vì lợi ích chung của toàn công ty. Ông quyết định thay đổi tư duy bằng cách truyền tải rằng việc xả hàng tồn không chỉ để kiếm tiền thưởng mà là để giải phóng nguồn lực, tập trung vào các sản phẩm chiến lược và đảm bảo sự phát triển bền vững của công ty.

Sếp Vũ chọn một nhân viên có thái độ tích cực và cam kết nhưng không phải là người giỏi nhất trong đội. Ông dành nửa ngày để trò chuyện, thảo luận về tầm quan trọng của việc xả hàng tồn, không phải dưới góc độ "hoa hồng cao hơn" mà là để đạt được mục tiêu chung của cả công ty. Sau khi thảo luận, nhân viên này áp dụng chiến lược bán hàng giá thấp để cạnh tranh với các đối thủ và thực hiện nghiên cứu thị trường để đưa ra mức giá hợp lý. Cô ấy bắt đầu bán hàng ngay lập tức và chỉ sau một tuần, các sản phẩm tồn kho mà trước đây hai năm không bán được bắt đầu được tiêu thụ với tốc độ ấn tượng (Chiến thuật này đã được áp dụng nhiều lần trước đây nhưng không thành công bởi các đội bán hàng không thực sự tập trung).

Hiệu quả:

Trong vòng ba tuần, công ty Bumas đã giải quyết được 70% lượng hàng tồn kho, một kết quả không ngờ tới. Nhân viên này không chỉ thành công trong việc xả hàng tồn mà còn thúc đẩy được cả sản phẩm thương hiệu riêng của công ty. Điều này không chỉ giúp giải quyết vấn đề tài chính trước mắt mà còn làm tăng doanh số bán hàng các sản phẩm khác, nâng cao tinh thần làm việc của toàn bộ công ty.

Cuối cùng, việc thay đổi cách tiếp cận từ một "đám đông" thiếu sự kết nối thành một "tổ chức" có mục tiêu chung đã giúp công ty không chỉ đạt được mục tiêu cụ thể mà còn tạo dựng được văn hóa doanh nghiệp mạnh mẽ hơn, khuyến khích sự cam kết và sáng tạo từ phía nhân viên.

Xem chi tiết cuộc nói chuyện của tôi và CEO Bumas tại địa chỉ: https://www.youtube.com/watch?v=6B192yucqkc

Câu chuyện về Starbucks: Từ Đám Đông lộn xộn đến Tổ Chức hiệu quả

Năm 2008, Starbucks đứng trước bờ vực khủng hoảng. Từ một thương hiệu biểu tượng, Starbucks dần trở thành một chuỗi cửa hàng cà phê mờ nhạt với hàng ngàn nhân viên không rõ mục tiêu, thiếu động lực. Cửa hàng của họ mất đi sức hút, doanh số giảm mạnh và nội bộ công ty trở nên rối ren.

Howard Schultz, người sáng lập và lúc đó là CEO của Starbucks nhận thấy công ty của mình đã đánh mất bản sắc. Ông nhận ra rằng Starbucks không còn là một tổ chức có chung mục tiêu và giá trị, mà đã trở thành một đám đông hỗn loạn. Nhân viên chỉ làm việc vì tiền lương, không gắn kết với nhau hay với khách hàng. Schultz hiểu rằng để cứu công ty, ông phải xây dựng lại Starbucks từ gốc rễ.

Quyết định táo bạo

Schultz đã thực hiện một quyết định táo bạo: đóng cửa tất cả 7.100 cửa hàng tại Mỹ trong một buổi chiều. Điều này không chỉ để gây chú ý mà còn để đào tạo lại toàn bộ nhân viên về tầm nhìn và sứ mệnh của Starbucks. Trong thời gian đóng cửa, Schultz đã dành thời gian để thảo luận với nhân viên về giá trị cốt lõi của công ty: mang lại trải nghiệm đặc biệt cho khách hàng chứ không chỉ đơn giản là bán cà phê.

Ông chia sẻ một câu chuyện với đội ngũ: "Chúng ta không bán cà phê, chúng ta bán sự kết nối giữa con người với con người." Ông nhấn mạnh rằng, mục tiêu của Starbucks không chỉ là doanh thu, mà là mang lại một nơi để khách hàng có thể tận hưởng những khoảnh khắc thoải mái, hạnh phúc, cảm nhận được sự chăm sóc và tận tụy.

Xây dựng lại niềm tin và văn hóa

Sau đó, Schultz tiến hành một loạt cải cách nội bộ. Ông thúc đẩy tinh thần đoàn kết và cam kết từ nhân viên, nhấn mạnh vai trò của từng người trong việc xây dựng lại hình ảnh thương hiệu. Schultz tổ chức các buổi họp mở, nơi ông chia sẻ tình hình tài chính và các khó khăn thực tế mà công ty đang phải đối mặt. Thay vì giấu giếm, ông đã thẳng thắn kêu gọi nhân viên cùng nhau vượt qua thử thách.

Ông cũng thiết lập các kênh để lắng nghe ý kiến và phản hồi từ nhân viên. Một lần, một nhân viên ở cửa hàng nhỏ tại Seattle đưa ra ý kiến về việc điều chỉnh cách pha cà phê để giữ nhiệt độ tốt hơn. Ý kiến này được thử nghiệm và mang lại hiệu quả rõ rệt, giúp Starbucks cải thiện chất lượng sản phẩm.

Từ Đám Đông thành Tổ Chức

Nhờ những nỗ lực này, Starbucks dần biến đổi từ một đám đông lộn xộn thành một tổ chức với mục tiêu rõ ràng và giá trị chung. Nhân viên không chỉ hiểu rõ hơn về vai trò của mình mà còn cảm thấy tự hào vì được đóng góp vào sự phát triển của công ty. Kết quả là, Starbucks không chỉ phục hồi mà còn trở nên mạnh mẽ hơn, trở thành một biểu tượng cho sự đổi mới và sự cam kết trong việc xây dựng một tổ chức vững mạnh.

Howard Schultz đã chứng minh rằng, với mục tiêu rõ ràng và sự cam kết từ tất cả mọi người, một công ty có thể vượt qua khủng hoảng và vươn tới thành công.

Câu chuyện về công ty nội thất GreenTree

GreenTree, một công ty khởi nghiệp nhỏ trong lĩnh vực cung cấp các sản phẩm thân thiện với môi trường, đang đối mặt với một loạt khó khăn: doanh số sụt giảm, sản phẩm không được nhận diện mạnh trên thị trường và quan trọng hơn, tinh thần làm việc của nhân viên xuống dốc. Đội ngũ nhân viên làm việc rời rạc, thiếu sự gắn kết và không có mục tiêu chung rõ ràng. Mỗi phòng ban chỉ quan tâm đến công việc của mình mà không cần biết đến mục tiêu tổng thể của công ty. Lãnh đạo công ty – CEO, cũng cảm thấy mất phương hướng, không biết phải làm thế nào để đưa doanh nghiệp phát triển trở lại.

Giải pháp:

Sau khi tham dự một buổi hội thảo về quản trị hiệu quả, CEO của GreenTree nhận ra rằng công ty mình đang hoạt động như một "đám đông" và quyết định thử áp dụng tư duy "Tổ Chức". CEO bắt đầu bằng việc thiết lập các mục tiêu rõ ràng cho toàn bộ công ty, tập trung vào việc tăng nhận diện thương hiệu và nâng cao doanh số trong ba tháng tới. Thay vì chỉ định công việc cho từng bộ phận như trước đây, CEO tổ chức một buổi họp toàn công ty để cùng thảo luận và thống nhất về những mục tiêu chung. Từng phòng ban được khuyến khích đóng góp ý kiến và xây dựng kế hoạch hành động cho mình, đồng thời đảm bảo các hoạt động đó phải phù hợp với mục tiêu chung.

Bộ phận Marketing đề xuất một chiến dịch truyền thông sáng tạo kết hợp với các cửa hàng sinh thái địa phương để tăng cường nhận diện thương hiệu. Bộ phận Bán hàng cam kết tăng cường tiếp cận khách hàng qua các kênh online và offline mới. Phòng Nhân sự cũng bắt đầu tổ chức các buổi đào tạo kỹ năng bán hàng và xây dựng tinh thần làm việc đội nhóm.

Quan trọng hơn, CEO đã truyền cảm hứng cho toàn bộ nhân viên bằng một thông điệp rằng thành công của GreenTree không chỉ là thành công của cá nhân mỗi nhân viên mà là thành công của cả một tập thể. Các giá trị cốt lõi của công ty – trung thực, sáng tạo và bền vững – được nhấn mạnh trong mọi hoạt động.

Hiệu quả:

Sự thay đổi trong tư duy và phương pháp quản trị đã mang lại kết quả bất ngờ. Nhân viên bắt đầu cảm thấy họ là một phần của mục tiêu lớn hơn, làm việc có ý thức hơn và gắn bó hơn với công ty. Nhờ chiến dịch truyền thông sáng tạo và hợp tác với các cửa hàng địa phương, nhận diện thương hiệu của GreenTree tăng lên đáng kể. Doanh số bán hàng cũng bắt đầu khởi sắc khi công ty thu hút thêm khách hàng mới và duy trì được khách hàng cũ.

Không chỉ vậy, nội bộ công ty cũng thay đổi rõ rệt. Nhân viên từ các phòng ban khác nhau bắt đầu hợp tác nhiều hơn, chia sẻ ý tưởng và hỗ trợ lẫn nhau để cùng đạt mục tiêu chung. Tinh thần làm việc của nhân viên cải thiện, giúp tăng năng suất lao động và tạo ra môi trường làm việc tích cực.

Sau ba tháng, GreenTree không chỉ đạt được mục tiêu tăng trưởng mà còn vượt qua chỉ tiêu doanh số, nhờ vào sự cam kết và nỗ lực của toàn bộ tổ chức. CEO, từ chỗ mất phương hướng, đã tìm thấy sự tự tin và tiếp tục dẫn dắt công ty phát triển theo hướng bền vững, với một đội ngũ nhân viên đầy nhiệt huyết và tinh thần đoàn kết.

Kết luận:

Câu chuyện về GreenTree cho thấy sức mạnh của tư duy "Tổ Chức" khi được áp dụng đúng cách. Nó đã giúp công ty vượt qua giai đoạn khó khăn, chuyển đổi từ một "đám đông" rời rạc thành một tổ chức đoàn kết, hiệu quả và cùng nhau tiến lên.

Câu chuyện về Beat Network: Từ Fanpage đến Tổ Chức Truyền Thông Sáng Tạo

Khởi đầu đầy thử thách

Nhìn lại những ngày đầu thành lập, Beat Network khởi đầu từ một fanpage trên Facebook, với những nội dung đơn giản về cuộc sống, giải trí và âm nhạc. Tuy nhiên, đội ngũ sáng lập đã nhận ra rằng tiềm năng của nền tảng này không chỉ dừng lại ở việc chia sẻ nội dung. Họ muốn tạo ra một tổ chức truyền thông mạnh mẽ, nơi mà sự sáng tạo và tinh thần hợp tác được khuyến khích.

Lãnh đạo có tầm nhìn

Người sáng lập Beat Network hiểu rằng để phát triển, họ cần có một mục tiêu rõ ràng và một nền văn hóa tổ chức mạnh mẽ. Họ quyết định tập trung vào việc xây dựng một môi trường làm việc cởi mở, nơi mọi nhân viên đều có thể thể hiện ý tưởng của mình. Lãnh đạo đã tạo ra một hệ thống cho phép nhân viên dễ dàng chia sẻ và thảo luận về các ý tưởng sáng tạo. Như một giám đốc điều hành của công ty đã chia sẻ: "Chúng tôi không chỉ muốn phát triển nội dung, mà còn muốn phát triển con người."

Chuyển mình mạnh mẽ

Với việc tái cấu trúc, Beat Network không chỉ đơn thuần là một nền tảng chia sẻ thông tin, mà đã trở thành một tổ chức truyền thông quy mô lớn. Họ hợp tác với nhiều nhãn hàng và nghệ sĩ để sản xuất các nội dung độc đáo và hấp dẫn, từ video đến bài viết, tất cả đều mang lại giá trị cho cộng đồng.

Các nhân viên tại Beat Network không chỉ làm việc theo chỉ thị mà còn được khuyến khích tham gia vào quá trình sáng tạo nội dung. Họ thường xuyên tổ chức các buổi brainstorm, nơi mọi người có thể đóng góp ý tưởng và giúp nhau hoàn thiện các dự án. Chính tinh thần hợp tác này đã giúp Beat Network tạo ra những nội dung phong phú, sáng tạo và đáp ứng nhu cầu của khán giả.

Tinh thần sáng tạo và chủ động

Một trong những yếu tố quan trọng nhất trong thành công của Beat Network chính là sự khuyến khích tinh thần sáng tạo và tính chủ động của nhân viên. Mỗi nhân viên được giao quyền tự quyết trong công việc của mình, từ đó tạo ra một môi trường làm việc thân thiện và đầy cảm hứng. Nhân viên không chỉ đơn thuần thực hiện nhiệm vụ, mà còn cảm thấy mình là một phần của tổ chức, góp phần vào sự phát triển chung.

Đóng góp cho xã hội

Không chỉ dừng lại ở việc tạo ra nội dung, Beat Network còn tích cực tham gia các hoạt động cộng đồng, tổ chức sự kiện gây quỹ và thực hiện các dự án vì lợi ích xã hội. Điều này không chỉ giúp công ty xây dựng hình ảnh tích cực mà còn tạo ra giá trị thực sự cho cộng đồng.

Câu chuyện về Beat Network chứng minh rằng, với một tầm nhìn rõ ràng và một nền văn hóa tổ chức mạnh mẽ, bất kỳ ai cũng có thể biến ý tưởng thành hiện thực. Từ một fanpage nhỏ bé, Beat Network đã trở thành một tổ chức truyền thông lớn mạnh, sáng tạo và đầy ý nghĩa, đóng góp không chỉ cho ngành truyền thông mà còn cho xã hội. Họ đã thành công trong việc xây dựng một đội ngũ nhân viên đầy nhiệt huyết, có khả năng làm việc hiệu quả và sáng tạo, chứng minh rằng sự hợp tác và sáng tạo chính là chìa khóa cho sự thành công bền vững.

CHƯƠNG 05

QUẢN TRỊ MỤC TIÊU

"If you don't know where you are going,
you'll end up someplace else."
(Nếu bạn không biết mình đang đi đâu,
bạn sẽ kết thúc ở một nơi nào đó khác.)
– Yogi Berra

Bạn có biết từ khóa lặp đi lặp lại nhiều nhất từ đầu cuốn sách tới giờ là gì không? MỤC TIÊU (173 lần). Đúng vậy, mục tiêu chính là trung tâm của quản trị. Thú thực là tôi khá xấu hổ vì không hề biết điều này dù tôi tốt nghiệp ngành Quản Trị Kinh Doanh, chữ thầy trả thầy hết cả!

Suy cho cùng, quản trị nghĩa là làm thế nào để sử dụng các nguồn lực hữu hạn giúp tổ chức đạt được những mục tiêu lớn lao hơn so với hiện tại. Nếu không có Mục tiêu, thì không cần có Quản Trị. Và vì mục tiêu là trung tâm của quản trị, nên thật dễ hiểu khi nói rằng quản trị theo mục tiêu chính là nền móng.

Management by Objectives (MBOs) – Quản trị Mục tiêu là một phương pháp quản lý do Peter Drucker giới thiệu và phát triển vào những năm 1950. Trong cuốn sách nổi tiếng *The Practice of Management* (Thực hành Quản trị), Drucker đã trình bày khái niệm MBOs như một cách thức hiệu quả để tạo ra sự thống nhất về mục tiêu và định hướng cho mọi thành viên trong tổ chức. Drucker tin rằng việc xác định và chia sẻ mục tiêu một cách rõ ràng không chỉ giúp các cá nhân trong công ty hiểu rõ nhiệm vụ của mình, mà còn giúp toàn bộ tổ chức hoạt động đồng bộ và có mục đích chung.

MBOs bắt đầu từ việc thiết lập các mục tiêu cụ thể, có thể đo lường và phù hợp với mục tiêu tổng thể của tổ chức. Các mục tiêu này không chỉ dành cho các cấp quản lý, mà còn lan tỏa tới mọi thành viên trong công ty, giúp mỗi người biết chính xác họ cần làm gì và đóng góp như thế nào để đạt được kết quả cuối cùng. Quy trình này bao gồm việc thiết lập mục tiêu, giám sát tiến độ, đánh giá hiệu quả và khen thưởng dựa trên kết quả đạt được.

BỐI CẢNH RA ĐỜI CỦA QUẢN TRỊ MỤC TIÊU

Là một người thích sự logic và cũng khá… dài dòng, tôi muốn chia sẻ với bạn toàn bộ những gì tôi biết (trong cuốn sách này). Vì vậy, tôi muốn mời bạn tua ngược thời gian và tìm hiểu về lịch sử quản trị, để hiểu tại sao MBOs lại ra đời và việc đó có ý nghĩa như thế nào.

Trước khi MBOs trở thành một phương pháp quản trị hiện đại, lĩnh vực quản trị đã trải qua nhiều giai đoạn khác nhau, từ "Quản trị 1.0" đến "Quản trị 3.0".

Quản trị 1.0: Quản trị theo mệnh lệnh và quy trình

Quản trị theo mệnh lệnh (Order Management – MBOr):

Trong thời kỳ đầu của quản trị hiện đại, quản lý thường tuân theo các mô hình cứng nhắc và tập trung quyền lực. Các quyết định chủ yếu được đưa ra từ cấp lãnh đạo cao nhất và truyền xuống theo một hệ thống phân cấp rõ ràng. Nhân viên được coi như các mắt xích trong chuỗi sản xuất và nhiệm vụ của họ là tuân thủ các mệnh lệnh được giao.

Đây là đặc điểm nổi bật trong các tổ chức theo mô hình quản lý truyền thống, nơi mà các chỉ thị từ cấp trên được xem như mệnh lệnh tuyệt đối và nhân viên phải thực hiện theo mà không cần thảo luận hay phản hồi. Điều này phản ánh tư duy quản lý kiểu "command-and-control" (chỉ huy và kiểm soát).

Có thể hình dung mối quan hệ giữa "sếp" và "nhân viên" thời kỳ này chủ yếu giống như mối quan hệ giữa Tướng – Lính hoặc Chủ nô – Nô lệ.

Quản trị theo quy trình (Management by Process – MBP):

Nhưng giới chủ nhận ra một điều, những tên lính và nô lệ có thể hoàn thành các mệnh lệnh đơn giản, nếu công việc phức tạp kiểu như "làm ra một chiếc xe ngựa" thì việc ra lệnh không mang lại hiệu quả.

Nắm trong tay tư liệu sản xuất và tri thức, giới chủ bắt đầu tạo ra các quy trình sản xuất phức tạp để làm ra các sản phẩm giá trị hơn. Đại diện ưu tú cho phương pháp quản trị theo quy trình là các nhà máy sản xuất của Henry Ford. Sự ưu tú của dây chuyền sản xuất của hãng xe Ford được mô tả như một "huyền thoại" (không xác thực) sau: *Một khoáng sản được lấy lên từ dưới lòng đất ở châu Phi, chỉ mất 72 giờ để trở thành một phần của chiếc xe Ford hoàn thiện.*

Quản trị theo quy trình nhấn mạnh vào việc tối ưu hóa các quy trình công việc và hệ thống hóa các hoạt động trong tổ chức. Ở giai đoạn này, các quy trình thường được thiết kế để giảm thiểu sai sót, tối ưu hóa năng suất và đảm bảo sự nhất quán trong sản xuất và cung ứng dịch vụ.

Người ta không đặt nhiều niềm tin vào nhân viên mà chủ yếu coi họ là những bánh răng trong cổ máy sản xuất. Tư duy quản trị tại thời điểm này dựa trên nguyên tắc rằng các nhà quản lý phải giám sát chặt chẽ và đảm bảo mọi nhân viên thực hiện đúng nhiệm vụ mà không có nhiều quyền tự chủ.

Quản trị 2.0: Quản trị Mục tiêu

Quan sát các vấn đề về quản lý, năng suất và đặc biệt là vai trò của con người, Peter Drucker cho rằng việc thiếu sự tin tưởng vào con người, chỉ coi con người là những bố trí đơn giản bên trong một guồng máy công nghiệp phức tạp là cách làm thiếu nhân văn và đặc biệt lãng phí khi không khai thác được hết tiềm năng của con người.

Peter Drucker cho rằng doanh nghiệp nên nhìn nhận con người là nguồn lực quan trọng thứ năm bên cạnh các nguồn lực Tài chính, Cơ sở vật chất, Thông tin, Tài nguyên thiên nhiên; thậm chí nên là nguồn lực quan trọng nhất. Và để phát huy tối đa nguồn lực con người, cần để nhân viên có được mục tiêu trong công việc.

Sự ra đời của Quản trị Mục tiêu (Management by Objectives – MBOs)

Drucker khởi xướng MBOs với niềm tin rằng mỗi cá nhân trong tổ chức cần hiểu rõ và gắn bó với các mục tiêu của doanh nghiệp, từ đó có thể tự giác đóng góp vào thành công chung. Ông đề xuất rằng khi mọi thành viên của tổ chức đều nhận thức rõ ràng về mục tiêu chung và biết vai trò của mình trong việc đạt được các mục tiêu đó, tổ chức sẽ trở nên thống nhất, mạnh mẽ và hiệu quả hơn.

MBOs ra đời trong bối cảnh các công ty đối diện với nhiều thách thức mới: từ cạnh tranh thị trường, áp lực toàn cầu hóa, cho đến nhu cầu đổi mới không ngừng. Triết lý của Drucker không chỉ đơn giản là thiết lập mục tiêu, mà còn tập trung vào việc gắn kết con người với các giá trị và sứ mệnh của tổ chức, biến một "đám đông" thành một "tổ chức" thực sự.

Điều này đã mở ra một kỷ nguyên mới trong quản trị, khi các doanh nghiệp không còn chỉ đơn thuần là các tổ chức vận hành theo mệnh lệnh từ trên xuống, mà thay vào đó, trở thành những cộng đồng có mục tiêu và giá trị chung, nơi mỗi cá nhân đều cảm thấy mình đang đóng góp và được công nhận, có thể phát huy tối đa tiềm năng của mình.

Đến những năm 1970 – 1980, tư duy quản trị đã có những bước chuyển mình quan trọng. Quản trị bắt đầu công nhận vai trò quan trọng của con người và nguồn nhân lực. Với triết lý MBOs là nền tảng, các nhà quản trị liên tục sáng tạo, cải tiến, đổi mới các phương pháp quản trị. Các phương pháp như SMART (Specific, Measurable, Achievable, Relevant, Time-bound) của George Doran (1981), KPI (Key Performance Indicators), BSC (Balanced Scorecard) do Kaplan và Norton phát triển (1988) đã giúp các công ty xác định rõ ràng mục tiêu và đo lường hiệu suất.

Đặc điểm của thời kỳ này: **Coi trọng nguồn lực con người.**

Quản trị 3.0 – Đặt niềm tin vào con người và xây dựng văn hóa doanh nghiệp

Quản trị 3.0 tiếp nối quản trị 2.0, khác biệt ở chỗ doanh nghiệp không chỉ tập trung vào các mục tiêu cụ thể và các chỉ số đo lường hiệu suất, mà còn nhấn mạnh việc tạo dựng một môi trường làm việc mà con người được tôn trọng, tin tưởng và khuyến khích phát triển.

Trong giai đoạn này, MBOs đã được mở rộng và tiến hóa thành các mô hình quản trị hiện đại hơn như **4DX** (The 4 Disciplines of Execution) và **OKRs** (Objectives and Key Results). Các mô hình này không chỉ tập trung vào kết quả, mà còn khuyến khích sự sáng tạo, đổi mới và khả năng tự chủ của nhân viên.

- **4DX**, nhấn mạnh vào việc xác định các mục tiêu tối quan trọng (WIGs – Wildly Important Goals) và xây dựng một văn hóa cam kết và trách nhiệm cao, tạo ra một môi trường làm việc mà niềm tin và sự gắn kết của con người là yếu tố then chốt.

- **OKRs** tiếp tục phát triển từ MBOs bằng cách duy trì sự kết nối giữa mục tiêu cá nhân và mục tiêu tổ chức, nhưng với cách tiếp cận linh hoạt hơn, không chỉ giới hạn ở việc đạt được kết quả cuối cùng mà còn thúc đẩy sự sáng tạo và sự tự chủ trong quá trình.

Với những thay đổi này, Quản trị 3.0 chú trọng vào việc doanh nghiệp xây dựng một văn hóa doanh nghiệp mạnh mẽ.

Đặc điểm của thời kỳ này: **Tin tưởng vào con người.**

Như vậy, MBOs đã trở thành nền tảng cho sự phát triển của các phương pháp quản trị hiện đại, từ SMART Goals, KPIs, BSC đến 4DX và OKRs, tạo nên một môi trường làm việc mà ở đó con người không chỉ đạt được mục tiêu mà còn phát huy tối đa tiềm năng của mình.

Bài học tôi rút ra được từ việc tìm hiểu về lịch sử của quản trị và vai trò của MBOs trong toàn bộ tiến trình lịch sử:

1. MBOs dựa trên nền tảng suy nghĩ rằng doanh nghiệp cần thiết coi trọng nguồn lực con người và tin tưởng ở con người hơn.

2. MBOs giúp khai thác tiềm năng tối đa của mỗi nhân sự và của một tập thể.

3. Các phương pháp, công cụ quản trị mà chúng ta biết đến một cách phổ biến như SMART, KPIs, BSC, 4DX hay cả OKRs đều có nguồn gốc từ MBOs.

4. Những phương pháp quản lý lấy mệnh lệnh hay quy trình làm ưu tiên là "lạc hậu" và cần được cải tiến.

MBOs LÀ CON ĐƯỜNG TẤT YẾU CỦA DOANH NGHIỆP

MBOs đã chứng tỏ là một tư duy quản trị vượt trội và cần thiết cho các doanh nghiệp muốn đạt được hiệu suất cao và linh hoạt trong một môi trường thay đổi liên tục. Không giống như các phương pháp quản trị theo mệnh lệnh hay quản trị theo quy trình, MBOs không chỉ dừng lại ở việc đưa ra chỉ thị từ cấp trên xuống dưới hoặc tuân thủ những quy trình cứng nhắc. Thay vào đó, MBOs xây dựng nền tảng dựa trên sự cam kết tự nguyện của tất cả các thành viên trong tổ chức đối với các mục tiêu chung.

MBOs tối ưu hơn vì đặt con người vào trung tâm của quá trình quản trị, khuyến khích sự tham gia chủ động và trách nhiệm cá nhân. Điều này giúp tăng cường sự sáng tạo, sự đổi mới và động lực làm việc của nhân viên.

Bằng cách kết nối các mục tiêu cá nhân với mục tiêu của tổ chức, MBOs tạo ra một sự liên kết chặt chẽ giữa các cá nhân và tổ chức, giúp mọi người cùng nhìn về một hướng và cùng đóng góp vào sự thành công chung.

Ngoài ra, MBOs cũng cung cấp một cơ chế rõ ràng để đánh giá hiệu quả làm việc và điều chỉnh kịp thời khi cần thiết. Điều này không chỉ tăng cường hiệu quả quản trị mà còn giúp các tổ chức dễ dàng thích ứng và thay đổi chiến lược khi cần thiết, tạo ra một môi trường linh hoạt và đổi mới.

Tóm lại, MBOs không chỉ là một công cụ quản trị, mà còn là một triết lý quản trị tiên tiến, giúp doanh nghiệp vượt qua giới hạn của quản trị truyền thống, xây dựng nền tảng vững chắc cho sự phát triển bền vững và hiệu quả hơn. Chính sự khác biệt này đã làm cho MBOs trở thành lựa chọn tối ưu cho các doanh nghiệp hiện đại.

CHÚNG TÔI ĐANG DÙNG KPI, VẬY MBOs THÌ KHÁC GÌ?

Mọi người thường hỏi tôi rằng "chúng tôi thấy MBOs giống KPI, đâu có gì khác nhau?". Điều này là... có lý.

Bây giờ, tôi muốn hỏi bạn rằng khi chúng ta đặt câu hỏi với nhân viên "**KPI tháng này của bạn là bao nhiêu**", thực chất chúng ta muốn nói gì?

- KPI là viết tắt của cụm từ "Key Performance Indicator". Như vậy câu hỏi trên khi viết đầy đủ ra sẽ là "**Key Performance Indicator tháng này của bạn là bao nhiêu?**".

- Bây giờ, hãy làm thêm một bước nữa, dịch hoàn chỉnh câu hỏi đó sang tiếng Việt, chúng ta sẽ có một câu đầy đủ: "**Chỉ số hiệu suất chính tháng này của bạn là bao nhiêu?**".

- Nghe có kỳ cục không? Rất kỳ cục! Nhưng chẳng mấy ai thắc mắc về sự kỳ cục này, chúng ta đã quá quen với cách nói đó. Thật ra, điều chúng ta muốn hỏi trong ngữ cảnh đó là: "**Mục tiêu tháng này của bạn là bao nhiêu**". Đúng vậy, chúng ta đang muốn nói đến MỤC TIÊU.

Điều đó có nghĩa là gì? Có nghĩa là chúng ta đang dùng một thuật ngữ này (KPI) để nói về một thuật ngữ khác (Objective). Chúng ta sử dụng mục tiêu, đáng ra nên hiểu về MBOs.

Để dễ phân biệt giữa KPI và MBOs, hãy theo dõi hai ví dụ sau:

Ví dụ 1: MỤC TIÊU "CẢI THIỆN SỨC KHỎE"

Tôi cảm thấy sức khỏe của mình không tốt, Vì vậy, tôi đã đặt ra một **Mục tiêu lớn (Goal)** là Cải thiện Sức Khỏe. Đây là mục tiêu tổng quát mà tất cả các hoạt động và nỗ lực của tôi sẽ hướng tới.

Tuy nhiên, vì tôi không có chuyên môn về sức khỏe và không biết nên bắt đầu từ đâu, tôi đã tìm gặp một chuyên gia sức khỏe. Chuyên gia tư vấn rằng, trước tiên, tôi cần xác định các **Chỉ số quan trọng (KPIs)** liên quan đến sức khỏe của mình. Sau khi thảo luận, chúng tôi đã chọn ra bốn chỉ số cần theo dõi: huyết áp, mức cholesterol, mỡ máu và cân nặng.

Khi đã xác định được các chỉ số này, bác sĩ tiến hành đo đạc và cho ra kết quả như sau:

- **Huyết áp:** 120/80 (ổn)

- **Mức cholesterol:** 40-50 mg/dL (ổn)

- **Mỡ máu:** 150 mg/dL (hơi cao)

- **Cân nặng:** 85 kg (hơi cao)

Dựa trên kết quả này, bác sĩ khuyến nghị tôi cần giảm mỡ máu và cân nặng để đạt được mục tiêu lớn (Goal) là cải thiện sức khỏe. Các KPI huyết áp và mức cholesterol ổn, chỉ cần theo dõi tiếp mà không cần có hành động cụ thể nào. Vì vậy, tôi đã chọn ra **hai Mục tiêu (Objectives)** trong vòng sáu tháng:

1. Giảm mỡ máu xuống 130 mg/dL.

2. Giảm cân từ 85 kg xuống 75 kg.

Để đạt được các mục tiêu này, tôi quyết định thuê một huấn luyện viên cá nhân để hướng dẫn phương pháp tập luyện và điều chỉnh chế độ ăn uống. Trong suốt quá trình này, tôi liên tục theo dõi các KPIs đã được xác định để kiểm tra xem có bất kỳ rủi ro nào phát sinh ảnh hưởng đến Mục tiêu lớn là cải thiện sức khỏe hay không.

GOAL: CẢI THIỆN SỨC KHOẺ

KPIs	Value	Objective	Target
Huyết áp	120/80	Giảm cân còn 70-75Kg	75Kg - 74Kg - 73Kg
Mức Cholesterol	40-50 mg/dL	Giảm mỡ máu từ 150 còn 130mg/dL	140 - 130 - 120mg/dL
Mỡ máu	150 mg/dL		
Cân nặng	85Kg		

Kết luận:

Qua ví dụ này, chúng ta thấy rằng **KPIs** là các chỉ số đo lường cụ thể giúp theo dõi sự tiến triển trong việc đạt mục tiêu, trong khi **MBOs** là phương pháp quản lý giúp xác định các mục tiêu và đảm bảo rằng chúng ta đang đi đúng hướng để đạt được những mục tiêu đó. Việc sử dụng đúng cách cả hai sẽ giúp bạn duy trì động lực và đạt được những kết quả mong muốn.

Ví dụ 2: KPI "CHUYẾN BAY TRỄ"

Trong cuốn sách *Key Performance Indicators* (KPI – Thước Đo Mục Tiêu Trọng Yếu) của David Parmenter, ông đã kể câu chuyện về hãng hàng không giá rẻ Southwest Airlines của Mỹ, hãng đã sử dụng KPI "chuyến bay trễ" để cải thiện hiệu suất hoạt động và cạnh tranh trên thị trường.

Southwest Airlines nhận ra rằng một trong những yếu tố quan trọng nhất để thành công trong thị trường hàng không giá rẻ là đảm bảo chuyến bay khởi hành và hạ cánh đúng giờ. Khách hàng mong đợi các chuyến bay giá rẻ sẽ đúng giờ, bởi vì bất kỳ sự chậm trễ nào đều ảnh hưởng tiêu cực đến trải nghiệm của họ và gây ra chi phí bổ sung.

Vì vậy, Southwest Airlines quyết định chọn "chuyến bay trễ" như một KPI chủ chốt. Họ không chỉ theo dõi tỷ lệ các chuyến bay đúng giờ, mà còn tập trung vào việc giảm thiểu số lượng các chuyến bay bị chậm trễ. Để đảm bảo KPI này luôn được chú trọng, họ thiết lập một hệ thống báo cáo tức thời hiển thị trực tiếp trong văn phòng của tổng giám đốc và các lãnh đạo cấp cao. Nếu có bất kỳ chuyến bay nào bị chậm trễ, đèn cảnh báo sẽ chuyển sang màu đỏ và tổng giám đốc có thể gọi điện ngay lập tức đến bộ phận liên quan để xử lý vấn đề.

Tầm quan trọng của KPI "Chuyến bay trễ"

KPI "chuyến bay trễ" không chỉ giúp Southwest Airlines kiểm soát tốt hơn thời gian hoạt động của họ, mà còn tạo ra một văn hóa coi trọng sự đúng giờ trong toàn bộ công ty. Nhờ việc tập trung vào KPI này, Southwest Airlines đã cải thiện đáng kể mức độ hài lòng của khách hàng, giảm thiểu chi phí liên quan đến sự chậm trễ và duy trì được lợi thế cạnh tranh trong ngành hàng không giá rẻ.

Câu chuyện này minh họa cho việc lựa chọn KPI cần phải phù hợp với chiến lược kinh doanh và mục tiêu cốt lõi của doanh nghiệp. KPI phải là một chỉ số then chốt có khả năng ảnh hưởng lớn đến hiệu suất tổng thể và sự thành công của công ty. Southwest Airlines đã thành công vì họ biết tập trung vào một KPI quan trọng mà nếu không được quản lý đúng cách, có thể làm suy yếu vị thế của họ trên thị trường.

David Parmenter đã dùng câu chuyện này để khuyến khích các doanh nghiệp xem xét kỹ lưỡng và lựa chọn đúng các KPI mà họ cần theo dõi và quản lý, thay vì cố gắng theo dõi quá nhiều chỉ số không thực sự quan trọng.

Nếu đến đây, bạn vẫn thắc mắc KPI có gì khác, hoặc KPI là gì, lời khuyên của tôi là hãy đọc cuốn sách của David Parmenter! Một sự thật đáng giật mình là các doanh nghiệp, các nhà quản lý sử dụng "KPI" rất nhiều nhưng lại hiếm khi tìm hiểu một cách kỹ lưỡng về nó, dẫn tới một hệ quả là thực ra, các doanh nghiệp không hề dùng KPI, mà là... các Mục tiêu. Một khi đã sử dụng Mục tiêu, rõ ràng chúng ta cần hiểu về Quản trị Mục tiêu (MBOs).

SO SÁNH MBOs VÀ KPIs

1. Định nghĩa, mục tiêu của MBOs và KPIs

- *MBOs:* Là một khuôn khổ quản lý trong đó các nhà quản lý và nhân viên cùng nhau thiết lập các mục tiêu cụ thể, có thể đo lường được cho tổ chức hoặc nhóm. Mục tiêu của MBOs là để đảm bảo rằng mọi người trong tổ chức đều làm việc hướng tới những mục tiêu chung, tạo ra sự đồng bộ và định hướng chung. MBOs tập trung vào việc xác định và đạt được các mục tiêu dài hạn thông qua sự hợp tác và đồng thuận giữa các cấp lãnh đạo và nhân viên.

- *KPIs:* Là các chỉ số dùng để đo lường hiệu suất của một tổ chức, nhóm, hoặc cá nhân trong việc đạt được các mục tiêu đã đặt ra. KPIs cung cấp các số liệu cụ thể để đánh giá mức độ hiệu quả của các hoạt động và chiến lược kinh doanh, từ đó mang đến các cơ hội điều chỉnh, cải tiến.

2. Điểm giống nhau giữa MBOs và KPIs

- *Cùng đo lường hiệu suất:* Cả hai đều là các công cụ quản lý giúp đo lường và đánh giá hiệu suất. Trong khi MBOs xác định các mục tiêu cụ thể cần đạt được, KPIs đo lường hiệu suất dựa trên các chỉ số để xem liệu các mục tiêu đó có đạt được hay không.

- *Cùng mục đích tối ưu hóa hoạt động kinh doanh:* Cả MBOs và KPIs đều được sử dụng để đảm bảo rằng các hoạt động của tổ chức được thực hiện một cách hiệu quả và tối ưu hóa các nguồn lực để đạt được thành công.

3. Khác biệt giữa MBOs và KPIs

- *Phương pháp đặt mục tiêu:*

   o MBOs yêu cầu sự tham gia của cả quản lý và nhân viên để thiết lập mục tiêu chung. Quá trình này giúp xây dựng sự đồng thuận và cam kết từ cả hai phía, đảm bảo rằng mọi người đều hiểu rõ và đồng lòng với các mục tiêu đã đặt ra.

   o KPIs chủ yếu được thiết lập từ cấp trên xuống dưới (top-down), và thường là một phần của hệ thống đánh giá hiệu suất hiện tại. KPIs là những chỉ số được chọn để đo lường cụ thể và liên tục theo dõi tiến trình đạt mục tiêu.

- *Cách thức đo lường và sử dụng:*

○ Trong MBOs, các mục tiêu và tiến trình được đánh giá định kỳ để đảm bảo chúng phù hợp với mục tiêu tổng thể của tổ chức và có thể điều chỉnh nếu cần thiết.

○ KPIs được sử dụng như các chỉ số hiệu suất đo lường cụ thể, cung cấp dữ liệu để theo dõi sức khỏe của tổ chức và giúp các nhà quản lý đưa ra quyết định nhanh chóng.

4. Kết luận: Lựa chọn công cụ phù hợp

MBOs và KPIs không phải là các công cụ đối lập mà có thể bổ sung cho nhau. Ví dụ một người chạy bộ có thể đặt mục tiêu chạy 5km trong tháng đầu tiên, 10km trong tháng thứ hai và hoàn thành một cuộc đua marathon trong sáu tháng. MBOs giúp xác định các mục tiêu cụ thể để hướng dẫn người chạy bộ trong việc đạt được những thành tựu lớn hơn. Và trong quá trình thực hiện các mục tiêu, người chạy bộ sẽ cần liên tục đo lường các KPI (Chỉ số đánh giá hiệu suất) như nhịp tim, hơi thở, huyết áp, tốc độ chạy… giúp theo dõi tình trạng sức khỏe và hiệu suất hiện tại để đảm bảo người chạy đang ở trạng thái tốt và đi đúng hướng để đạt mục tiêu đã đề ra.

Như vậy MBOs cung cấp một khung quản lý rõ ràng và bao quát hơn để xác định và đạt được các mục tiêu chiến lược dài hạn. KPI, mặt khác, là các công cụ đo lường quan trọng để đảm bảo rằng các hoạt động hằng ngày của tổ chức đang đi đúng hướng và phù hợp với các mục tiêu chiến lược đó.

Cả hai công cụ đều quan trọng và có thể được sử dụng đồng thời để tối ưu hóa hiệu suất và thúc đẩy sự phát triển bền vững của doanh nghiệp.

HIỂU ĐÚNG VỀ QUẢN TRỊ MỤC TIÊU

Một điều khá lạ lùng về MBOs là… không có cuốn sách nào riêng biệt về chủ đề này. MBOs được nhắc tới đầu tiên trong cuốn *The Practice of Management* của Peter Drucker xuất bản năm 1954, rồi xuất hiện trong rất nhiều cuốn sách khác nữa như *Measure What Matters* của

John Doerr; *High Output Management* của Andrew Grove; *Objectives and Key Results: Driving Focus, Alignment, and Engagement with OKRs* (OKR: Quản trị mục tiêu và Hiệu suất then chốt) của Paul Niven và Ben Lamorte...

Tôi đoán lý do không có một cuốn sách đầy đủ nào dành riêng cho chủ đề MBOs có lẽ bởi bản thân Quản trị Mục tiêu cũng chỉ là một phần của Quản trị Tổng thể. Cũng giống như tôi viết cuốn sách này – không chỉ nói về Quản trị Mục tiêu. Để hiểu và sử dụng được MBOs cho doanh nghiệp của mình và khách hàng mà tôi cố vấn, thực sự tôi và đội ngũ của mình đã phải đọc tất cả sách của Peter Drucker và các tác giả nói trên mới có thể tổng hợp và tạo nên bức tranh đầy đủ, tổng thể về MBOs.

Hiểu nhanh thì MBOs là một triết lý quản trị nhấn mạnh việc xác định rõ ràng các mục tiêu cụ thể mà tổ chức cần đạt được, sau đó phân chia các mục tiêu này thành những mục tiêu nhỏ hơn, cụ thể cho từng bộ phận và cá nhân. MBOs không chỉ đơn thuần là giao việc mà còn bao gồm cả việc tự giám sát và tự đánh giá kết quả công việc.

Điểm cốt lõi của MBOs là sự tham gia chủ động của mọi thành viên trong tổ chức vào quá trình thiết lập mục tiêu, từ đó tạo ra sự liên kết mạnh mẽ giữa mục tiêu cá nhân và mục tiêu chung của tổ chức. Điều này giúp tạo ra một môi trường làm việc, nơi mỗi nhân viên không chỉ hiểu rõ nhiệm vụ của mình mà còn hiểu được tầm quan trọng của nhiệm vụ đó đối với thành công chung của doanh nghiệp.

MBOs thúc đẩy sự tự chủ, sáng tạo và cam kết từ mỗi cá nhân, tạo ra một môi trường làm việc nơi mọi người đều làm việc hướng tới cùng một mục tiêu chung, từ đó tăng cường hiệu suất và hiệu quả của tổ chức.

Đây là những gì bạn sẽ cần nắm rõ:

1. *Triết lý Quản trị Mục tiêu*

2. *Nguyên tắc Quản trị Mục tiêu*

3. *Quy trình thiết lập mục tiêu*

4. *Tuyên ngôn dành cho Nhà quản lý*

5. *Vai trò và nhiệm vụ của Nhà quản lý*

(Những nội dung sau đây được đóng khung là phát biểu của Peter Drucker)

Triết lý Quản trị Mục tiêu

Cái mà doanh nghiệp cần là một nguyên tắc quản trị tạo điều kiện tối đa cho sở trường và trách nhiệm cá nhân, cùng lúc đó tạo ra những định hướng chung về hoài bão và nỗ lực, thiết lập làm việc theo nhóm, làm cho các mục tiêu của từng cá nhân trong công việc hòa hợp với mục tiêu chung.

Nguyên tắc duy nhất có thể thực hiện điều này là: quản trị theo mục tiêu và tự kiểm soát. Các cá nhân phải hiểu các mục tiêu cụ thể trong công việc của họ và những mục tiêu đó phù hợp như thế nào với các mục tiêu chung của công ty do ban giám đốc đặt ra. Các nhà quản lý của các đơn vị, tiểu đơn vị hoặc phòng ban khác nhau của một tổ chức không chỉ nên biết các mục tiêu của đơn vị mình mà còn phải tích cực tham gia vào việc thiết lập các mục tiêu chung và chịu trách nhiệm về chúng.

Cần thay thế sự kiểm soát từ bên ngoài bằng sự kiểm soát chặt chẽ và hiệu quả hơn từ bên trong. "Động lực của nhân viên không phải vì bị ai đó bắt buộc hay thuyết phục, mà vì nhu cầu khách quan của nhiệm vụ đòi hỏi hành động đó. Nói cách khác, nhân viên hành động vì tự mình quyết định cần phải làm như vậy chứ không phải vì ai khác – *hành động như một người tự do.*"

Chúng ta sẽ phân tích kỹ lưỡng phát biểu này của Peter Drucker.

Mục đích mà Peter Drucker hướng tới là:

"Cái mà doanh nghiệp cần là một nguyên tắc quản trị tạo điều kiện tối đa cho sở trường và trách nhiệm cá nhân, cùng lúc đó tạo ra những định hướng chung về hoài bão và nỗ lực, thiết lập làm việc theo nhóm, làm cho các mục tiêu của từng cá nhân trong công việc hòa hợp với mục tiêu chung."

Khi đọc ngược lại đoạn văn trên một cách kỹ lưỡng, bạn sẽ nhìn ngay ra vấn đề mà các doanh nghiệp đang gặp phải:

(1)   Mục tiêu của nhân viên đang không hướng về mục tiêu chung. Hầu như các doanh nghiệp mà tôi cố vấn đều từng gặp tình trạng dù nhân viên làm việc chăm chỉ và hoàn thành nhiệm vụ nhưng công ty vẫn không đạt được các mục tiêu quan trọng. Vấn đề này những năm gần đây, tính từ năm 2020 khi dịch Covid xuất hiện, là đặc biệt nghiêm trọng đối với các công ty có quy mô lớn, sử dụng hệ thống KPI được tìm ra khi thiết lập các mục tiêu chiến lược theo Thẻ điểm cân bằng BSC (Balanced Scorecard). Công ty càng lớn, quy mô nhân sự càng đông thì càng gặp vấn đề như vậy.

(2)   Khi quy mô doanh nghiệp tăng lên, sự phối hợp làm việc giữa các phòng ban, bộ phận trở nên khó khăn, thậm chí là xảy ra nhiều xung đột. Các phòng ban quá tập trung vào mục tiêu (KPI) được giao đến mức không coi trọng công việc của phòng ban khác, họ buộc phải làm thế bởi điều đó ảnh hưởng tới thu nhập! Ngay trong một nhóm nhỏ cũng xảy ra xung đột, sự phối hợp thiếu hiệu quả dẫn đến càng tăng người hiệu suất càng giảm.

(3)   Cả tập thể khi không có định hướng chung, như Andrew Grove – cha đẻ OKRs, cố chủ tịch Intel – đã nói "những vector khi ngược hướng, chúng sẽ triệt tiêu nhau". Mọi người đều nỗ lực làm việc

(tệ hơn nữa, là không hề nỗ lực) nhưng rời rạc, mất phương hướng. Ai cũng có khát vọng, động lực của riêng mình nhưng chúng… chẳng liên quan gì đến nhau.

(4) Sự cam kết, tính trách nhiệm cá nhân ngày càng là thứ "xa xỉ" trong môi trường làm việc. Đến mức mà các CEO phải thốt lên "nhân sự Việt Nam thật tệ". Điều này đến từ rất nhiều nguyên nhân, nhiều tới mức có lẽ tôi sẽ không liệt kê chúng ta mà tập trung vào chia sẻ với bạn cách để mang sự cam kết, tinh thần trách nhiệm quay trở lại với công ty của bạn!

(5) Và một điều hiếm có ai nhận ra, nhân viên của chúng ta không được thể hiện tất cả khả năng, sở trường mà họ có. Và đó là lý do chúng ta đang lãng phí từng đồng chi phí mỗi ngày.

Giải pháp của Peter Drucker

Người ta thường nhận xét rằng Drucker có khả năng nhìn xa trông rộng về xu hướng và thay đổi trong kinh doanh. Jim Collins đã coi Peter Drucker như một người thầy và nguồn cảm hứng lớn. Ông nhận xét rằng Drucker có khả năng đặc biệt trong việc dự đoán xu hướng tương lai và định hình cách thức tổ chức nên hoạt động. Jack Welch, cựu CEO của General Electric, thì nói rằng những ý tưởng của Drucker đã ảnh hưởng sâu sắc đến phương pháp quản lý và lãnh đạo của ông. Welch nhấn mạnh: Drucker luôn đi trước thời đại với những quan điểm đột phá.

Peter Drucker tập trung vào con người như yếu tố cốt lõi của tổ chức, nhấn mạnh tầm quan trọng của việc hiểu rõ khách hàng và thúc đẩy đổi mới liên tục. Để doanh nghiệp đạt được mục đích mà mình đề xuất, Peter Drucker kết luận rằng chỉ có hai cách thức: **"Quản trị theo mục tiêu và tự kiểm soát"**.

Ông giải thích:

> "Các cá nhân phải hiểu các mục tiêu cụ thể trong công việc của họ và những mục tiêu đó phù hợp như thế nào với các mục tiêu chung của công ty do ban giám đốc đặt ra. Các nhà quản lý của các đơn vị, tiểu đơn vị hoặc phòng ban khác nhau của một tổ chức không chỉ nên biết các mục tiêu của đơn vị mình mà còn phải tích cực tham gia vào việc thiết lập các mục tiêu chung và chịu trách nhiệm về chúng."

Những gì Peter Drucker nói đơn giản đến mức có vẻ như chẳng có gì đặc biệt. Chẳng phải mỗi ngày, các Nhà Lãnh Đạo như chúng ta đều đang sử dụng toàn bộ thời gian, sức lực của để nhân viên biết và thực hiện "KPI" của mình hay sao?; Tất nhiên khi nhân viên thực hiện "KPI" của họ, thì công ty sẽ tốt lên (chúng ta tin thế, nhưng sự thật lại không phải như vậy); Các phòng ban đều có nhiệm vụ, "KPI" để thực hiện công việc cơ mà.

> "Động lực của nhân viên không phải vì bị ai đó bắt buộc hay thuyết phục, mà vì nhu cầu khách quan của nhiệm vụ đòi hỏi hành động đó. Nói cách khác, nhân viên hành động vì tự mình quyết định cần phải làm như vậy chứ không phải vì ai khác – *hành động như một người tự do.*"

Điều này nghe phi lý! Nhân viên hành động như một người tự do sao? Làm sao có thể để điều đó xảy ra, chắc chắn ý tưởng này không hiệu quả. Sếp vốn luôn phải thúc giục, giám sát nhân viên, nếu không có điều đó chắc chắn nhân viên sẽ lười nhác, mất tập trung và không hoàn thành công việc. Tôi đoán đó là điều bạn đang suy nghĩ.

Như vậy có vẻ như giải pháp của Peter Drucker vừa không có gì mới mẻ, lại còn có phần viển vông phi thực tế. Tôi cũng từng nghĩ như bạn! Nhưng suy nghĩ đó là sai (thế mới nên chuyện).

Sự thực thì, theo thống kê của *Harvard Business Review*, "95% nhân viên không hiểu đầy đủ mục tiêu của công ty hoặc những gì công ty mong đợi ở họ". Một nghiên cứu khác của Gallup cho thấy "chỉ khoảng 50% nhân viên thực sự hiểu rõ điều gì được mong đợi ở họ tại nơi làm việc".

Để tôi nói cho bạn theo cách dễ hiểu: **nhân viên chẳng hiểu mình phải làm gì và làm thế nào để đóng góp vào thành công chung (mục tiêu) của công ty.** Khi tôi nói điều này với khách hàng, một CEO khẳng định, tại công ty anh ta thì 100% nhân viên không biết về mục tiêu chung bởi đơn giản... chính CEO cũng không rõ.

Chúng ta cho rằng khi công ty (CEO) đưa ra mục tiêu về doanh thu, sau đó chia KPI, giao việc xuống cho các phòng ban, các phòng ban lại phân chia việc xuống cho nhân viên, như vậy là đủ rõ ràng. Nhưng hãy thử đặt mình vào vị trí của nhân viên, quy trình như trên sẽ được hiểu như sau: *Tôi không rõ mục tiêu doanh thu đó ở đâu ra, tại sao chúng ta cần con số đó, hay chỉ đơn giản là công ty muốn tăng trưởng; tôi không rõ tại sao tôi phải thực hiện KPI, công việc được giao, tôi thực hiện chúng vì đó là việc cấp trên giao; đôi khi, tôi không đồng tình với quyết định của cấp trên, nhưng tôi không có cơ hội để nói ra điều đó...*

Thay vì, như Peter Drucker nói, trong một tổ chức **nhân sự cần HIỂU mục tiêu cụ thể trong công việc và mục tiêu đó phù hợp (đóng góp) vào mục tiêu chung như thế nào**, họ lại chỉ biết mục tiêu của mình do cấp trên giao xuống và họ cần hoàn thành. Việc đó khiến cho bản thân mỗi người không thực sự hiểu rõ vai trò, sự đóng góp của họ có ý nghĩa thế nào với mục tiêu chung. Cũng giống như những đứa trẻ phải bắt buộc làm theo yêu cầu của cha mẹ, chúng sẽ làm nhưng rất... miễn cưỡng. Động lực khi này không tối đa!

Để nhân viên không phải là những "đứa trẻ" và công ty không phải là "nhà trẻ", chúng ta cần thay đổi cách làm việc. Và giải pháp chính là

Quản trị theo mục tiêu (MBOs).

Câu chuyện Quản Trị

Ông Hùng, CEO của một công ty thương mại điện tử bán hàng trên Shopee, đang đối mặt với tình trạng dòng tiền âm nặng nề. Ông biết rằng nếu không nhanh chóng cải thiện dòng tiền, công ty sẽ đối mặt với nguy cơ phá sản. Vì vậy, ông đưa ra một mục tiêu rõ ràng: "tăng doanh số". Ông tin rằng nếu doanh số tăng, tiền sẽ về nhanh hơn và dòng tiền sẽ được cải thiện. Với suy nghĩ đó, ông Hùng giao KPIs cho từng phòng ban mà không giải thích rõ mục tiêu thực sự phía sau việc tăng doanh số này.

Bộ phận **Marketing** nhận được KPI là phải thu hút càng nhiều khách hàng tiềm năng càng tốt. Họ lập tức triển khai một chiến dịch quảng cáo lớn trên nhiều kênh khác nhau, từ Google Ads đến Facebook và TikTok, với ngân sách quảng cáo tăng gấp ba lần so với quý trước. Kết quả là lượng truy cập và đơn hàng tăng đột biến, nhưng chi phí quảng cáo cũng tăng vọt, khiến dòng tiền càng thêm áp lực.

Bộ phận **kho vận** thì được giao KPI là phải giao hàng nhanh nhất có thể để đáp ứng số lượng đơn hằng ngày càng tăng. Để đạt được điều này, họ quyết định nhập thêm hàng tồn kho để luôn có sẵn sản phẩm. Tuy nhiên, không ai nói rõ với họ rằng dòng tiền đang bị ảnh hưởng tiêu cực. Việc nhập hàng tồn kho nhiều đã làm tăng chi phí lưu kho, khiến dòng tiền công ty thêm căng thẳng.

Bộ phận **kế toán** tập trung theo dõi doanh thu và chi phí hằng tháng, nhưng lại không biết rằng các khoản chi phí lớn từ quảng cáo và lưu kho đang làm cho dòng tiền thêm trầm trọng. Họ chỉ làm theo chỉ đạo là "đảm bảo báo cáo tài chính minh bạch", mà không hiểu rõ được mối liên hệ giữa các con số và tình trạng dòng tiền thực tế.

Mỗi phòng ban đều cố gắng hoàn thành KPI của mình, nhưng lại không hiểu rõ mục tiêu chung thực sự mà công ty muốn đạt được là cải thiện dòng tiền. Kết quả là, mặc dù doanh số có tăng, công ty lại gặp khó khăn hơn vì dòng tiền không cải thiện mà còn tệ hơn. Nếu ông Hùng đã chia sẻ rõ ràng mục tiêu là để cải thiện dòng tiền và hướng dẫn cách mà mỗi phòng ban có thể đóng góp vào việc này, công ty có thể đã đi một con đường khác.

Câu chuyện Quản Trị

CEO Lan của một phòng khám nha khoa quyết định đặt mục tiêu tăng doanh số với mong muốn dài hạn là gia tăng số lượng khách hàng hài lòng và trung thành. Tuy nhiên, thay vì nói rõ mục tiêu thực sự này, cô chỉ đơn giản giao KPI ngắn hạn cho từng bộ phận để tăng doanh số mà không giải thích lý do đằng sau.

Bộ phận **Kinh doanh** nhận được KPI là tăng doanh số hằng tháng. Họ liên tục thúc ép khách hàng sử dụng nhiều dịch vụ hơn, bất kể khách hàng có cần hay không. Điều này dẫn đến việc một số khách hàng cảm thấy không hài lòng và quyết định không quay lại.

Bộ phận **Marketing** được giao nhiệm vụ tăng lượng tiếp cận khách hàng qua các kênh video như YouTube và TikTok. Họ yêu cầu các bác sĩ và y tá tham gia làm nội dung để tạo sự tin cậy và thu hút, nhưng lại không giải thích rõ lý do và mục tiêu thực sự. Các bác sĩ và y tá, cảm thấy bị lôi kéo vào công việc không liên quan đến chuyên môn, bắt đầu tỏ ra không hợp tác và mất động lực.

Bộ phận chăm sóc khách hàng nhận KPI là phải thu thập phản hồi từ khách hàng để cải thiện dịch vụ. Tuy nhiên, khi họ cố gắng thực hiện điều này, các bác sĩ cảm thấy như bị đánh giá và bị can thiệp vào chuyên môn của mình, gây ra xung đột nội bộ và làm giảm chất lượng dịch vụ.

Các bộ phận khác như **Kế toán** và **Nhân sự** không biết phải làm gì để đóng góp vào mục tiêu tăng trưởng doanh số và khách hàng trung thành, nên họ chỉ làm việc theo thói quen và không hề có sự kết nối nào với mục tiêu chung của phòng khám.

Kết quả là, thay vì tăng số lượng khách hàng hài lòng và trung thành, phòng khám gặp phải tình trạng giảm sút chất lượng dịch vụ, xung đột nội bộ gia tăng và khách hàng ngày càng ít quay lại. Nếu CEO Lan đã giải thích rõ mục tiêu thực sự là xây dựng một lượng khách hàng trung thành và đề ra các bước cụ thể mà mỗi bộ phận cần làm để đạt mục tiêu này, phòng khám đã có thể đạt được kết quả tốt hơn nhiều.

Nguyên tắc Quản trị Mục tiêu

Triết lý là để dẫn dắt hành động, còn nguyên tắc là để tạo ra các hướng dẫn cho hành động cụ thể. Peter Drucker đưa ra các nguyên tắc MBOs như sau:

1. **Tổ chức cần có mục tiêu chung.** Mục tiêu cá nhân phải hướng về mục tiêu chung. Mọi người đều hiểu rằng bất kể ai trong tổ chức cũng cần sự cam kết hướng tới mục tiêu chung.

2. **Mọi người cần được tham gia vào quá trình hình thành mục tiêu chung, biết và hiểu rõ về mục tiêu chung.** Mọi người không chỉ nên biết các mục tiêu của đơn vị mình mà còn phải tích cực tham gia vào việc thiết lập các mục tiêu chung.

3. **Các cá nhân phải hiểu các mục tiêu cụ thể trong công việc của họ và những mục tiêu đó phù hợp như thế nào với các mục tiêu chung.** Ai cũng cần có tư duy mục tiêu, kỹ năng thiết lập mục tiêu và được trao quyền thiết lập mục tiêu hướng đến mục tiêu chung.

4. **Mỗi người cần nhận trách nhiệm cao nhất với mục tiêu của mình.** Nhân viên cần được trang bị kỹ năng thực hiện, bám đuổi mục tiêu và chịu trách nhiệm hoàn toàn với mục tiêu mà mình đã thiết lập.

5. **Kiểm soát "từ bên trong" hơn là "từ bên ngoài" (động lực nội vi và tự kiểm soát).** Động lực mạnh mẽ là khi một người thực hiện mục tiêu thách thức dựa trên thế mạnh và có cơ hội để bản thân trở nên xuất sắc hơn. Thay vì giám sát chặt chẽ, các nhà quản lý nên trao cho nhân viên quyền tự quyết định cách thức thực hiện công việc để đạt được mục tiêu, đồng thời cung cấp sự hỗ trợ khi cần thiết.

Nguyên tắc 1: Tổ chức cần có mục tiêu chung. Mục tiêu cá nhân phải hướng về mục tiêu chung.

Như đã phân tích ở phần *"Thế nào là một Tổ Chức và thế nào là một Đám Đông?"* (Chương 4), một tổ chức thiếu vắng mục tiêu chung sẽ không thể tập hợp được hướng đi của nhân sự. Thiếu đi mục tiêu, việc tuyên bố *"nhân sự cần có trách nhiệm đóng góp giá trị vào mục tiêu chung"* trở nên mơ hồ và thiếu thực tế.

Đọc đến đây, có lẽ bạn sẽ thắc mắc "công ty nào chẳng có mục tiêu chung, công ty tôi cũng có". Hãy từ từ, có phải bạn đang muốn nói đến việc công ty của bạn tháng/quý/năm nào cũng có các mục tiêu doanh số, đúng chứ? Điều đó đúng, nhưng chưa đủ và là lỗi cơ bản của hầu hết các doanh nghiệp!

Vấn đề 1: Vai trò của "backoffice"?

Công ty của bạn có gặp vấn đề với việc các bộ phận hỗ trợ như kế toán, hành chính, nhân sự, thiết kế, kho vận... cảm thấy khó khăn khi nhìn nhận vai trò của họ đối với mục tiêu doanh thu không?

Mục tiêu doanh thu rất dễ dàng tạo ra sự tập trung, chỉ dẫn hướng đi cho Sales, Marketing, nhưng lại gây khó khăn cho những bộ phận không thể đo lường rõ ràng mức độ đóng góp vào việc tạo ra doanh thu trực tiếp.

Hệ quả của việc này là chỉ có bộ phận có tính chất "tiên phong" như Sales, Marketing mới có cảm giác được trú trọng. Các đãi ngộ, thưởng lớn cũng tập trung vào các nhóm này. Trong những thời điểm khó khăn về kinh doanh, dòng tiền, doanh nghiệp khó lòng thu hút được sự nhiệt tình đóng góp của các bộ phận còn lại.

Vấn đề 2: Chỉ có "tiền" là cần sự hợp lực của cả doanh nghiệp?

Ngoài mục tiêu quan trọng là doanh số, trên thực tế doanh nghiệp có rất nhiều điều quan trọng cần sự hợp lực của nhiều bộ phận, thậm chí của cả doanh nghiệp mới có thể giải quyết. Những việc như vậy thường bị giao về cho các bộ phận chuyên môn, đây gọi là lỗi **hạ cấp mục tiêu**.

Chẳng hạn như vấn đề tuyển dụng thường chỉ được giao cho bộ phận nhân sự, dẫn đến việc hầu hết các bộ phận khác coi đó không phải việc của mình, thiếu đi sự phối hợp. Để tuyển dụng nhân sự, rất cần sự đồng lòng, góp sức từ các bộ phận khác, từ bước thông báo tuyển dụng, phỏng vấn, đào tạo thử việc và tiếp nhận sau thử việc.

Hay như vấn đề tiết kiệm chi phí, thường được giao cho phòng kế toán thực hiện. Chủ doanh nghiệp cho rằng chỉ cần giao cho một trưởng phòng nào đó chủ trì, thì các bộ phận khác sẽ mặc định cần phối hợp thực hiện. Tuy nhiên, điều trái với nguyên tắc "mỗi nhân viên cần đóng góp giá trị vào mục tiêu chung". Khi mục tiêu chung chỉ là doanh số, việc các bộ phận từ chối phối hợp, thiếu sự tập trung với mục tiêu của các bộ phận khác không phải là điều vô lý!

Để giải quyết hai vấn đề phổ biến trên, người đứng đầu doanh nghiệp cần tái tư duy về vấn đề mục tiêu. Mục tiêu của doanh nghiệp tại một thời điểm hầu như không bao giờ chỉ là mục tiêu doanh số (trừ những thời điểm cấp bách, khi doanh số, dòng tiền là vấn đề hệ trọng duy nhất).

Muốn tạo ra kết quả tài chính, doanh nghiệp cần các hoạt động marketing, chăm sóc khách hàng; Để thực hiện các hoạt động liên quan tới khách hàng, cần thiết phải tạo ra các hoạt động riêng biệt của doanh nghiệp phù hợp với nhóm khách hàng mục tiêu; Để vận hành các hoạt động riêng biệt này, cần có nhân sự được đào tạo phát triển phù hợp.

Như vậy các hoạt động của doanh nghiệp phải đi lần lượt từ đào tạo phát triển nhân sự, đến thiết kế các quy trình hoạt động nội bộ; vận hành các quy trình đó để tương tác với khách hàng mới, khách hàng cũ, từ đó tạo ra kết quả tài chính. Đây chính là bốn khía cạnh mục tiêu hiệu quả doanh nghiệp theo quan điểm của Thẻ điểm Cân bằng (Balanced Scorecard).

BẢNG ĐIỂM CÂN BẰNG

Focus:
Hiệu quả tài chính của doanh nghiệp
KPIs:
- Doanh thu
- OPEX
- Lợi nhuận ròng

Focus:
Sự hài lòng của khách hàng.
KPIs:
- Tỷ lệ quay lại
- Giá trị trọn đời
- Sự hài lòng của khách hàng

Tài chính | **Khách hàng**

TẦM NHÌN & CHIẾN LƯỢC

Focus:
Hiệu quả của doanh nghiệp
KPIs:
- Thời gian ngừng hoạt động của máy
- Mức tồn kho
- Đơn giá

Nội bộ | **Học tập và phát triển**

Focus:
Kiến thức và đổi mới
KPIs:
- Giữ chân nhân viên
- Văn hoá doanh nghiệp
- Sự hài lòng của nhân viên

Trong một thời điểm, doanh nghiệp không nên chỉ có mục tiêu doanh số mà cần có các mục tiêu khác nữa. Nếu chỉ tập trung vào mục tiêu doanh số (để Duy Trì hoạt động của doanh nghiệp), trong tương lai doanh nghiệp sẽ gặp những khó khăn khi thiếu sự chuẩn bị về con người, các hoạt động nội bộ, thu hút và chăm sóc khách hàng (đây là các mục tiêu Phát Triển).

Doanh nghiệp cần kết hợp một cách hợp lý, có chiến lược giữa các mục tiêu Duy Trì và Mục tiêu Phát triển trong một thời điểm!

Khi các mục tiêu chiến lược được đặt đúng vị trí (cấp công ty, do CEO nắm giữ), doanh nghiệp sẽ huy động được tối đa sức mạnh để hoàn thành các nhiệm vụ quan trọng.

Dưới đây là bảng so sánh giữa lợi ích và hệ quả khi doanh nghiệp có hoặc không có mục tiêu chung:

Lợi ích (Có mục tiêu chung)	Hệ quả (Không có mục tiêu chung)
Tất cả các bộ phận và nhân viên cùng hướng đến một mục tiêu chung, giúp tăng tính phối hợp và hiệu quả công việc.	Các bộ phận và nhân viên làm việc theo cách riêng lẻ, dẫn đến thiếu phối hợp và giảm hiệu suất làm việc.
Tăng động lực làm việc cho nhân viên vì họ hiểu rõ mục tiêu chung và vai trò của mình trong việc đạt được mục tiêu đó.	Nhân viên không có động lực rõ ràng, dẫn đến làm việc thiếu tập trung và thiếu tinh thần trách nhiệm.
Nguồn lực được phân bổ hợp lý hơn, tránh lãng phí vào các hoạt động không liên quan đến mục tiêu.	Nguồn lực bị lãng phí vào các hoạt động không có liên quan trực tiếp đến mục tiêu dài hạn của doanh nghiệp.
Giúp doanh nghiệp dễ dàng đánh giá và điều chỉnh chiến lược khi cần thiết, dựa trên mục tiêu chung.	Doanh nghiệp khó đánh giá hiệu quả và dễ bị lạc hướng khi không có mục tiêu chung để định hình chiến lược.
Xây dựng văn hóa doanh nghiệp đoàn kết và nhất quán, nâng cao tinh thần trách nhiệm và sự cam kết của nhân viên.	Môi trường làm việc dễ dẫn đến xung đột, thiếu sự đoàn kết và giảm sự cam kết của nhân viên với tổ chức.

Câu chuyện về công ty thời trang Tân Phát

Công ty thời trang Tân Phát nổi tiếng với dòng sản phẩm quần áo công sở chất lượng cao. Gần đây, CEO của Tân Phát quyết định đặt mục tiêu doanh số lớn trong quý tiếp theo để nhanh chóng tăng trưởng thị phần và vượt qua đối thủ. Ông giao nhiệm vụ cho toàn bộ công ty, với KPI chính là tăng 25% doanh số bán hàng trong quý.

Tuy nhiên, một mục tiêu quan trọng khác – **tăng cường chất lượng dịch vụ hậu mãi** nhằm giữ chân khách hàng trung thành – lại bị bỏ qua và chỉ giao xuống cho phòng chăm sóc khách hàng xử lý. CEO tin rằng việc tập trung vào doanh số sẽ tự động kéo theo sự hài lòng của khách hàng và tăng trưởng bền vững.

Với mục tiêu doanh số đặt nặng, bộ phận kinh doanh và marketing lập tức tăng cường các chiến dịch khuyến mãi, giảm giá và mở rộng kênh bán hàng trực tuyến. Họ cố gắng hết sức để thúc đẩy doanh số, thậm chí đôi khi còn giảm chất lượng sản phẩm để đáp ứng nhu cầu lớn hơn trong thời gian ngắn. Các bộ phận khác như sản xuất và kho vận cũng bị thúc ép để đảm bảo đủ hàng hóa và giao nhanh cho khách hàng. Điều này dẫn đến hàng loạt vấn đề phát sinh: nhiều sản phẩm bị lỗi, giao hàng trễ và khách hàng phản hồi tiêu cực.

Phòng chăm sóc khách hàng, tuy có KPI về cải thiện dịch vụ và duy trì tỷ lệ khách hàng hài lòng, lại không thể xử lý hết các phàn nàn tăng đột biến. Họ bị quá tải với lượng khách hàng không hài lòng, nhưng vì nhiệm vụ chính của công ty vẫn là doanh số, họ không được các phòng ban khác ưu tiên hỗ trợ. Điều này dẫn đến việc dịch vụ hậu mãi không cải thiện và nhiều khách hàng quyết định không quay lại mua hàng.

Hệ quả là, mặc dù doanh số của Tân Phát tăng đáng kể trong ngắn hạn, họ mất đi lượng lớn khách hàng trung thành – những người từng mang lại nguồn thu ổn định. Tình trạng này khiến công ty gặp khó khăn lớn trong việc duy trì doanh số sau quý đó và thậm chí lâm vào tình trạng mất thị phần vào tay đối thủ.

Nhìn lại, tất cả đều công nhận rằng đó là khoảng thời gian tuyệt vời nhất. Dù thiếu thốn về nguồn lực và quy trình chưa hoàn thiện, chính tinh thần và sự gắn kết đã giúp công ty hoạt động hiệu quả và phát triển nhanh chóng. Đó là minh chứng rõ ràng cho thấy sức mạnh của sự đồng lòng và cam kết của mỗi cá nhân trong tổ chức.

Sửa sai:

Sau khi nhận ra hậu quả nghiêm trọng từ việc chỉ tập trung vào mục tiêu doanh số mà bỏ qua những yếu tố khác, CEO của Tân Phát quyết định thay đổi cách quản lý của mình. Ông ngồi lại với đội ngũ quản lý cấp cao và các trưởng phòng ban để thảo luận và tìm ra nguyên nhân sâu xa của vấn đề. Điều đầu tiên mà CEO nhận thấy là sự thiếu rõ ràng và không đồng nhất về mục tiêu chung của công ty. Mỗi phòng ban chỉ tập trung vào KPI riêng mà không hiểu được bức tranh toàn cảnh.

Ông quyết định áp dụng nguyên tắc quản trị mục tiêu mới: mục tiêu chung cho toàn bộ công ty. Thay vì chỉ tập trung vào doanh số, Tân Phát sẽ đặt ra các mục tiêu chiến lược bao gồm cả tăng trưởng doanh thu, nâng cao chất lượng sản phẩm và dịch vụ hậu mãi và đặc biệt là giữ chân khách hàng trung thành.

Trong cuộc họp toàn thể công ty, CEO nhấn mạnh tầm quan trọng của mục tiêu duy trì và phát triển. Ông giải thích rằng việc tăng doanh số là quan trọng, nhưng việc giữ chân khách hàng và đảm bảo họ hài lòng với dịch vụ hậu mãi sẽ tạo ra nguồn doanh thu bền vững. Ông cũng đề ra kế hoạch cụ thể cho từng phòng ban:

Phòng kinh doanh và marketing không chỉ tập trung vào việc bán hàng, mà còn có trách nhiệm đảm bảo rằng khách hàng mới nhận được sản phẩm chất lượng và không bị ảnh hưởng bởi các chiến dịch khuyến mãi khiến họ đưa ra quyết định mua hàng sai.

Phòng chăm sóc khách hàng không còn phải đơn độc đối mặt với phản hồi tiêu cực từ khách hàng. Họ sẽ hợp tác chặt chẽ với phòng sản xuất và kho vận để đảm bảo sản phẩm giao đến tay khách hàng luôn đạt chuẩn. CEO cũng yêu cầu các phòng này cùng nhau tìm cách giảm thiểu lỗi sản phẩm và đảm bảo giao hàng đúng hạn.

Phòng sản xuất được yêu cầu tăng cường giám sát chất lượng sản phẩm thay vì chỉ tập trung vào số lượng.

Phòng kế toán và tài chính sẽ tham gia cùng để giám sát tình hình chi phí và đảm bảo rằng các chiến lược bán hàng, quảng cáo và hậu mãi không vượt quá giới hạn ngân sách đã đề ra.

Mỗi phòng ban đều có mục tiêu riêng, nhưng tất cả đều phải hướng tới mục tiêu chung của công ty: tạo ra trải nghiệm tốt cho khách hàng từ sản phẩm đến dịch vụ, đồng thời duy trì sự tăng trưởng doanh thu bền vững. CEO cũng thiết lập các buổi họp định kỳ để kiểm tra tiến độ và đảm bảo mọi phòng ban luôn phối hợp với nhau chặt chẽ.

Sau một vài quý áp dụng chiến lược mới, kết quả đã thấy rõ. Doanh số không chỉ tăng, mà lượng khách hàng quay lại cũng tăng đáng kể. Tỷ lệ phàn nàn giảm 30%, và số lượng khách hàng trung thành, sử dụng nhiều sản phẩm của Tân Phát cũng tăng mạnh. Công ty giờ đây không chỉ dựa vào việc tìm kiếm khách hàng mới mà còn xây dựng được một cộng đồng khách hàng trung thành, tạo nguồn doanh thu ổn định và bền vững hơn.

Các bộ phận trong công ty, từ kinh doanh, sản xuất cho đến chăm sóc khách hàng, đều cảm thấy gắn kết và có trách nhiệm hơn với mục tiêu chung. Không chỉ có đội ngũ kinh doanh, mà cả những nhân viên hậu cần, chăm sóc khách hàng và sản xuất đều hiểu rõ họ đang đóng góp như thế nào vào sự thành công của công ty. Tinh thần làm việc cũng tăng lên đáng kể khi mọi người đều có mục tiêu rõ ràng và hiểu được giá trị của công việc mình đang làm.

CEO của Tân Phát, sau nhiều khó khăn, đã rút ra được bài học quan trọng về quản trị mục tiêu: thành công bền vững chỉ đến khi cả công ty cùng hướng về mục tiêu chung và mỗi cá nhân đều hiểu rõ trách nhiệm và vai trò của mình trong việc đạt được mục tiêu đó.

Nguyên tắc 2: Mọi người cần được tham gia quá trình hình thành mục tiêu chung, biết và hiểu rõ về mục tiêu chung.

Việc hình thành mục tiêu chung là điều không thể thiếu trong quá trình quản trị doanh nghiệp, nhưng ai là người tham gia và cách mà mục tiêu chung được thiết lập sẽ quyết định đến sự thành công của tổ chức. Khi mỗi thành viên trong tổ chức được tham gia vào quá trình hình thành mục tiêu chung, họ sẽ cảm thấy được **lắng nghe, tôn trọng và có trách nhiệm cao hơn** với việc thực hiện mục tiêu đó. Điều này giúp xây dựng một tổ chức mà mỗi nhân viên đều biết rõ mục tiêu chung của công ty là gì, cũng như hiểu cách họ đóng góp vào thành công của tổ chức.

Những lỗi phổ biến: Thực tế tại nhiều doanh nghiệp, mục tiêu thường được đưa ra từ cấp trên, đặc biệt là từ CEO hoặc ban lãnh đạo, sau đó áp đặt xuống dưới mà không có sự thảo luận, góp ý từ các cấp quản lý trung gian và nhân viên. Hệ quả của việc này là nhân viên, đặc biệt là ở các cấp quản lý thấp hơn, không hiểu rõ mục tiêu, hoặc không biết làm thế nào để thực hiện nó. Khi mục tiêu chung chỉ là quyết định từ một nhóm nhỏ lãnh đạo, các bộ phận còn lại sẽ dễ dàng rơi vào trạng thái thiếu cam kết, thậm chí thờ ơ vì họ không cảm thấy mình được tham gia vào quyết định quan trọng này và tất nhiên họ không hiểu tại sao lại có những mục tiêu đó.

Ví dụ, tại một công ty công nghệ, CEO quyết định đưa ra mục tiêu đẩy mạnh tốc độ ra mắt sản phẩm mới, với hy vọng chiếm lĩnh thị trường nhanh chóng. Tuy nhiên, vì không thảo luận với các trưởng phòng R&D và Marketing, mục tiêu này gặp phải nhiều vấn đề. Bộ phận R&D bị áp lực phải làm nhanh hơn, nhưng họ cho rằng việc này làm giảm chất lượng sản phẩm, trong khi bộ phận Marketing lại chưa có kế hoạch cụ thể để hỗ trợ việc ra mắt sản phẩm mới. Kết quả là mục tiêu ra mắt nhanh chóng không đạt được, chất lượng sản phẩm giảm sút, đội ngũ nhân viên cảm thấy không có trách nhiệm với thất bại này vì họ không được tham gia vào quá trình ra quyết định.

Tại sao sự tham gia lại quan trọng? Khi nhân viên và các cấp quản lý trung gian được tham gia vào quá trình xây dựng mục tiêu, họ sẽ hiểu rõ hơn về lý do tại sao mục tiêu đó quan trọng và cách thực hiện nó. Hơn nữa, việc thảo luận và đóng góp ý kiến giúp họ cảm thấy mình là một phần của mục tiêu, tạo nên sự cam kết mạnh mẽ và tinh thần trách nhiệm cao hơn trong việc hoàn thành mục tiêu đó.

Ngoài ra, sự tham gia của các bộ phận khác nhau sẽ giúp lãnh đạo nhận diện các thách thức tiềm ẩn mà có thể họ chưa thấy rõ. Khi các trưởng phòng và nhân viên đóng góp ý kiến, họ sẽ chỉ ra những vấn đề thực tế từ góc nhìn của mình, từ đó giúp điều chỉnh mục tiêu sao cho khả thi và có tính thực tiễn cao hơn.

Doanh nghiệp cần thay đổi tư duy từ việc ra quyết định từ trên xuống sang quy trình hợp tác đa chiều. CEO và ban lãnh đạo cần tổ chức các buổi thảo luận với các cấp quản lý và nhân viên chủ chốt để cùng nhau đóng góp ý kiến vào mục tiêu chung. Quy trình này không chỉ giúp tạo ra những mục tiêu khả thi mà còn tạo cơ hội cho nhân viên được tự do bày tỏ quan điểm, từ đó tạo nên một môi trường làm việc đồng lòng, nơi mọi người đều hiểu rõ và cam kết với mục tiêu chung.

Tóm lại, nguyên tắc này nhấn mạnh rằng sự thống nhất và hiểu biết về mục tiêu chung là yếu tố quan trọng quyết định sự thành công của tổ chức. Một mục tiêu chung chỉ thực sự hiệu quả khi nó được hình thành từ sự đóng góp và hiểu biết sâu sắc của tất cả các thành viên trong doanh nghiệp. Nếu mục tiêu công ty chỉ đến từ ý chí của người đứng đầu, thì đó là… MỤC TIÊU RIÊNG.

Tân Phát: CEO sửa sai nhưng vẫn còn thiếu sót

Sau khi nhận ra rằng mục tiêu chỉ tập trung vào doanh số mà bỏ qua các yếu tố khác đã gây ra nhiều vấn đề, CEO Hùng của Tân Phát đã nhanh chóng điều chỉnh chiến lược quản lý của mình. Ông quyết định đưa ra một mục tiêu chung toàn diện hơn, không chỉ là tăng doanh số mà còn bao gồm việc cải thiện chất lượng dịch vụ, kiểm soát chi phí và tăng cường sự hài lòng của khách hàng.

Lần này, ông tổ chức một cuộc họp toàn thể công ty để thông báo rõ ràng về các mục tiêu mới và giao trách nhiệm cụ thể cho từng phòng ban. Ông Hùng giao cho phòng kinh doanh trách nhiệm tăng doanh số nhưng cũng phải chú trọng đến việc duy trì giá trị hợp đồng. Phòng marketing cần đẩy mạnh tiếp cận khách hàng tiềm năng nhưng không được vượt ngân sách quá 10% so với quý trước. Phòng sản xuất thì phải tập trung nâng cao chất lượng sản phẩm, giảm thiểu hàng lỗi để kiểm soát chi phí.

Tuy nhiên, các vấn đề vẫn tiếp diễn:

Dù CEO Hùng đã cố gắng điều chỉnh mục tiêu một cách toàn diện hơn, ông vẫn chưa thực sự tạo ra một sự thay đổi bền vững. Lý do là vì các mục tiêu này vẫn được đặt ra từ trên xuống mà không có sự tham gia ý kiến từ các trưởng phòng.

1. **Phòng kinh doanh vẫn gặp khó khăn**: Dù mục tiêu đã điều chỉnh để chú trọng hơn đến chất lượng hợp đồng, anh Minh, trưởng phòng kinh doanh, vẫn cảm thấy mục tiêu quá cao so với thực tế. Anh và đội ngũ kinh doanh cảm thấy bị áp lực nặng nề khi phải đạt được doanh số lớn mà không có sự bàn bạc về những khó khăn hiện tại trong thị trường.

2. **Phòng sản xuất cảm thấy không khả thi**: Chị Lan, trưởng phòng sản xuất, nhận thấy rằng yêu cầu giảm hàng lỗi là điều hợp lý nhưng không được thảo luận kỹ lưỡng về các thách thức trong việc bảo trì máy móc. Cô đã đề xuất trong các cuộc họp nội bộ về việc đầu tư thêm vào công nghệ để cải thiện quy trình sản xuất, nhưng vì không có cơ hội đóng góp ý kiến khi xây dựng mục tiêu chung, đề xuất của cô không được xem xét.

3. **Marketing và ngân sách quảng cáo**: Dù được giao nhiệm vụ không được vượt quá 10% ngân sách, trưởng phòng marketing, anh Tuấn, cho rằng điều này sẽ hạn chế khả năng tiếp cận khách hàng tiềm năng mới. Anh cảm thấy mình không có đủ quyền linh hoạt để điều chỉnh chiến lược quảng cáo phù hợp với nhu cầu thị trường. Vì không được tham gia vào quá trình xây dựng mục tiêu, anh cũng thiếu cam kết với những chỉ tiêu này.

Phân tích sai sót

Mặc dù ông Hùng đã nhận ra tầm quan trọng của mục tiêu chung và cố gắng tạo ra sự gắn kết giữa các phòng ban, nhưng ông vẫn mắc phải sai lầm khi tự mình đặt ra các mục tiêu mà không có sự tham gia từ các trưởng phòng. Điều này dẫn đến một số hệ quả quan trọng:

1. **Thiếu sự đồng thuận**: Các trưởng phòng cảm thấy họ chỉ đơn thuần thực hiện các nhiệm vụ do CEO giao mà không thực sự có tiếng nói trong quá trình xây dựng chiến lược chung của công ty. Điều này làm giảm đi động lực và cam kết của họ.

2. **Không tận dụng được kiến thức chuyên môn**: Vì không tham khảo ý kiến từ các phòng ban, những yếu tố quan trọng như thách thức sản xuất, khả năng marketing và thực tế kinh doanh không được phản ánh trong các mục tiêu. Điều này dẫn đến việc các mục tiêu dù hợp lý nhưng lại không khả thi.

3. **Cảm giác bị áp đặt**: Nhân viên, đặc biệt là các trưởng phòng, cảm thấy họ chỉ là người thực thi các quyết định từ trên xuống, không có quyền định hình mục tiêu và chiến lược. Cảm giác bị áp đặt này có thể gây ra sự bất mãn, giảm đi sự hợp tác và sáng tạo.

Tiếp tục sửa sai:

Như vậy, mặc dù CEO đã đưa ra mục tiêu chung và cải thiện đáng kể so với cách tiếp cận trước đó, việc không có sự tham gia ý kiến từ các trưởng phòng vẫn gây ra những hệ quả tiêu cực và làm giảm hiệu quả thực hiện.

Sau khi nhận thấy việc thiết lập mục tiêu từ trên xuống mà không có sự tham gia của các phòng ban vẫn chưa mang lại hiệu quả như mong muốn, CEO Hùng của Tân Phát quyết định thay đổi cách tiếp cận một lần nữa. Lần này, ông không tự mình đưa ra các mục tiêu, mà bắt đầu tìm cách lắng nghe ý kiến từ các trưởng phòng và nhân viên.

Cuộc họp mới với toàn thể trưởng phòng

Ông Hùng tổ chức một cuộc họp chiến lược lớn với sự tham gia của toàn bộ trưởng phòng từ các bộ phận kinh doanh, marketing, sản xuất, tài chính và kho vận. Thay vì chỉ trình bày các mục tiêu mà ông đã nghĩ sẵn, ông yêu cầu mỗi trưởng phòng đưa ra các khó khăn, thách thức mà bộ phận của họ đang gặp phải. Ông Hùng cũng yêu cầu họ đề xuất những mục tiêu mà họ cho là hợp lý và khả thi, phù hợp với mục tiêu tổng thể của công ty.

1. **Phòng kinh doanh đưa ra mục tiêu cụ thể**: Trưởng phòng kinh doanh, anh Minh, chia sẻ rằng doanh số có thể tăng nếu bộ phận có thêm nguồn lực và chiến lược bán hàng dài hạn, thay vì chỉ nhắm đến các hợp đồng ngắn hạn. Cả nhóm đồng ý rằng việc tăng doanh số nên đi kèm với việc tập trung vào các khách hàng lớn và ổn định, thay vì cố gắng đạt số lượng đơn hàng ngắn hạn. Điều này sẽ cải thiện cả doanh số lẫn chất lượng hợp đồng.

2. **Phòng sản xuất đề xuất nâng cấp quy trình**: Chị Lan, trưởng phòng sản xuất, nhấn mạnh rằng để giảm tỷ lệ hàng lỗi và nâng cao hiệu suất sản xuất, cần đầu tư vào công nghệ và đào tạo nhân viên. Thay vì chỉ yêu cầu giảm lỗi, họ đặt ra mục tiêu cải tiến quy trình sản xuất thông qua công nghệ, với sự hỗ trợ từ cả bộ phận tài chính và nhân sự.

3. **Phòng marketing điều chỉnh chiến lược quảng cáo**: Trưởng phòng marketing, anh Tuấn, nhận thấy rằng việc tiếp cận khách hàng tiềm năng có thể hiệu quả hơn nếu kết hợp giữa các kênh truyền thống và kênh mới. Thay vì chỉ dựa vào quảng cáo trả phí, bộ phận marketing sẽ hợp tác chặt chẽ với các nhóm khác như chăm sóc khách hàng và phát triển nội dung để tối ưu chi phí.

Tạo ra mục tiêu chung mới

Sau khi lắng nghe ý kiến từ tất cả các trưởng phòng, ông Hùng cùng đội ngũ quản lý đã tổng hợp và xây dựng một **mục tiêu chung mới**, bao gồm cả doanh số, chất lượng sản phẩm, kiểm soát chi phí và sự hài lòng của khách hàng. Ông cũng đảm bảo rằng mỗi phòng ban có trách nhiệm rõ ràng và biết vai trò của mình trong việc đóng góp vào mục tiêu tổng thể này. Các mục tiêu không chỉ tập trung vào doanh số mà còn bao gồm cả phát triển nội bộ, cải thiện quy trình và tối ưu hóa chi phí.

Kết quả tích cực

Sau khi áp dụng cách tiếp cận mới, kết quả đã rõ ràng:

1. **Tinh thần làm việc của các trưởng phòng tăng lên**: Khi các trưởng phòng được tham gia vào quá trình xây dựng mục tiêu, họ cảm thấy có trách nhiệm và cam kết hơn trong việc thực hiện các nhiệm vụ được giao. Họ không còn cảm giác bị áp đặt mà thay vào đó là sự tự tin rằng mục tiêu đưa ra là khả thi và phù hợp với năng lực của đội ngũ.

2. **Phối hợp giữa các bộ phận trở nên mượt mà hơn**: Khi các phòng ban được tham gia đóng góp ý kiến, việc phối hợp giữa các bộ phận cũng trở nên hiệu quả hơn. Phòng sản xuất biết rõ mục tiêu của marketing và hỗ trợ họ bằng cách tăng cường chất lượng sản phẩm. Phòng tài chính thì đảm bảo rằng ngân sách được phân bổ hợp lý, không gây áp lực lên dòng tiền như trước.

3. **Kết quả kinh doanh cải thiện rõ rệt**: Doanh số không chỉ tăng trưởng mà còn ổn định hơn nhờ việc tập trung vào khách hàng lớn và các hợp đồng dài hạn. Chi phí được kiểm soát tốt hơn, đặc biệt là chi phí quảng cáo và sản xuất. Điều này giúp dòng tiền của công ty được cải thiện đáng kể.

4. **Tăng sự hài lòng của khách hàng**: Khi các phòng ban đồng lòng hợp tác, khách hàng của Tân Phát cảm nhận được sự thay đổi trong chất lượng sản phẩm và dịch vụ. Điều này dẫn đến sự hài lòng và trung thành từ khách hàng, tạo đà cho sự phát triển dài hạn của công ty.

Vẫn còn những bài học cần rút ra

Mặc dù các thay đổi đã mang lại hiệu quả tích cực, nhưng vẫn còn một điểm quan trọng mà ông Hùng cần cải thiện. Việc **thiết lập mục tiêu chung** tuy đã có sự tham gia của các trưởng phòng, nhưng phần lớn các nhân viên cấp dưới vẫn chưa được tham gia trực tiếp vào quá trình này. Mặc dù họ được thông báo về mục tiêu, nhưng việc không trực tiếp đóng góp ý kiến có thể khiến họ thiếu sự cam kết và động lực.

Từ đây, ông Hùng nhận ra rằng **một mục tiêu chung hiệu quả không chỉ cần sự tham gia từ các cấp quản lý mà còn từ cả các nhân viên trực tiếp thực hiện.** Họ hiểu rõ nhất về thách thức và cơ hội trong công việc hằng ngày và khi được tham gia vào quá trình thiết lập mục tiêu, họ sẽ cảm thấy mình là một phần của sự thành công chung. Điều này sẽ giúp Tân Phát ngày càng vững mạnh và phát triển bền vững hơn.

Nguyên tắc 3: Các cá nhân phải hiểu các mục tiêu cụ thể trong công việc của họ và những mục tiêu đó phù hợp như thế nào với các mục tiêu chung.

Tôi hỏi bạn, theo lẽ thông thường nhân viên có mục tiêu rõ ràng khi đi làm không? Hầu như điều này chỉ xảy ra ở bộ phận kinh doanh hoặc marketing, nhưng bộ phận khác chỉ thường làm theo công việc được giao hoặc các KPI đã được thiết lập từ đầu năm. Ai cũng làm việc chăm chỉ, nhưng không thực sự hiểu tại sao họ cần hoàn thành công việc mà họ được giao, điều đó có ý nghĩa thế nào đối với thành công chung của công ty!

Để tổ chức vận hành hiệu quả, việc từng cá nhân hiểu rõ mục tiêu công việc của họ và mối liên hệ của các mục tiêu này với mục tiêu chung của công ty là điều cần thiết. Nguyên tắc này không chỉ đảm bảo rằng mỗi người biết rõ nhiệm vụ của mình mà còn giúp nhân viên nhận thức được ý nghĩa của công việc họ đang làm, từ đó cảm thấy mình đóng vai trò quan trọng trong sự thành công của tổ chức.

Ý nghĩa của nguyên tắc:

- Đảm bảo sự rõ ràng và minh bạch: Khi mọi người hiểu rõ mục tiêu cụ thể trong công việc của mình, họ sẽ làm việc có định hướng hơn. Việc hiểu mục tiêu công việc không chỉ dừng lại ở nhiệm vụ hằng ngày mà còn bao gồm việc nắm được tại sao họ phải làm điều đó và tác động của nó đến tổ chức.

- **Tạo động lực và tinh thần trách nhiệm:** Nhân viên không chỉ biết mình cần làm gì mà còn hiểu vì sao công việc của họ quan trọng. Điều này giúp họ có động lực để hoàn thành nhiệm vụ và cam kết hơn với mục tiêu chung của doanh nghiệp.

- **Phát triển kỹ năng thiết lập mục tiêu:** Một nhân viên có tư duy mục tiêu không chỉ nhận lệnh mà còn chủ động tham gia vào quá trình thiết lập mục tiêu cho bản thân và nhóm. Điều này giúp họ phát triển kỹ năng quản lý công việc và đóng góp nhiều hơn cho tổ chức.

Câu chuyện về Tân Phát (tiếp)

Sau những bài học từ lần áp đặt mục tiêu trước, CEO Hùng của Tân Phát đã quyết định thay đổi cách quản lý và thiết lập mục tiêu. Thay vì tự mình đưa ra mục tiêu chung và giao cho các phòng ban, lần này, ông quyết định tổ chức một chuỗi các buổi họp trao đổi, trong đó mỗi trưởng phòng sẽ được tham gia thảo luận và đề xuất mục tiêu cụ thể của phòng mình.

Trong cuộc họp đầu tiên, ông Hùng bắt đầu bằng việc giải thích rõ mục tiêu chung của công ty trong quý tới: "Chúng ta cần đảm bảo dòng tiền tích cực và tăng cường sự hài lòng của khách hàng để vượt qua giai đoạn khó khăn này. Nhưng tôi muốn nghe ý kiến của mọi người về cách mà phòng ban của các bạn có thể đóng góp vào mục tiêu chung này."

- Trưởng phòng kinh doanh, anh Minh, là người đầu tiên phát biểu: "Thay vì chỉ tập trung vào việc chốt nhiều đơn hàng như trước, tôi nghĩ rằng chúng ta nên tập trung vào chất lượng khách hàng và tăng tỷ lệ khách hàng quay lại. Điều này không chỉ giúp dòng tiền ổn định mà còn cải thiện uy tín của chúng ta."

- Tiếp theo đó, chị Hà, trưởng phòng kho vận, chia sẻ: "Trước đây chúng tôi chỉ nhận KPI là chuyển hàng nhanh nhất, nhưng tôi hiểu rằng chi phí lưu kho là một vấn đề lớn. Vì thế, chúng tôi sẽ làm việc với phòng kế toán để tối ưu hóa quy trình nhập hàng, đảm bảo vừa đủ số lượng và giảm thiểu tồn kho."

Những ý kiến từ các phòng ban được tổng hợp và đánh giá. Ông Hùng đã không còn áp đặt mục tiêu từ trên xuống mà trao quyền cho các trưởng phòng tự thiết lập mục tiêu của mình, miễn sao mục tiêu đó phù hợp với mục tiêu chung của công ty. Điều này giúp tất cả mọi người cảm thấy mình được tham gia, được lắng nghe và có trách nhiệm với mục tiêu chung.

Kết quả:

Sau lần điều chỉnh này, không chỉ bộ phận kinh doanh và kho vận mà cả các phòng ban khác như chăm sóc khách hàng, kế toán và marketing đều hiểu rõ vai trò của mình trong việc đóng góp vào mục tiêu chung. Nhân viên của từng phòng không còn chỉ làm việc theo chỉ tiêu riêng lẻ mà thấy rõ ý nghĩa của công việc trong bức tranh tổng thể của công ty.

Sự cam kết và phối hợp giữa các phòng ban được cải thiện đáng kể. Mọi người đều biết mình cần làm gì và hiểu rõ vì sao điều đó lại quan trọng. Dòng tiền dần dần được cải thiện, khách hàng hài lòng hơn và doanh nghiệp vượt qua được giai đoạn khó khăn. Điều quan trọng nhất là toàn bộ nhân sự cảm thấy có động lực, trách nhiệm hơn, và tổ chức trở nên đoàn kết hơn bao giờ hết.

Sai lầm phổ biến và hệ quả khi không tuân thủ nguyên tắc:

Nhiều công ty thường mắc sai lầm khi chỉ tập trung giao nhiệm vụ mà không giải thích rõ mối liên hệ giữa mục tiêu cụ thể của từng nhân viên với mục tiêu chung. Kết quả là:

- **Nhân viên thiếu động lực và trách nhiệm:** Họ chỉ làm việc vì nghĩa vụ, thiếu đi sự hiểu biết sâu sắc về tác động của công việc đối với tổ chức.

- **Phối hợp không hiệu quả:** Các phòng ban làm việc rời rạc, không có sự đồng bộ dẫn đến mâu thuẫn và thiếu sự hợp tác.

- **Kết quả không đạt kỳ vọng:** Khi không hiểu rõ mục tiêu chung, nhân viên có thể đặt ưu tiên sai, làm giảm hiệu quả hoạt động chung của công ty.

Việc tuân thủ nguyên tắc 3 sẽ giúp các doanh nghiệp không chỉ đạt được hiệu suất làm việc cao mà còn xây dựng một môi trường làm việc với sự cam kết và tinh thần trách nhiệm từ mọi thành viên trong tổ chức.

Nguyên tắc 4: Mỗi người cần nhận trách nhiệm cao nhất với mục tiêu của mình.

Tôi thường nhận được các câu hỏi từ nhiều CEO như: "**Nhân viên chỗ tôi có mục tiêu nhưng không chủ động hoàn thành chúng thì phải làm sao?**", hay câu cảm thán như: "**Tôi e rằng nhân viên sẽ thất bại với mục tiêu!**"

Những lo lắng như thế thật... nực cười. Tại sao bạn phải lo lắng về sự tự giác của một người trưởng thành? Hãy đơn giản hóa mọi thứ: yêu cầu sự cam kết của nhân viên với mục tiêu của chính họ. Điều chúng ta cần đặt ra câu hỏi và tìm giải pháp là: Làm thế nào để hỗ trợ nhân viên hoàn thành mục tiêu khi họ đã có chúng?

Nhân viên có thể không đạt được mục tiêu với vô vàn lý do, chẳng hạn như thiếu kinh nghiệm, kỹ năng khi thực hiện một mục tiêu vượt quá khả năng, thiếu các phản hồi kịp thời để nhìn ra các vấn đề, thiếu nguồn lực... nhưng chắc chắn, đó không nên là lý do: **tôi không muốn thực hiện mục tiêu của tôi.**

Trên thực tế, việc nhân viên thất bại với mục tiêu hay phần việc được giao không hoàn toàn do lỗi của chính nhân viên. Hay nói cách khác, sếp sai trước, rồi nhân viên mới sai!

Khi doanh nghiệp không thực hiện nguyên tắc số 1 (không có mục tiêu chung), nhân viên sẽ không thể thiết lập mục tiêu của bản thân để đóng góp vào thành công chung, họ chỉ làm việc giống như một đứa trẻ "bảo gì làm nấy". Với quá nhiều công việc không tên, không rõ định hướng, các thất bại gần như chắc chắn sẽ xảy ra.

Thiếu nguyên tắc số 2 (cùng nhau xây dựng mục tiêu chung), nhân viên thiếu đi động lực để thực hiện công việc. Họ chỉ làm việc vì đơn giản đó là trách nhiệm mà người khác giao cho (không phải tự họ cảm thấy có trách nhiệm) hoặc vì họ được trả lương. Khi động lực xuống tới mức thấp nhất, kết quả công việc tệ hại sẽ xảy ra.

Đó là còn chưa nói tới việc, nếu ngay từ đầu các mục tiêu chung không có, hoặc được thiết lập sai, việc nhân viên có tinh thần cam kết mạnh mẽ với việc mà họ được giao thậm chí sẽ gây hại cho tổ chức. Là một CEO, bạn có chắc mọi việc bạn giao điều là đúng và mang lại hiệu quả hay không? Nếu chúng không hiệu quả, thì việc cam kết mạnh mẽ với điều không hiệu quả sẽ mang lại kết quả gì? Là sự lãng phí!

Một lý do quan trọng nữa khiến nhân viên không đạt được mục tiêu bởi họ thiếu... kỹ năng thiết lập mục tiêu. Vì vậy, thay vì chờ đợi nhân viên tự có cho mình kỹ năng này, doanh nghiệp cần chủ động đào tạo nhân viên.

Như vậy, mỗi công ty đều cần yêu cầu nhân viên của mình nhận lấy trách nhiệm cao nhất đối với mục tiêu của chính họ, đóng góp giá trị vào mục tiêu chung. Điều này đòi hỏi rằng nhân viên không chỉ cần hiểu rõ mục tiêu mà họ đã được giao hoặc tự đặt ra mà còn phải cam kết theo đuổi đến cùng và có trách nhiệm trước kết quả.

Khi mỗi người nhận trách nhiệm như vậy, tổ chức sẽ vận hành với tính kỷ luật cao, giúp tối ưu hóa hiệu quả công việc. Những cá nhân không có được sự cam kết đó, họ đang góp phần biến tổ chức của bạn thành đám đông. Đừng để điều đó xảy ra.

Ý nghĩa của nguyên tắc:

- **Tạo tính tự giác và chủ động:** Khi nhân viên chịu trách nhiệm cao nhất cho mục tiêu của mình, họ sẽ chủ động hơn trong việc tìm cách hoàn thành công việc và giải quyết vấn đề phát sinh. Điều này giúp giảm sự phụ thuộc vào cấp trên và tăng cường tính tự quản lý.

- **Đảm bảo chất lượng công việc:** Nếu mỗi cá nhân đều cam kết chịu trách nhiệm cho mục tiêu của mình, chất lượng công việc sẽ được đảm bảo hơn. Họ sẽ cảm thấy mình có nghĩa vụ hoàn thành công việc, đồng thời làm tốt công việc đó là vì lợi ích chung của công ty.

- **Phát triển năng lực cá nhân:** Khi nhân viên chịu trách nhiệm trước kết quả công việc, họ sẽ không ngừng cải thiện kỹ năng để đạt được mục tiêu. Điều này giúp phát triển năng lực cá nhân và tạo ra một lực lượng lao động mạnh mẽ hơn.

Câu chuyện về Tân Phát (tiếp)

Sau khi cải thiện quy trình lập mục tiêu và gắn kết các phòng ban lại với nhau, CEO Hùng của Tân Phát quyết định bước tiếp theo là nhấn mạnh tính trách nhiệm của từng cá nhân với mục tiêu họ đã đặt ra.

Trong một cuộc họp toàn thể, ông Hùng phát biểu: "Chúng ta đã có mục tiêu chung, mỗi phòng ban đều đã có mục tiêu rõ ràng. Nhưng quan trọng hơn cả là mỗi người trong chúng ta phải cam kết và chịu trách nhiệm hoàn toàn về việc đạt được mục tiêu của mình."

Anh Minh, trưởng phòng kinh doanh, đã hiểu rõ điều này hơn ai hết. Trước đây, khi công ty chỉ giao KPI mà không trao quyền tự thiết lập mục tiêu, anh thường chỉ hoàn thành công việc ở mức yêu cầu, nhưng không bao giờ nỗ lực vượt qua. Tuy nhiên, sau khi được giao quyền thiết lập mục tiêu cho phòng mình và cam kết chịu trách nhiệm trước CEO và đồng nghiệp, anh Minh đã thay đổi hoàn toàn cách làm việc của mình. Anh không chỉ chú trọng vào việc đạt chỉ tiêu doanh số mà còn nghĩ cách nâng cao chất lượng dịch vụ, giữ chân khách hàng và thúc đẩy sự phát triển dài hạn của công ty.

Tương tự, chị Hà, trưởng phòng kho vận, đã cam kết giảm thiểu chi phí tồn kho bằng cách tối ưu hóa quy trình nhập hàng. Thay vì chỉ quan tâm đến việc giao hàng nhanh, chị đã lập kế hoạch quản lý hàng tồn kho thông minh hơn, giúp tiết kiệm chi phí đáng kể mà vẫn đảm bảo thời gian giao hàng cho khách hàng.

Cả hai phòng ban đều nhận ra rằng khi họ cam kết chịu trách nhiệm với mục tiêu của mình, kết quả đạt được không chỉ vượt xa kỳ vọng mà còn cải thiện đáng kể hiệu suất của cả công ty. Các nhân viên trong phòng cũng dần dần học hỏi từ lãnh đạo của mình, họ không còn chỉ làm việc vì "mệnh lệnh" từ trên xuống mà thực sự thấy rằng mình có trách nhiệm với kết quả cuối cùng.

Kết quả sau khi thay đổi

Nhờ việc yêu cầu mỗi cá nhân chịu trách nhiệm với mục tiêu của mình, Tân Phát không chỉ cải thiện hiệu suất công việc mà còn tạo ra một môi trường làm việc nơi nhân viên chủ động hơn, sáng tạo hơn và có động lực hơn để phát triển bản thân. Mỗi người đều nhận ra rằng mục tiêu của mình không chỉ là nhiệm vụ hằng ngày, mà là cơ hội để họ góp phần vào sự phát triển của cả tổ chức.

Khía cạnh	Cam kết thấp (Chỉ làm theo việc được giao)	Cam kết cao (Tự thiết lập mục tiêu)
Quá trình đặt mục tiêu	Mục tiêu do quản lý áp đặt, nhân viên ít có tiếng nói trong việc thiết lập.	Nhân viên tham gia vào việc thiết lập mục tiêu, khiến họ cảm thấy có sự đầu tư cá nhân.
Tinh thần sở hữu công việc	Sở hữu công việc thấp, nhân viên cảm thấy chỉ đang làm theo mệnh lệnh.	Sở hữu công việc cao, nhân viên cảm thấy có trách nhiệm với cả quá trình và kết quả công việc.
Mức độ động lực	Động lực thường thấp vì công việc giống như nghĩa vụ, không có thử thách.	Động lực cao vì nhân viên cảm thấy được trao quyền và có cơ hội đạt được mục tiêu của mình.
Giải quyết vấn đề	Nhân viên phản ứng thụ động, chờ đợi chỉ thị để giải quyết vấn đề.	Nhân viên chủ động, tự tìm cách giải quyết vấn đề và cải thiện quy trình.
Trách nhiệm	Trách nhiệm nằm bên ngoài, nhân viên cảm thấy người khác phải chịu trách nhiệm cho kết quả.	Trách nhiệm nằm bên trong, nhân viên tự chịu trách nhiệm cho kết quả công việc của mình.
Tác động đến làm việc nhóm	Tác động ít đến làm việc nhóm, các phòng ban làm việc tách biệt.	Tăng cường hợp tác giữa các nhóm, vì mục tiêu chung tạo sự liên kết.
Phát triển dài hạn	Tập trung vào hoàn thành ngắn hạn, không chú trọng phát triển kỹ năng hay cá nhân.	Nhân viên tập trung vào phát triển dài hạn, luôn nỗ lực cải thiện và phát triển kỹ năng của mình.

Bảng này thể hiện sự khác biệt tâm lý giữa việc nhân viên chỉ làm theo việc được giao và khi họ được tự đặt mục tiêu, đồng thời cho thấy sự thay đổi trong cách họ làm việc và chịu trách nhiệm.

Tuy nhiên, không phải cứ "yêu cầu" là sẽ có sự cam kết. Chúng ta sẽ bàn kỹ hơn về việc làm sao để nâng cao tính cam kết của mỗi nhân viên ở phần sau của chương này.

Nguyên tắc 5: Kiểm soát "từ bên trong" hơn là "từ bên ngoài" (động lực nội vi và tự kiểm soát).

Peter Drucker tin rằng một trong những yếu tố then chốt để duy trì động lực mạnh mẽ ở nhân viên là việc cho phép họ theo đuổi các mục tiêu thách thức, phù hợp với thế mạnh của mình. Điều này tạo ra một nền tảng vững chắc, giúp nhân viên cảm thấy rằng công việc không chỉ là một chuỗi nhiệm vụ phải hoàn thành mà còn là cơ hội để phát triển cá nhân, trau dồi kỹ năng và tiến bộ trong sự nghiệp.

Khi một mục tiêu được thiết lập trên cơ sở thế mạnh cá nhân, nó không chỉ phản ánh khả năng hiện tại của nhân viên mà còn khuyến khích họ vươn tới những tầm cao mới, vượt qua giới hạn bản thân. Nếu một mục tiêu quá dễ đạt, nhân viên sẽ cảm thấy thiếu thử thách, dễ dàng rơi vào trạng thái thụ động, làm việc chỉ để xong việc mà không có sự hứng khởi. Ngược lại, những mục tiêu thách thức tạo ra sự kích thích tinh thần, thúc đẩy sự sáng tạo và tinh thần trách nhiệm.

Drucker cũng nhấn mạnh rằng việc đặt ra các mục tiêu thách thức không chỉ giúp cá nhân thể hiện năng lực mà còn khơi gợi tiềm năng chưa được khai thác. Khi nhân viên có cơ hội thực hiện những nhiệm vụ khó khăn và vượt qua chính mình, họ sẽ phát triển cả về chuyên môn lẫn ý thức về giá trị bản thân trong tổ chức. Điều này mang lại cảm giác thành tựu sâu sắc và cam kết lâu dài với tổ chức.

Việc trao cho nhân viên quyền tự do thiết lập và kiểm soát mục tiêu của mình cũng mang lại một động lực tự nhiên. Khi nhân viên thấy rằng mục tiêu của họ gắn liền với sự phát triển cá nhân, họ sẽ làm việc với tinh thần trách nhiệm cao hơn, tự đặt ra các kế hoạch hành động cụ thể và điều chỉnh kịp thời để đạt được mục tiêu. Sự tự do này không chỉ giúp gia tăng hiệu suất mà còn tạo ra một môi trường làm việc năng động và sáng tạo.

Cuối cùng, mục tiêu không chỉ đơn thuần là những kết quả mà nhân viên phải đạt được. Chúng chính là công cụ giúp nhân viên không ngừng học hỏi và tiến bộ, từ đó tạo ra sự hài lòng và cảm giác ý nghĩa trong công việc. Khi một người được giao những mục tiêu thách thức và có cơ hội để phát triển bản thân, công việc trở thành một hành trình khám phá và hoàn thiện, thay vì chỉ là một chuỗi nhiệm vụ lặp đi lặp lại. Điều này tạo nên sự gắn kết bền vững giữa nhân viên và tổ chức.

Quy trình thiết lập mục tiêu

MBOs là một cách tiếp cận có hệ thống và có tổ chức, cho phép ban quản lý tập trung vào các mục tiêu có thể đạt được và đạt được kết quả tốt nhất có thể từ các nguồn lực sẵn có. MBOs nhằm mục đích tăng hiệu suất của tổ chức bằng cách sắp xếp các mục tiêu cấp dưới trong toàn tổ chức với các mục tiêu tổng thể mà ban quản lý đã đặt ra. Lý tưởng nhất là nhân viên có được đầu vào mạnh mẽ để xác định mục tiêu, thời hạn hoàn thành, v.v..

Một trong những ý tưởng cốt lõi của Drucker trong MBOs là các nhà quản lý nên tập trung thời gian và năng lượng của họ vào mục tiêu. Theo Drucker, các nhà quản lý hiệu quả tập trung vào kết quả chứ không phải hoạt động. Họ giao nhiệm vụ bằng cách "đàm phán về mục tiêu" với cấp dưới của mình và không đưa ra một lộ trình chi tiết để thực hiện.

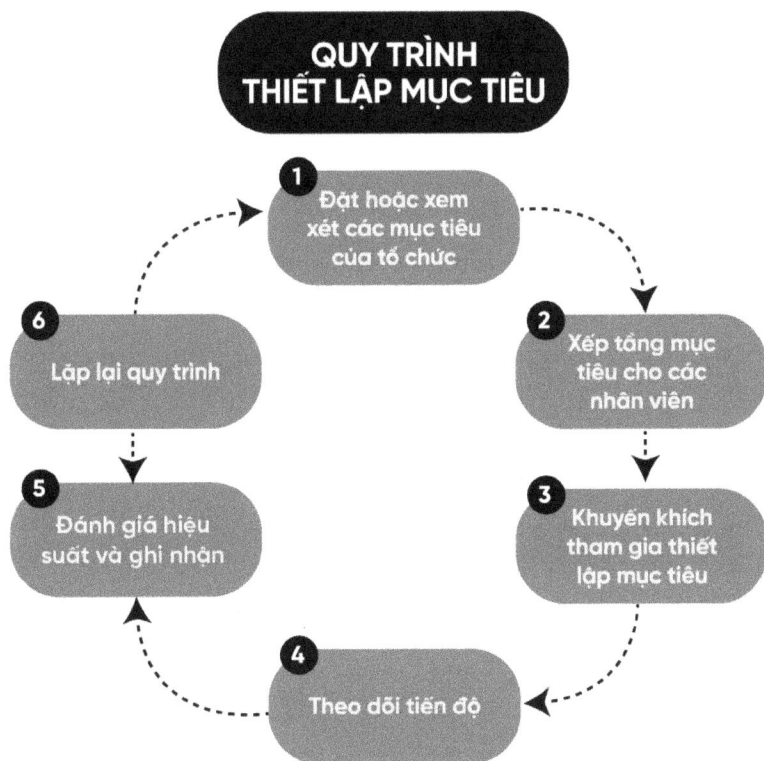

QUY TRÌNH THIẾT LẬP MỤC TIÊU

1 Đặt hoặc xem xét các mục tiêu của tổ chức

2 Xếp tầng mục tiêu cho các nhân viên

3 Khuyến khích tham gia thiết lập mục tiêu

4 Theo dõi tiến độ

5 Đánh giá hiệu suất và ghi nhận

6 Lặp lại quy trình

1. Đặt hoặc xem xét các mục tiêu của tổ chức

Bước đầu tiên trong quy trình MBOs là xác định hoặc xem xét lại các mục tiêu tổng thể của tổ chức. Đây là những mục tiêu chiến lược dài hạn mà ban lãnh đạo đề ra, thể hiện tầm nhìn và sứ mệnh của doanh nghiệp. Việc thiết lập mục tiêu tổ chức không chỉ giúp định hướng cho toàn bộ công ty mà còn đảm bảo rằng mọi hoạt động, từ cấp quản lý đến nhân viên, đều tập trung vào một hướng chung.

Mục tiêu ở cấp tổ chức thường liên quan đến những yếu tố then chốt như tài chính, hoạt động khách hàng, hoạt động nội bộ, phát triển con người (Balanced Scorecard). Nói đơn giản hơn thì sẽ là các trọng tâm như: tăng trưởng doanh thu, mở rộng thị trường, cải thiện chất lượng sản phẩm, nâng cao trải nghiệm khách hàng, học tập phát triển hoặc triển khai văn hóa doanh nghiệp…

Đây là nền tảng để các phòng ban, bộ phận và nhân viên xác định mục tiêu riêng của họ sao cho phù hợp và liên kết với mục tiêu chung. Điều quan trọng là mục tiêu chung cần cụ thể, dễ hiểu và có thể đo lường được để đảm bảo rằng mỗi cá nhân trong tổ chức hiểu rõ vai trò của mình.

2. Xếp tầng (phân bổ) mục tiêu nhân viên

Sau khi mục tiêu tổ chức được xác định, bước tiếp theo là "xếp tầng" các mục tiêu này xuống cấp phòng ban và cá nhân. Điều này có nghĩa là, mỗi bộ phận và từng nhân viên cần xác định rõ mục tiêu cụ thể của họ dựa trên mục tiêu chung của tổ chức. Đây là quá trình chuyển hóa mục tiêu tổ chức thành các nhiệm vụ và mục tiêu cụ thể mà mỗi bộ phận phải đảm nhận.

Ví dụ, nếu mục tiêu tổ chức là tăng trưởng doanh thu, thì bộ phận bán hàng có thể có mục tiêu cụ thể là tăng số lượng khách hàng, bộ phận marketing có mục tiêu tăng số lượt tiếp cận khách hàng, trong khi bộ phận sản xuất có mục tiêu cải thiện chất lượng sản phẩm để giữ chân khách hàng. Sự xếp tầng này đảm bảo rằng mọi hoạt động trong tổ chức đều gắn kết và góp phần vào mục tiêu chung.

Tuy nhiên, đừng nhầm lẫn rằng việc "xếp tầng" là "thác đổ" từ trên xuống!

3. Khuyến khích tham gia thiết lập mục tiêu

Một trong những nguyên tắc quan trọng trong MBOs là sự tham gia của nhân viên vào quá trình thiết lập mục tiêu. Peter Drucker tin rằng khi nhân viên, đặc biệt là các quản lý cấp trung, được tham gia thảo luận và đóng góp ý kiến về mục tiêu của mình, họ sẽ cảm thấy có trách nhiệm hơn và tăng tính cam kết thực hiện mục tiêu. Điều này cũng giúp mục tiêu được thiết lập phù hợp hơn với thực tế và khả năng của từng bộ phận.

Thay vì áp đặt mục tiêu từ trên xuống, quá trình thiết lập mục tiêu cần có sự thảo luận, đàm phán giữa cấp quản lý và nhân viên. Việc nhân viên có cơ hội trình bày ý kiến, chia sẻ khó khăn hoặc cơ hội mà họ nhìn thấy trong quá trình làm việc sẽ giúp mục tiêu được đặt ra thực tế và khả thi hơn. Đồng thời, nhân viên cảm thấy mình được tự chủ, khuyến khích họ nỗ lực và tự điều chỉnh hành vi để đạt được mục tiêu.

4. Theo dõi tiến độ

Sau khi mục tiêu đã được thiết lập, việc theo dõi tiến độ là rất quan trọng. Đây là quá trình giám sát liên tục các hoạt động và thành tích của nhân viên, so sánh với mục tiêu đã đề ra để đảm bảo rằng mọi người đang đi đúng hướng. Theo dõi tiến độ bao gồm việc cung cấp phản hồi thường xuyên, kịp thời và mang tính xây dựng. Phản hồi này giúp nhân viên hiểu rõ họ đang làm tốt ở điểm nào, cần cải thiện ở đâu và có thể điều chỉnh cách tiếp cận nếu cần thiết.

Peter Drucker nhấn mạnh rằng, quá trình theo dõi tiến độ không nên chỉ là trách nhiệm của quản lý mà còn là một công cụ tự giám sát cho nhân viên. Nhân viên cần có khả năng tự đánh giá hiệu suất của họ dựa trên các chỉ số rõ ràng và cụ thể, từ đó họ có thể chủ động cải thiện và điều chỉnh mục tiêu khi cần thiết.

5. Đánh giá hiệu suất và ghi nhận

Khi kết thúc một chu kỳ làm việc, doanh nghiệp cần tiến hành đánh giá hiệu suất của nhân viên dựa trên các mục tiêu đã đề ra. Việc đánh giá không chỉ dừng lại ở việc nhìn vào kết quả cuối cùng, mà còn xem xét quá trình thực hiện mục tiêu, bao gồm cả những nỗ lực, sáng tạo và kỹ năng phát triển của nhân viên trong suốt quá trình.

Quan trọng là việc đánh giá hiệu suất phải công bằng, minh bạch và kịp thời. Nhân viên cần được ghi nhận và khen thưởng xứng đáng khi họ đạt hoặc vượt qua các mục tiêu. Điều này không chỉ thúc đẩy tinh thần làm việc mà còn khuyến khích sự cam kết lâu dài của nhân viên đối với tổ chức.

6. Lặp lại quy trình

Sau mỗi chu kỳ, quy trình thiết lập mục tiêu cần được lặp lại với các mục tiêu mới hoặc điều chỉnh các mục tiêu cũ. Doanh nghiệp luôn thay đổi, vì vậy, các mục tiêu cũng cần được điều chỉnh để phù hợp với tình hình thực tế và chiến lược dài hạn của công ty. Đây là quá trình phát triển liên tục, giúp tổ chức không ngừng tiến bộ và đạt được những kết quả ngày càng tốt hơn.

Bằng cách lặp lại quy trình này, tổ chức có thể đảm bảo rằng mọi hoạt động đều hướng về mục tiêu chung và mọi cá nhân trong tổ chức đều có cơ hội phát triển. Đây cũng là cách để tổ chức duy trì động lực cho nhân viên và tạo ra văn hóa làm việc với mục tiêu rõ ràng, có kế hoạch và định hướng chiến lược.

Bạn có thể thấy rằng quy trình MBOs của Peter Drucker không chỉ tập trung vào việc thiết lập mục tiêu mà còn tạo ra một hệ thống quản lý toàn diện giúp tổ chức liên tục điều chỉnh và phát triển. Các mục tiêu không chỉ là thước đo hiệu suất mà còn là phương tiện để thúc đẩy sự tham gia, động lực và cam kết của nhân viên trong việc đạt được thành công chung của tổ chức.

Thiết lập mục tiêu nhóm

Một công ty là tập hợp của các nhóm. Nhóm có thể hiểu là CEO và các Trưởng nhóm, hoặc Trưởng nhóm và các nhân viên. Vì vậy, ta sẽ bắt đầu quy trình thiết lập mục tiêu bằng việc lập mục tiêu nhóm.

Dựa trên quy trình và các nguyên tắc của Peter Drucker, ta có các bước để một nhóm (gồm một người quản lý nhóm và các thành viên) thiết lập mục tiêu cho từng thành viên như sau:

1. **Cả nhóm cùng xác định mục tiêu chung:** Đây là giai đoạn mà mọi thành viên trong nhóm đều phải nhận thức được lý do tồn tại và ý nghĩa của mục tiêu chung này. Trưởng nhóm có thể tổ chức một buổi thảo luận mở để mọi người có cơ hội đóng góp ý kiến, đảm bảo mục tiêu chung là kết quả của sự đồng thuận và không chỉ mang tính áp đặt từ cấp trên.

2. **Trưởng nhóm truyền thông mục tiêu và giải thích lý do lựa chọn mục tiêu:** Sau khi xác định được mục tiêu chung, trưởng nhóm cần đảm bảo rằng mục tiêu này được truyền đạt một cách rõ ràng, minh bạch. Trưởng nhóm không chỉ nói về "mục tiêu là gì" mà còn cần giải thích tại sao lại chọn mục tiêu đó và lý do nó quan trọng đối với nhóm.

3. **Các cá nhân xác định vai trò, trách nhiệm của mình với mục tiêu chung:** Mỗi thành viên sẽ tự mình xác định cách mà vai trò và nhiệm vụ của họ có thể đóng góp vào việc đạt được mục tiêu chung. Ở bước này, người lãnh đạo đóng vai trò khuyến khích các nhân viên tư duy về giá trị đóng góp của mình thay vì chỉ làm theo yêu cầu.

4. **Trưởng nhóm định hướng chiến lược và chia sẻ về "kỳ vọng":** Trưởng nhóm cần đưa ra hướng dẫn rõ ràng về cách thức để đạt được mục tiêu nhưng không chi tiết quá mức (điều này sẽ làm giảm sức sáng tạo của nhân viên). Thay vào đó, tập trung vào việc truyền đạt các kỳ vọng liên quan đến hiệu suất, trách nhiệm và sự phát triển cá nhân của từng thành viên.

5. **Nhân viên tự tạo mục tiêu cá nhân hỗ trợ mục tiêu chung:** Đây là bước quan trọng nhất. Mỗi nhân viên sẽ tự đặt ra mục tiêu cá nhân dựa trên vai trò và khả năng của mình, nhưng mục tiêu này phải rõ ràng, cụ thể và đủ thách thức. Sự tham gia chủ động vào quá trình này sẽ giúp tạo ra sự cam kết mạnh mẽ hơn.

6. **Thảo luận và đàm phán giữa trưởng nhóm và nhân viên về mục tiêu cá nhân:** Sau khi nhân viên tự thiết lập mục tiêu, cần có cuộc thảo luận 1:1 giữa trưởng nhóm và nhân viên để đảm bảo mục tiêu cá nhân không chỉ có tính khả thi mà còn phải phù hợp với mục tiêu chung của nhóm.

7. **Nhân viên tinh chỉnh mục tiêu và kết nối với đồng nghiệp:** Trong bước này, nhân viên sẽ tinh chỉnh lại mục tiêu của mình

nếu cần, dựa trên phản hồi từ trưởng nhóm và các đồng nghiệp khác để tạo ra sự liên kết chặt chẽ giữa các mục tiêu cá nhân và mục tiêu chung.

8. **Trưởng nhóm phê duyệt mục tiêu cá nhân:** Cuối cùng, mục tiêu cá nhân sẽ được trưởng nhóm phê duyệt, đảm bảo rằng mọi người đều có kế hoạch hành động cụ thể và rõ ràng.

9. **Lập kế hoạch hành động chi tiết:** Sau khi mục tiêu được thiết lập, nhân viên sẽ tự mình lập kế hoạch chi tiết cho việc thực hiện, trưởng nhóm sẽ đóng vai trò tư vấn và góp ý trong quá trình này để đảm bảo rằng kế hoạch hành động phù hợp và khả thi.

10. **Tương tác liên tục giữa các thành viên trong quá trình thực hiện mục tiêu:** Dù chưa phải bước thực hiện hoàn toàn, quá trình thiết lập mục tiêu cũng cần có sự tương tác giữa các thành viên để đảm bảo rằng mọi mục tiêu cá nhân được phối hợp một cách nhịp nhàng, hướng tới cùng một mục tiêu chung.

Với quy trình này, các nhân viên không chỉ thực hiện công việc một cách máy móc mà sẽ có trách nhiệm và sự tham gia tích cực vào việc đặt và hoàn thiện mục tiêu của mình. Sự cam kết sẽ cao hơn khi họ hiểu rõ vai trò của mình trong mục tiêu chung và có quyền tự chủ trong việc quyết định phương hướng đạt mục tiêu đó.

Bạn hoàn toàn có thể sử dụng quy trình trên vào việc thiết lập mục tiêu chung của công ty. "Nhóm" được nhắc đến trong quy trình sẽ tương đương với CEO và các trưởng nhóm.

Tuy nhiên, bạn có thể cần bổ sung một số hành động sau:

1. Thay vì chỉ lấy ý kiến về mục tiêu chung của công ty từ các trưởng nhóm, tôi thường hướng dẫn các công ty mà mình cố vấn tạo một khảo sát với câu hỏi để gửi tới toàn thể nhân viên: "Nếu bạn là CEO, theo bạn đâu là ba điều quan trọng mà công ty cần đạt được trong chu kỳ mục tiêu tiếp theo, giúp công ty đạt được mục tiêu

năm". Các ý kiến thu thập được sẽ là một phần đầu vào để giúp nhóm lãnh đạo thảo luận về các mục tiêu chung của công ty.

2. Khi lựa chọn mục tiêu chung của công ty, cần có sự cân bằng giữa các mục tiêu Duy trì (để công ty "sống" tốt trong hiện tại) và mục tiêu Phát triển (để công ty "sống" tốt trong tương lai). Các mục tiêu Duy trì thường liên quan đến doanh thu, lợi nhuận, mục tiêu Phát Triển thì liên quan đến đào tạo phát triển nhân sự, tối ưu quy trình làm việc, chăm sóc khách hàng…

3. Cũng cần phải thu hẹp các lựa chọn mục tiêu công ty lại còn từ 3 – 5 mục tiêu, tối ưu là 2 – 3 mục tiêu thôi. Chỉ lựa chọn những mục tiêu có tính cấp bách cao (gấp). Nếu điều nào quan trọng nhưng lại không gấp thì cần thiết lập mục tiêu liên quan nhưng gấp hơn (chia nhỏ mục tiêu tới khi có mục tiêu nhỏ được đánh giá là gấp).

4. Cũng cần xem xét các mục tiêu công ty có bị nghiêng quá về một khía cạnh nào đó không? Chẳng hạn cả ba mục tiêu đều liên quan đến tài chính, không có các mục tiêu khách hàng, quy trình hoạt động, phát triển con người thì sự phát triển của công ty sẽ bị "lệch". Trừ khi công ty gặp tình huống nguy cấp cần tập trung vào một khía cạnh nhất định, còn không thì bạn nên cân bằng các mục tiêu.

Ngoài ra nếu công ty có Sứ mệnh và các mục tiêu dài hạn, trung hạn thì câu hỏi khảo sát nhân viên (ở ý số 1) sẽ là: "Nếu bạn là CEO, theo bạn đâu là ba điều quan trọng mà công ty cần đạt được trong chu kỳ mục tiêu tiếp theo, giúp công ty đạt được mục tiêu năm, hướng tới các mục tiêu trung, dài hạn và giúp công ty thực hiện sứ mệnh".[1]

---

1. Nếu cần hướng dẫn cụ thể hơn về một buổi họp thiết lập mục tiêu giữa CEO và nhóm quản lý cấp cao, bạn có thể tham gia chương trình Cố vấn Quản trị Mục tiêu của tôi hoặc sử dụng "Bộ công cụ thực hành" của cuốn sách này được bán tại https://tochucvadamdong.john.vn/.

Những sai lầm phổ biến khi thiết lập mục tiêu nhóm

Dưới đây là những điểm sai phổ biến có thể xảy ra ở từng bước trong quy trình thiết lập mục tiêu nhóm mà bạn đã đề cập:

1. Cả nhóm cùng xác định mục tiêu chung:

- **Sai lầm phổ biến: Thiếu minh bạch.** Một số trưởng nhóm hoặc lãnh đạo có thể đã có sẵn mục tiêu nhưng không chia sẻ hoặc giải thích đủ rõ ràng cho cả nhóm (có thể họ đã phải nhận mục tiêu từ cấp trên). Họ chỉ đưa ra mục tiêu chung và kỳ vọng mọi người sẽ tuân theo, mà không tạo cơ hội để nhóm thực sự hiểu sâu và tham gia đóng góp.

- **Hệ quả:** Thiếu sự tham gia và cam kết từ nhân viên, họ cảm thấy mục tiêu chỉ là "áp đặt từ trên xuống".

2. Trưởng nhóm truyền thông mục tiêu, giải thích lý do lựa chọn mục tiêu:

- **Sai lầm phổ biến: Mục tiêu mơ hồ.** Lỗi này xảy ra rất phổ biến. Người quản lý thường nghĩ rằng mục tiêu đã đủ rõ ràng, nhưng trong phần lớn tình huống thì nhân viên không thấy như vậy. Ví dụ: mục tiêu là tăng trưởng mạnh mẽ X2. Nhân viên có thể hiểu là tăng doanh số, tăng số lượng khách hàng, nhưng thực sự điều mà người quản lý muốn là tăng lợi nhuận bán hàng. Hãy luôn cẩn trọng, nhân viên có thể hiểu mục tiêu theo nhiều cách khác nhau, chỉ là không giống… "ý sếp".

- **Hệ quả:** Nhân viên thực hiện công việc nhưng không tạo ra được kết quả đầu ra mà mục tiêu chung thực sự cần.

- **Sai lầm phổ biến: Giao tiếp không rõ ràng hoặc thiếu thông tin.** Trưởng nhóm thường chỉ truyền đạt mục tiêu mà không cung cấp đầy đủ thông tin tại sao mục tiêu này quan trọng, cũng như không giải thích ý nghĩa của việc đóng góp vào mục tiêu đó.

- **Hệ quả:** Nhân viên không hiểu lý do sâu xa đằng sau mục tiêu, dẫn đến thiếu sự cam kết hoặc chỉ làm việc theo kiểu đối phó.

3. Các cá nhân xác định vai trò, trách nhiệm của mình với mục tiêu chung:

Sai lầm phổ biến: Thiếu định hướng. Nhân viên có thể cảm thấy bối rối khi không được hỗ trợ đầy đủ để xác định vai trò và trách nhiệm của mình. Trưởng nhóm chỉ đưa ra mục tiêu chung mà không cung cấp hướng dẫn cụ thể cho từng cá nhân.

Hệ quả: Mục tiêu không rõ ràng dẫn đến việc nhân viên không biết làm gì để đóng góp vào mục tiêu chung, hoặc việc họ thực hiện không đúng trọng tâm. Điều này thường xuyên xảy ra khi công ty chỉ tập trung vào mục tiêu doanh thu, các trưởng bộ phận như hành chính, nhân sự, kế toán... cảm thấy khó khăn trong việc xác định vai trò của họ đối với mục tiêu chung.

4. Trưởng nhóm định hướng chiến lược và chia sẻ về "kỳ vọng":

- **Sai lầm phổ biến: Kỳ vọng không thực tế.** Trưởng nhóm có thể không xem xét đầy đủ khả năng của nhân viên và đặt ra kỳ vọng quá cao, hoặc ngược lại, kỳ vọng quá thấp khiến nhân viên không cảm thấy thách thức.

- **Hệ quả:** Kỳ vọng quá cao có thể khiến nhân viên áp lực và giảm động lực, trong khi kỳ vọng quá thấp lại làm họ thiếu sự hứng thú và cảm thấy công việc không có giá trị.

5. Nhân viên tự tạo mục tiêu cá nhân hỗ trợ mục tiêu chung:

- **Sai lầm phổ biến: Mục tiêu cá nhân không liên quan trực tiếp tới mục tiêu chung.** Nhân viên có thể tạo ra mục tiêu cá nhân dựa trên những gì họ nghĩ là quan trọng, nhưng thực chất không có liên hệ rõ ràng hoặc mạnh mẽ với mục tiêu chung.

- **Hệ quả:** Các mục tiêu cá nhân không đóng góp vào mục tiêu chung của tổ chức, dẫn đến việc hoạt động nhóm không đồng bộ.

6. Thảo luận và đàm phán giữa trưởng nhóm và nhân viên về mục tiêu cá nhân:

- **Sai lầm phổ biến: Thiếu sự trao đổi và đàm phán hiệu quả.** Một số trưởng nhóm có thể xem nhẹ bước này và chỉ đơn giản chấp nhận hoặc từ chối mục tiêu của nhân viên mà không thảo luận kỹ càng.

- **Hệ quả:** Nhân viên cảm thấy không được lắng nghe và thiếu sự linh hoạt trong việc điều chỉnh mục tiêu cá nhân để phù hợp với mục tiêu nhóm.

7. Nhân viên tinh chỉnh mục tiêu và kết nối với đồng nghiệp:

- **Sai lầm phổ biến: Thiếu sự cộng tác giữa các thành viên.** Các cá nhân có thể điều chỉnh mục tiêu mà không liên kết với nhau, gây ra sự phân mảnh và thiếu đồng bộ trong quá trình thực hiện.

- **Hệ quả:** Các mục tiêu không được tối ưu hóa để phù hợp với công việc của các thành viên khác trong nhóm, dẫn đến sự không hiệu quả trong quá trình làm việc. Ví dụ để tăng trưởng kinh doanh, bộ phận kinh doanh cần bổ sung rất nhiều nhân sự nhưng điều này không được thảo luận đầy đủ với bộ phận nhân sự và kế toán, khiến cho giai đoạn thực thi trở nên khó khăn. Nếu ngay từ đầu việc thảo luận được diễn ra, có thể bộ phận kinh doanh và CEO đã biết rằng năng lực tuyển dụng không đáp ứng được số lượng tuyển dụng cần thiết và ngân sách tuyển dụng cũng không dư dả để phân bổ ngay lập tức cho nhu cầu tuyển dụng.

8. Trưởng nhóm phê duyệt mục tiêu cá nhân:

- **Sai lầm phổ biến: Phê duyệt một cách qua loa hoặc hình thức.** Một số trưởng nhóm có thể chỉ ký duyệt mà không thực sự xem xét cẩn thận mục tiêu của từng nhân viên.

- **Hệ quả:** Các mục tiêu không có tính khả thi cao hoặc không thực sự phù hợp với mục tiêu chung của nhóm, dẫn đến việc mục tiêu không đạt được hoặc không có giá trị thực tế.

9. Nhân viên lập kế hoạch hành động chi tiết, trưởng nhóm góp ý:

- **Sai lầm phổ biến:** Trưởng nhóm can thiệp quá sâu, thậm chí lập hộ kế hoạch cho nhân viên.

- **Hệ quả:** Điều này làm mất đi tính chủ động của nhân viên và làm họ cảm thấy không có trách nhiệm với kế hoạch đã đề ra. Nhân viên không cảm thấy sở hữu hoặc cam kết với kế hoạch, dẫn đến việc thực hiện thiếu hiệu quả, và khả năng sáng tạo, cải tiến cũng bị hạn chế.

- **Sai lầm phổ biến:** Kế hoạch hành động không khả thi hoặc quá sơ sài. Nhân viên có thể không có đủ kỹ năng để lập kế hoạch chi tiết, trong khi trưởng nhóm có thể thiếu sót trong việc đưa ra các góp ý cụ thể.

- **Hệ quả:** Kế hoạch hành động không rõ ràng, dẫn đến việc thực hiện không hiệu quả và không đạt được mục tiêu.

10. Tương tác liên tục giữa các thành viên trong quá trình thực hiện mục tiêu:

- **Sai lầm phổ biến: Thiếu sự liên lạc liên tục.** Một số nhóm có thể thực hiện mục tiêu mà không duy trì liên lạc thường xuyên, dẫn đến việc thiếu thông tin hoặc không điều chỉnh kịp thời khi có vấn đề phát sinh.

- **Hệ quả:** Mục tiêu không đạt được hoặc bị trễ hạn do không phát hiện và khắc phục kịp thời các trở ngại.

Những lỗi phổ biến này thường xuất phát từ việc thiếu sự giao tiếp, tương tác và cam kết từ các bên liên quan trong quá trình thiết lập mục tiêu.

Câu chuyện về spa Hoa Đăng

Spa Hoa Đăng do CEO Lan điều hành từng là một spa thẩm mỹ có uy tín trong khu vực. Tuy nhiên, trong những tháng gần đây, doanh thu của spa đã sụt giảm nghiêm trọng, khiến CEO Lan cảm thấy cần thiết phải thay đổi chiến lược quản lý. Trong một cuộc họp toàn thể công ty, Lan tuyên bố rằng spa cần tăng doanh thu lên 30% trong vòng sáu tháng để duy trì hoạt động và lấy lại vị thế trên thị trường.

Thay vì tham khảo ý kiến từ các trưởng phòng và nhân viên, Lan tự mình đưa ra mục tiêu doanh thu và chỉ thị các phòng ban lập kế hoạch để đạt được mục tiêu này. Không có bất kỳ cuộc thảo luận nào về cách đạt được mục tiêu, lý do đằng sau quyết định này, hay việc các phòng ban sẽ phối hợp như thế nào.

Phòng Marketing nhận được chỉ thị tăng thêm 500 khách hàng mới bằng cách mở rộng chiến dịch quảng cáo trên Facebook và Instagram. Trưởng phòng Marketing ngay lập tức tăng gấp đôi ngân sách quảng cáo mà không xem xét đến chi phí và khả năng phục vụ thực tế của spa. Điều này khiến cho chi phí marketing tăng cao nhưng hiệu quả thu hút khách hàng không đạt được như mong đợi.

Phòng Dịch vụ, dưới sự quản lý của trưởng phòng Mai, được giao nhiệm vụ đảm bảo rằng tất cả khách hàng được phục vụ nhanh chóng. Tuy nhiên, do không có sự phối hợp với phòng Marketing, phòng Dịch vụ không đủ nhân lực để đáp ứng nhu cầu của lượng khách hàng tăng đột biến. Kết quả là, nhiều khách hàng phải chờ đợi quá lâu và chất lượng dịch vụ giảm sút, dẫn đến những phàn nàn từ khách hàng.

Phòng Chăm sóc khách hàng, thay vì cải thiện trải nghiệm dịch vụ, chỉ tập trung vào việc thu thập phản hồi mà không có kế hoạch cụ thể để giải quyết các vấn đề phát sinh. Nhân viên của phòng chỉ làm theo nhiệm vụ được giao mà không có sự sáng tạo hay đóng góp vào việc cải thiện dịch vụ thực tế.

Phòng Kế toán, do không hiểu rõ về chiến lược tăng doanh thu, thực hiện cắt giảm chi phí bằng cách giảm chi phí nguyên vật liệu. Điều này ảnh hưởng nghiêm trọng đến chất lượng dịch vụ, làm giảm trải nghiệm của khách hàng và dẫn đến sự sụt giảm trong số lượng khách hàng quay lại.

Sau ba tháng thực hiện, spa Hoa Đăng không những không đạt được mục tiêu tăng doanh thu mà còn mất đi nhiều khách hàng trung thành. Phản hồi tiêu cực từ khách hàng tràn ngập trên các trang mạng xã hội và uy tín của spa bị giảm sút trầm trọng.

Phân tích 10 sai lầm trong quá trình thiết lập và thực hiện mục tiêu

1. **Cả nhóm xác định mục tiêu chung:** CEO Lan tự mình đặt ra mục tiêu mà không tham khảo ý kiến từ các trưởng phòng hoặc nhân viên. Mục tiêu doanh thu 30% bị áp đặt mà không có sự tham gia của các phòng ban.

2. **Trưởng nhóm truyền thông mục tiêu và lý do lựa chọn mục tiêu:** Lan không giải thích rõ ràng lý do cần tăng doanh thu 30% hay các yếu tố chiến lược như xu hướng thị trường, cạnh tranh.

3. **Các cá nhân xác định vai trò, trách nhiệm của mình với mục tiêu chung:** Nhân viên không được làm rõ vai trò của mình trong việc đóng góp vào mục tiêu chung, dẫn đến sự thiếu kết nối giữa các phòng ban.

4. **Trưởng nhóm định hướng bằng cách chia sẻ về "chiến lược" và "kỳ vọng" với từng nhân viên:** CEO không đưa ra định hướng cụ thể về cách đạt được mục tiêu.

5. **Nhân viên tự tạo mục tiêu cá nhân:** Nhân viên không được trao quyền để tự đặt mục tiêu cá nhân, chỉ thực hiện các chỉ thị từ cấp trên.

6. **Trưởng nhóm và nhân viên thảo luận về mục tiêu của từng nhân viên:** Không có thảo luận chi tiết giữa CEO và các trưởng phòng về mục tiêu của từng nhân viên.

7. **Nhân viên tinh chỉnh mục tiêu, kết nối với đồng nghiệp:** Các phòng ban không kết nối với nhau khi điều chỉnh mục tiêu, dẫn đến sự thiếu đồng bộ trong hoạt động.

8. **Trưởng nhóm phê duyệt mục tiêu của nhân viên:** CEO Lan phê duyệt mục tiêu mà không đánh giá kỹ lưỡng tính khả thi.

9. **Nhân viên lập kế hoạch hành động chi tiết, trưởng nhóm góp ý:** Trưởng phòng Marketing lập kế hoạch quảng cáo quá lạc quan mà không có sự góp ý từ các phòng ban khác.

10. **Cả nhóm thực hiện mục tiêu, liên tục phản hồi, ghi nhận:** Không có sự kiểm tra và cập nhật thường xuyên từ CEO, dẫn đến việc các kế hoạch không được điều chỉnh kịp thời.

Tuyên ngôn dành cho Nhà quản lý

Phần tiếp theo sau đây, bạn nên in ra thành văn bản chính thức và chia sẻ với đội ngũ quản lý cấp trung của mình. Bạn cũng nên thường xuyên thảo luận với họ về những gì họ cần hiểu, về vai trò của quản lý cấp trung đối với sự thành công của hệ thống Quản trị Mục tiêu.

Bất kỳ doanh nghiệp kinh doanh nào cũng phải xây dựng một đội ngũ thực sự và gắn kết các nỗ lực cá nhân thành một nỗ lực chung.

Mỗi thành viên trong doanh nghiệp có đóng góp khác nhau nhưng đều phải đóng góp vì một mục tiêu chung. Tất cả nỗ lực của họ phải tiến về cùng một hướng và những đóng góp của họ phải phù hợp với nhau để tạo nên một tổng thể, không khoảng cách, không xích mích, không nỗ lực trùng lặp không cần thiết.

Vì vậy, hiệu quả kinh doanh đòi hỏi mỗi công việc phải hướng tới mục tiêu chung của toàn doanh nghiệp. Và đặc biệt, công việc của mỗi nhà quản lý phải được tập trung vào thành công chung. Kết quả công việc mà người quản lý mong đợi phải xuất phát từ mục tiêu hoạt động của doanh nghiệp, kết quả của anh ta phải được đo lường bằng sự đóng góp của anh ta vào sự thành công của doanh nghiệp.

(Peter Drucker)

Bất kỳ tổ chức nào cũng không thể hoạt động hiệu quả chỉ nhờ vào sự nỗ lực của một cá nhân. Tập thể phải hoạt động như một đội ngũ gắn kết, nơi mỗi thành viên đều có sự đóng góp vào mục tiêu chung. Vai trò của nhà quản lý cấp trung trở nên vô cùng quan trọng trong việc dẫn dắt đội nhóm, kết nối các nỗ lực cá nhân và đảm bảo chúng đều hướng về thành công chung của doanh nghiệp.

Nhà quản lý – Người giữ cầu nối giữa chiến lược và thực thi

Khi chúng ta nói về nhà quản lý, không chỉ dừng lại ở việc nhận chỉ đạo từ cấp trên và truyền đạt lại cho nhân viên. Công việc của một nhà quản lý đòi hỏi họ phải là cầu nối thực sự, không chỉ để thông tin mà còn điều chỉnh sao cho những mục tiêu từ trên xuống phù hợp với thực tế của đội ngũ.

Ví dụ: Khi CEO đặt mục tiêu tăng trưởng doanh thu 20%, nhà quản lý không chỉ dừng lại ở việc chia chỉ tiêu cho các thành viên trong đội mà còn phải nhìn nhận lại khả năng thực tế của đội ngũ mình: "Liệu đội ngũ có thể làm gì để đạt được mục tiêu này?" và "Làm thế nào để tối ưu hóa nguồn lực hiện có?"

Nhà quản lý phải là người hiểu rõ đội ngũ của mình và liên tục điều chỉnh cách thức làm việc, đề xuất những thay đổi nếu cần để đảm bảo kết quả không chỉ đến từ những nỗ lực đơn lẻ mà là sự hợp tác, phối hợp chặt chẽ giữa các phòng ban.

Tham gia vào quá trình xây dựng mục tiêu – Không chỉ nhận, mà phải đóng góp

Nhiều doanh nghiệp gặp vấn đề khi mục tiêu chỉ được áp đặt từ cấp trên, trong khi các nhà quản lý cấp trung không có tiếng nói trong quá trình thiết lập mục tiêu. Điều này dễ dẫn đến sự mâu thuẫn giữa mục tiêu chung và năng lực thực tế của các đội nhóm. Peter Drucker từng nhấn mạnh rằng sự tham gia của các cấp quản lý vào quá trình thiết lập mục tiêu là điều bắt buộc để đảm bảo sự kết nối và cam kết thực sự của mọi người trong doanh nghiệp.

Không có gì khó hiểu khi các trưởng phòng hay quản lý cấp trung cảm thấy thiếu trách nhiệm hoặc không cam kết với mục tiêu nếu họ không tham gia vào quá trình tạo ra nó. Bởi vậy, việc **nhà quản lý không chỉ nhận chỉ đạo mà còn đóng góp ý kiến** trong quá trình hoạch định là cực kỳ quan trọng. Họ không thể chỉ đơn thuần "làm theo", mà phải đặt câu hỏi: "Mục tiêu này có khả thi không? Đội ngũ của tôi cần làm gì để thực hiện nó một cách tốt nhất?"

Ví dụ: Một công ty đang đối mặt với áp lực cạnh tranh và quyết định tăng cường quảng bá sản phẩm. Nếu nhà quản lý phòng marketing không tham gia vào quá trình này, chiến lược quảng bá có thể không phản ánh được thực tế thị trường hoặc khả năng tiếp cận khách hàng mục tiêu của đội ngũ. Điều này không chỉ lãng phí nguồn lực mà còn tạo ra áp lực không cần thiết.

Chủ động trong việc gắn kết mục tiêu cá nhân với mục tiêu chung

Một nhà quản lý giỏi không chỉ hướng dẫn đội ngũ thực hiện mục tiêu mà còn giúp mỗi thành viên hiểu rõ vai trò của họ trong việc đạt được kết quả chung. Điều này đòi hỏi **sự kết nối giữa mục tiêu cá nhân và mục tiêu doanh nghiệp**. Khi nhân viên không thấy được sự liên quan giữa công việc hằng ngày của mình với mục tiêu của công ty, họ sẽ thiếu động lực và không có sự cam kết thực sự.

Nhiều nhà quản lý gặp khó khăn trong việc truyền tải thông điệp này đến đội ngũ. Câu hỏi quan trọng là: "Làm thế nào để công việc của từng nhân viên trở nên quan trọng hơn và có giá trị đối với mục tiêu chung của công ty?"

Ví dụ: Trong một dự án cải tiến quy trình làm việc tại một công ty dịch vụ, nhân viên phòng kế toán chỉ được yêu cầu cắt giảm chi phí mà không biết mục tiêu dài hạn của công ty là cải thiện dịch vụ khách hàng. Kết quả là họ cắt giảm những yếu tố quan trọng liên quan đến chất lượng dịch vụ, khiến khách hàng không hài lòng và ảnh hưởng trực tiếp đến doanh thu. Nếu nhà quản lý có sự tham gia tích cực và gắn kết mục tiêu cắt giảm chi phí với việc cải thiện trải nghiệm khách hàng, kết quả sẽ hoàn toàn khác.

Đảm nhận trách nhiệm về kết quả của đơn vị mình

Mỗi nhà quản lý đều có một **trách nhiệm cá nhân với kết quả công việc**. Điều này có nghĩa là, kết quả mà doanh nghiệp đạt được không thể chỉ đánh giá qua con số doanh thu, mà còn qua việc quản lý rủi ro, duy trì chất lượng và tối ưu hóa quy trình làm việc của đội ngũ.

Nhà quản lý không chỉ là người thực hiện nhiệm vụ mà còn phải đảm bảo kết quả đầu ra mang lại giá trị thực sự cho tổ chức. Không ít nhà quản lý chỉ "chạy theo chỉ tiêu" mà bỏ qua việc tối ưu hóa cách thức làm việc, dẫn đến sự lãng phí tài nguyên và không đạt được kết quả bền vững.

Ví dụ: Trong một công ty công nghệ, trưởng phòng phát triển sản phẩm chỉ tập trung vào việc ra mắt sản phẩm đúng hạn mà bỏ qua việc kiểm tra chất lượng. Kết quả là sản phẩm đến tay khách hàng nhưng đầy lỗi, dẫn đến việc phải thu hồi và sửa chữa, gây tốn kém cả về tiền bạc lẫn thời gian.

Kết nối và phối hợp giữa các phòng ban

Một trong những trách nhiệm quan trọng của nhà quản lý là **kết nối các nỗ lực cá nhân trong đội ngũ với nhau và với mục tiêu chung**. Đôi khi, nhà quản lý chỉ tập trung vào phòng ban của mình mà không tạo ra sự liên kết giữa các phòng ban khác trong doanh nghiệp. Điều này dẫn đến sự mất cân đối và làm giảm hiệu quả hoạt động chung.

Ví dụ: Một nhà quản lý phòng bán hàng có thể tập trung quá nhiều vào việc tăng doanh số mà không phối hợp với phòng chăm sóc khách hàng để đảm bảo dịch vụ sau bán hàng tốt. Điều này có thể giúp doanh số tăng trong ngắn hạn, nhưng về lâu dài lại khiến khách hàng không quay lại, gây ra tổn thất cho doanh nghiệp.

Nhà quản lý – Trụ cột của mục tiêu doanh nghiệp

Vai trò của nhà quản lý không chỉ dừng lại ở việc "quản lý" nhân viên mà còn là **người điều hướng**, **người điều phối** và **người kết nối** giữa mục tiêu cá nhân và mục tiêu của toàn doanh nghiệp. Để đạt được kết quả bền vững, nhà quản lý cần tham gia sâu vào quá trình xây dựng mục tiêu, đảm bảo sự phù hợp với thực tế của đội ngũ và liên tục theo dõi, điều chỉnh để tối ưu hóa kết quả.

Vai trò và nhiệm vụ của Nhà quản lý

> **MỌI NHÀ QUẢN LÝ NÊN THAM GIA CÓ TRÁCH NHIỆM VÀO VIỆC XÂY DỰNG CÁC MỤC TIÊU CỦA ĐƠN VỊ CẤP TRÊN, ĐỒNG THỜI ĐẢM NHẬN MỘT TRÁCH NHIỆM THỰC SỰ ĐÓNG GÓP GIÁ TRỊ VÀO CÁC MỤC TIÊU ĐÓ.**

– *Peter Drucker*

Trong cuốn sách *High Output Management* của Andrew Grove (Cố chủ tịch của Intel) có đưa ra khái niệm "Đòn bẩy quản lý". Và ông cũng nói rằng:

> **"THE OUTPUT OF A MANAGER IS THE OUTPUT OF THE ORGANIZATIONAL UNITS UNDER HIS OR HER SUPERVISION OR INFLUENCE." (HIỆU SUẤT CỦA MỘT NHÀ QUẢN LÝ CHÍNH LÀ HIỆU SUẤT CỦA NHỮNG ĐƠN VỊ MÀ NGƯỜI ĐÓ GIÁM SÁT HOẶC CÓ ẢNH HƯỞNG.)**

Người quản lý đóng vai trò rất quan trọng trong tổ chức, những công việc mà họ làm hằng ngày có tác động rất lớn tới kết quả đầu ra của tổ chức đó. Thực tế là hiệu quả của doanh nghiệp phụ thuộc hơn 50% vào nhóm quản lý cấp trung (trưởng nhóm). Người lãnh đạo có tài giỏi đến đâu nhưng nếu không có những người quản lý hiệu quả sẽ rất khó để biến những ý tưởng lớn thành hành động thực thi tuyệt vời của nhân viên.

Theo Andrew Grove, vai trò của một nhà quản lý trong ngày đó là nên thực hiện các công việc "đòn bẩy" cao bao gồm:

Ủy quyền và ra quyết định: Bản chất của một người trưởng nhóm khi được giao một nhóm để quản lý là họ đã được cấp trên ủy quyền để tạo ra kết quả với sự trợ giúp của những thành viên trong nhóm. Vì vậy, để làm tốt, bạn cần phải sử dụng được hết năng lực của nhóm bằng cách tiếp tục ủy quyền xuống nhân viên bên dưới và dành thời gian để đưa ra những quyết định quan trọng.

Thu thập và truyền thông tin: Bản thân người quản lý đóng vai trò trung gian giữa cấp trên cấp dưới và giữa các phòng ban và nắm giữ rất nhiều thông tin, nếu người quản lý không biết cách chia sẻ thông tin thì rất dễ khiến cho việc trao đổi thông tin trong tổ chức bị nghẽn lại và gây ra giảm hiệu quả của tổ chức. Vì vậy, công việc một nhà quản lý cần làm để tạo ra "đòn bẩy" cao đó là chăm chỉ thu thập và truyền thông tin. Việc thu thập thông tin có thể thực hiện bằng nhiều cách thông qua các cuộc họp, thông qua các báo cáo, hay đơn giản chỉ là những cuộc trò chuyện ngắn trong bữa ăn trưa cùng nhân viên.

Thúc đẩy và làm gương: Đây là một cặp đôi song hành mà người quản lý cần làm mỗi ngày. Chúng ta không thể chỉ liên tục thúc đẩy nhân viên mà không có sự làm gương. Cách thúc đẩy hiệu quả nhất chính là làm tốt những gì mình cần phải làm từ đó sẽ khiến cho nhân viên học hỏi và làm theo.

Chi tiết hơn, chúng ta có danh sách 10 nhiệm vụ của Nhà quản lý:

1. **Tham gia xây dựng mục tiêu chung:** Nhà quản lý phải tham gia vào quá trình thảo luận và xây dựng mục tiêu chung của công ty, đảm bảo rằng mục tiêu này có tính khả thi và phù hợp với chiến lược dài hạn của doanh nghiệp.

2. **Truyền đạt và giải thích mục tiêu chung:** Nhà quản lý cần truyền đạt rõ ràng mục tiêu chung tới nhân viên, giải thích lý do lựa chọn mục tiêu và tác động của nó đến tổ chức. Qua đó giúp nhân viên hiểu tầm quan trọng của mục tiêu và gắn kết hơn.

3. **Liên kết mục tiêu nhóm với mục tiêu tổ chức:** Đảm bảo rằng các mục tiêu của nhóm và từng thành viên đều hướng tới hỗ trợ mục tiêu chung của tổ chức, tạo ra sự nhất quán và đoàn kết trong nỗ lực làm việc.

4. **Hỗ trợ nhân viên thiết lập mục tiêu cá nhân:** Nhà quản lý giúp nhân viên thiết lập các mục tiêu cá nhân cụ thể, đo lường được, đảm bảo rằng chúng phù hợp với mục tiêu của nhóm và tổ chức.

5. **Đàm phán và thống nhất mục tiêu:** Sau khi nhân viên đề xuất các mục tiêu cá nhân, nhà quản lý cần thảo luận, đàm phán và điều chỉnh để đảm bảo rằng các mục tiêu này vừa thách thức vừa phù hợp với khả năng của từng nhân viên.

6. **Theo dõi tiến độ và điều chỉnh:** Nhà quản lý thường xuyên theo dõi tiến độ thực hiện mục tiêu của nhân viên và đội nhóm, đồng thời điều chỉnh kịp thời nếu có sự sai lệch hoặc gặp khó khăn trong quá trình thực hiện.

7. **Kết nối công việc giữa các phòng ban:** Nhà quản lý không chỉ tập trung vào nhóm của mình mà còn phải kết nối công việc với các phòng ban khác. Điều này đảm bảo sự phối hợp nhịp nhàng giữa các bộ phận để tránh sự lãng phí nguồn lực và trùng lặp không cần thiết.

8. **Họp định kỳ để rà soát mục tiêu:** Nhà quản lý cần tổ chức các cuộc họp định kỳ để rà soát lại tiến độ thực hiện các mục tiêu, giải quyết các vấn đề phát sinh và kịp thời điều chỉnh chiến lược nếu cần thiết.

9. **Phản hồi thường xuyên và kịp thời:** Nhà quản lý nên cung cấp phản hồi liên tục cho nhân viên về hiệu suất của họ, giúp họ điều chỉnh kế hoạch hành động khi cần thiết để đạt được mục tiêu.

10. **Ghi nhận thành tựu và khen thưởng:** Nhà quản lý phải luôn ghi nhận và khen thưởng các thành tích đạt được, từ đó động viên nhân viên duy trì sự cố gắng và cam kết với mục tiêu của nhóm và tổ chức.

LÀM THẾ NÀO ĐỂ ĐẠT ĐƯỢC CÁC MỤC TIÊU?

Một vấn đề mà 100% các nhà quản lý, CEO đều quan tâm là sau khi cả công ty đã có mục tiêu thì… làm thế nào để nhân viên có tinh thần cam kết cao để đạt được mục tiêu? Đến chỗ này, hãy chú ý "tiếng nói nhỏ trong đầu", bạn lại đang lo lắng về nhân viên rồi đấy.

Bàn về cam kết – Sếp chả hiểu gì về "cam kết"

Chúng ta thường ca thán rằng nhân viên không cam kết, nhưng thực sự chúng ta chẳng hiểu đúng về cam kết

"Mày làm việc thế mà được à, không hề cam kết. Anh không thể làm việc với mày kiểu này được. Đi ra!!" Tôi đã thường xuyên quát lên như thế trong phòng làm việc của mình, mỗi khi gọi một nhân viên vào họp. Mãi sau này, tôi mới biết, mình đã sai hoàn toàn!

Nhiều năm trước, tôi từng gom được một "lực lượng chiến binh" rất chất lượng, gọi là "Chùm chìa khóa" (Key Persons). Chùm chìa khóa là 15 trưởng phòng cực kỳ tài năng, có chuyên môn cao và khả năng làm việc độc lập tốt. Nhưng rồi họ lần lượt rời bỏ công ty. Đã một thời gian dài tôi tự hỏi mình *"công ty tốt như vậy, tại sao anh em tài năng lại ra đi?"*. Người ta thường nói *"**Nhân viên rời bỏ Sếp chứ không phải rời bỏ công ty**"*, tôi không nghĩ rằng mình tệ đến thế.

Có một cậu nhân viên tên Nam, là trưởng phòng phụ trách kỹ thuật, đã làm ở công ty năm năm có lẻ. Trong buổi nói chuyện cuối cùng (sau rất nhiều buổi nói chuyện đã diễn ra trước đó), tôi nói thế này: *"Em và anh, mỗi người đều giỏi. Nhưng em ở lại thì công ty trục trặc, mà em cũng không phát triển được. Anh tin rằng nếu em rời đi, cả hai đều sẽ tốt".*

Và đúng là tốt thật, bộ phận kỹ thuật mà Nam phụ trách đã làm việc tốt hơn, còn Nam cũng có công việc thu nhập cao hơn, chỉ một thời gian ngắn sau khi nghỉ. Tôi biết chắc rằng Nam có năng lực, có nỗ lực, hoàn toàn không phải là người muốn bản thân mình không có đóng góp.

Nhưng Nam trong mắt tôi là một người không cam kết, luôn nhận việc nhưng không chủ động làm và thường xuyên trễ hẹn.

Và giờ thì tôi biết là tại sao!

Chúng ta thường giao việc cho nhân viên, sau đó kỳ vọng rằng nhân viên sẽ thực hiện công việc đó một cách chính xác, đúng thời hạn. **Chúng ta gọi đó là Cam kết.** Còn Sếp thì ... không cần làm gì cả.

> ## DUY TRÌ CAM KẾT
>
> ## THỰC HIỆN CÔNG VIỆC

"Em là người lớn. Em phải chủ động và cam kết chứ lại còn bắt tôi phải giục à. Thế tôi tự làm cho xong." – Sếp thường nói vậy.

Kết quả là gì?

Sếp thường xuyên nhận lại một kết quả không như mong muốn và tất nhiên, cả việc trễ hẹn nữa. Không những thế, có vẻ như công việc luôn được thực hiện theo một quy trình nhất quán: Nhận – Bỏ bê – Cuống cuồng làm – Thất bại. Đó chính xác là biểu hiện của một NHÂN VIÊN KHÔNG CAM KẾT.

Xung quanh chúng ta có vẻ như đầy rẫy những nhân viên như vậy! Thật lòng tôi cũng không biết phải làm sao. Tôi đã đánh mất gần như toàn bộ "Chùm chìa khóa" của mình. Và rõ ràng họ là những người tài năng, mỗi người rời đi lại phát triển hơn, rất nhiều.

Bằng đi một thời gian, khi công ty gần như sụp đổ vì mất kiểm soát trong điều hành, cho dù vẫn đang trên đà phát triển tốt, tôi đã đưa ra một quyết định chính xác: **ứng dụng OKRs**. (Tuy nhiên, điều mà tôi muốn kể với các bạn lại không phải là OKRs.)

Quý đầu tiên khi áp dụng phương pháp quản trị mới, tôi bắt đầu có cảm giác mình dần nhận thức rõ hơn về công ty của mình. Tuy nhiên, vẫn chưa thực sự rõ ràng. Nhận thức đó đến từ việc hình như, hình như các Quản lý của tôi có vẻ như bám sát mục tiêu, công việc hơn lúc trước. Tôi có năm quản lý cấp cao (gọi là Ban giám đốc). Sau thời kỳ Chùm chìa khóa, thì năm người này là đội ngũ quản lý giai đoạn tiếp theo, những người còn ở lại! Tôi nghĩ rằng bản thân họ là những người Cam kết hơn so với những người đã rời đi. Vì vậy, công việc có vẻ tốt hơn.

Quý thứ hai áp dụng OKRs, nhận thức về sự rõ ràng trong công việc tiến lên một nấc cao hơn hẳn: **tôi biết mọi thứ về công ty mình, những gì đang mạnh và những ngóc ngách còn đang yếu**. Không chỉ năm thành viên ban giám đốc, cả công ty dường như trở thành một tập thể toàn những con người Cam kết. Sự thay đổi này thực sự rất kỳ lạ với tôi. Và tôi bắt đầu ngấm ngầm tìm hiểu về điều này.

Bí mật đầu tiên của nhân viên cam kết: CON MẮT CỦA QUỶ

Trong khung Quản trị Mục tiêu OKRs, check-in là một loại kỷ luật/ hoạt động không thể thiếu. Hằng tuần, cấp dưới và cấp trên trực tiếp sẽ gặp nhau để trò chuyện về mục tiêu của người cấp dưới. Trong buổi trò chuyện 1:1 đó, tất cả thông tin về mục tiêu và công việc thực hiện để đạt mục tiêu được trao đổi kỹ lưỡng, không việc gì bị bỏ sót quá lâu. Việc bỏ quên công việc là rất hiếm hoi.

Suy nghĩ kỹ lưỡng, tôi nhận ra cách mà mình và nhân viên thường làm lúc trước là:

QUY TRÌNH THỰC HIỆN DỰ ÁN

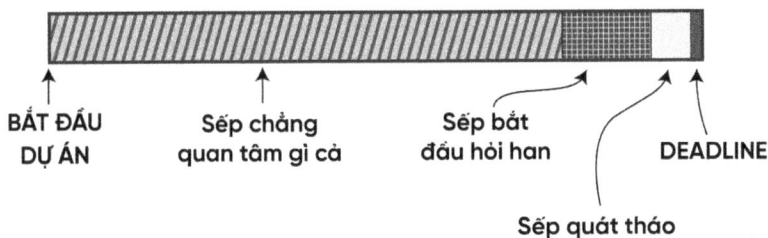

BẮT ĐẦU DỰ ÁN — Sếp chẳng quan tâm gì cả — Sếp bắt đầu hỏi han — DEADLINE

Sếp quát tháo

Chúng ta là sếp, là người có quyền lực. Và điều mà chúng ta thường làm là … **chẳng bao giờ đổ lỗi về mình cả.** Trên thực tế, một mục tiêu, một dự án gần như không bao giờ là một quá trình bằng phẳng. Luôn có những rắc rối xảy ra trên cả chặng đường dài. Sếp ở đâu trên chặng đường đó? Hay chỉ có một mình nhân viên với mớ công việc hỗn độn đầy rủi ro?

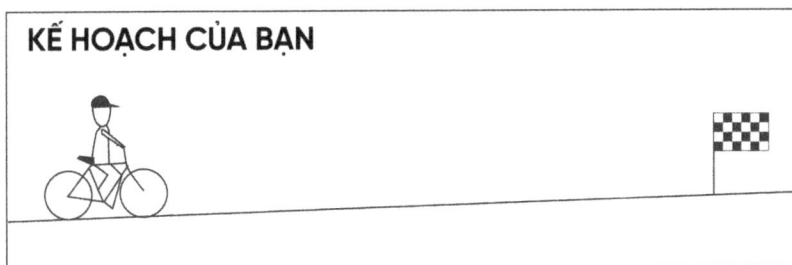

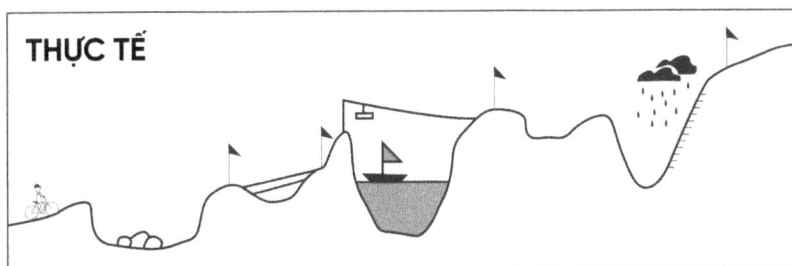

KẾ HOẠCH CỦA BẠN

THỰC TẾ

Việc check-in hằng tuần với từng thành viên Ban Giám đốc đã biến tôi trở thành một phần trong mỗi bước đi công việc của họ.

QUY TRÌNH THỰC HIỆN DỰ ÁN

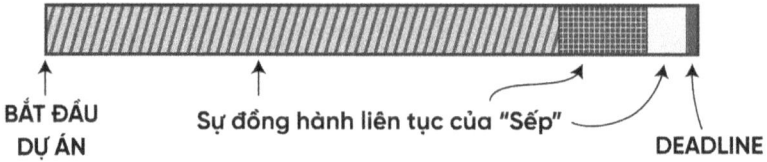

BẮT ĐẦU DỰ ÁN

Sự đồng hành liên tục của "Sếp"

DEADLINE

Nhớ lại cách làm việc của mình với Nam, tôi cho rằng mình đã vô trách nhiệm trong vai trò làm Sếp. Mỗi mục tiêu hay công việc giao đi, tôi thường không sát sao. Có lẽ tôi đã không thực hiện việc "ủy quyền" một cách đúng đắn mà chỉ đang đẩy trách nhiệm của bản thân đi thôi.

Hóa ra, sự cam kết không nên chỉ đến từ một phía. **Giám sát – Cam kết là một cặp bài trùng.**

Tại sao tôi lại đặt tên "Con mắt của quỷ", hãy đọc tiếp!

Bí mật thứ hai của nhân viên cam kết: GIAO KẾT VỚI QUỶ

Nào, bạn có nhớ rằng trong các bộ phim phương Tây, khi nào thì một con quỷ (thậm chí là chúa quỷ) có thể hại con người không? **Chỉ khi một Giao Kết được thiết lập!**

Một con Quỷ chẳng thể làm gì chúng ta nếu chúng ta không có giao kèo nào với chúng. **Nhưng Sếp thì khác!** Sếp thường yêu cầu nhân viên thực hiện một mục tiêu, một công việc mà không quan tâm đến việc liệu người nhân viên đó có muốn làm chúng hay không.

Sếp còn ác hơn một con quỷ!

Trong quá trình nghiên cứu sâu hơn về OKRs, tôi đã lần mò ra được những lý thuyết quản trị "cổ xưa". Và một trong những lý thuyết tôi thích nhất là "Locke's Goal Setting Theory of Motivation" (Lý thuyết Thiết lập Mục tiêu của Locke).

Lý thuyết Thiết lập Mục tiêu của Locke
1. Rõ ràng (Clarity)
2. Thử thách (Challenge)
3. Cam kết (Commitment)
4. Phản hồi (Feedback)
5. Độ phức tạp của nhiệm vụ (Task complexity)

Thuyết này khá phức tạp, không đơn giản như hình. Vì vậy, ở chương này tôi chỉ nói tới ý chính liên quan đến bài này: **Cam kết (Commitment).**

Phát hiện của Locke cho rằng: *Khi bạn đặt ra và cam kết với các mục tiêu cụ thể và thách thức đồng thời nhận được phản hồi thường xuyên về tiến độ thì năng suất và động lực (nội vi) của bạn sẽ tăng lên*

Hãy chú ý: "Khi bạn đặt ra và cam kết" chứ không phải: "Sếp đưa cho bạn và bạn phải cam kết". Khi tìm ra được ý nghĩa này, tôi đã gần như vỡ òa. Eureka, mình hiểu rồi!

Bạn có nhớ hồi nhỏ, khi chúng ta bị bắt làm theo yêu cầu của bố mẹ, thầy cô giáo, cảm xúc của chúng ta thế nào không? Miễn cưỡng làm với tâm trạng không vui và chúng ta chẳng thích mấy việc bị bắt làm chút nào. Chúng ta đã không có **SỰ CAM KẾT** ngay từ đầu.

Quay trở lại câu chuyện GIAO KẾT VỚI QUỶ. Một người hoàn toàn không phải chịu bất kỳ trách nhiệm nào cho tới khi anh ta ký vào tờ hợp đồng với con quỷ. CAM KẾT chỉ được thiết lập và trở nên cực kỳ mạnh mẽ nếu nó xuất phát từ chính bản thân chúng ta, không phải ai khác, càng không phải từ sếp. Một lần nữa, tôi đã làm sai với Nam và với bất kỳ nhân viên nào của mình. Tôi đã sử dụng quyền lực của mình và giao cho họ những thứ mà tôi nghĩ rằng cần phải làm.

Theo trí nhớ của tôi, nhân viên của mình chưa từng một lần được tự chủ thiết lập mục tiêu của chính họ. Vì vậy, bí mật thứ hai để tạo ra sự cam kết mạnh mẽ là: **Chủ sở hữu Mục tiêu thiết lập cam kết NGAY TỪ ĐẦU.**

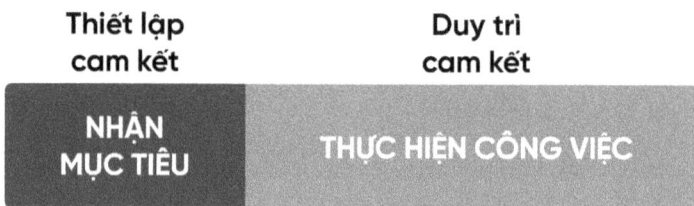

Thiết lập cam kết	Duy trì cam kết
NHẬN MỤC TIÊU	**THỰC HIỆN CÔNG VIỆC**

Đến đây thì tôi đã hiểu tại sao khi áp dụng OKRs, nhân viên của mình lại trở nên cam kết hơn lúc trước. Đối với OKRs, mục tiêu và các kết quả chính được tạo ra bởi chính chủ sở hữu chứ không phải được giao từ cấp trên (thác đổ) như các phương pháp quản trị mục tiêu thông thường. Rõ ràng, khi sử dụng OKRs, mỗi nhân viên của tôi đã thiết lập được sự cam kết ngay từ đầu.

Sự cam kết với bản thân còn mạnh hơn với Quỷ, và chắc chắn là mạnh hơn cả với Sếp

Bí mật thứ ba của nhân viên cam kết: KHÔNG BÁN LINH HỒN

Sau khi giao kết với quỷ, nếu bạn vi phạm "giao kết" hoặc đã hoàn thành "ước muốn", điều gì sẽ xảy ra tiếp theo? Bạn sẽ bị con quỷ lấy mất linh hồn! Thường thì các bộ phim sẽ có khúc gần cuối như vậy. Nhưng đến cuối phim, hầu như là con quỷ sẽ thua và nhân vật chính thoát khỏi giao kết một cách rất … không công bằng với con quỷ. Thật bất công! Khi bạn giao kết, bạn phải bán linh hồn theo thoả thuận, như vậy mới công bằng.

Tuy nhiên, cuộc đời không như phim. Chúng ta nhận mục tiêu và cam kết với mục tiêu, nghĩa là chúng ta đang cam kết với chính bản thân mình, không có con quỷ nào cả. Cho dù kết quả có như thế nào, mỗi người phải tự nhận trách nhiệm về kết quả cuối cùng. Chỉ có bạn mới có quyền đánh giá, phán xét bản thân mình, không phải sếp, không phải con quỷ hay bất kỳ ai khác.

Khi bạn đổ lỗi cho các yếu tố bên ngoài, bạn đang phản bội chính mình, đó là hành động BÁN ĐI LINH HỒN.

Thiết lập cam kết	Duy trì cam kết	Nhận trách nhiệm
NHẬN MỤC TIÊU	THỰC HIỆN CÔNG VIỆC	TỔNG KẾT MỤC TIÊU

Bây giờ, xin hỏi các sếp: Đã có bao nhiêu cuộc nói chuyện cuối chu kỳ mà nhân viên của bạn tìm cách thoái thác trách nhiệm của họ đối với sự thất bại của mục tiêu? Hầu hết, hầu hết chúng ta, những người làm sếp, để cho điều đó xảy ra.

Việc chúng ta cảm thấy "thương" nhân viên và không nỡ chỉ ra điều bất hợp lý trong việc không dũng cảm nhận lấy trách nhiệm, hóa ra lại là một hành động sai lầm. Điều đó chẳng giúp gì cho nhân viên của chúng ta cả.

Sự cam kết với mục tiêu, phải đồng thời diễn ra ở ba giai đoạn: Nhận mục tiêu – Thực hiện mục tiêu – Tổng kết mục tiêu.

Bí mật thứ tư của nhân viên cam kết: SẾP CÒN TỆ HƠN QUỶ

Cho dù phần lớn sự cam kết cần đến từ người sở hữu mục tiêu nhưng sẽ chẳng có ai thực hiện cam kết nếu không có sự xuất hiện của QUỶ. Tuy nhiên, điều đó vẫn chưa đủ. Vai trò của Quỷ là chứng kiến sự cam kết, theo dõi sự cam kết và ép buộc thực thi điều đã cam kết.

Tôi từng cho rằng cam kết nghĩa là khi bạn nói, thì bạn phải làm. Chắc các sếp cũng nghĩ thế. Bây giờ xin hỏi các sếp, đã có bao nhiêu cam kết của bản thân chúng ta tự đặt ra sau đó từ bỏ?

- Chúng ta quyết tâm bỏ thuốc, n lần!

- Chúng ta quyết tâm tập thể thao, n lần!

- Chúng ta quyết tâm dậy sớm, n lần!

- Chúng ta quyết tâm tăng cân/giảm cân, n lần!

Một sự thực ít khi được chú ý: **thực hiện Cam kết là điều khó khăn với bất kỳ ai**. Nhất là khi chúng ta chỉ có một mình. Nếu sếp chỉ đơn giản là quăng cho nhân viên một mục tiêu hay công việc và nghĩ rằng nhân viên sẽ phải có trách nhiệm hoàn thành chúng mà không có sự hỗ trợ nào từ sếp, thì đó là sự vô trách nhiệm. Sếp còn không bằng con Quỷ, kém hơn một con Quỷ, tệ hơn một con Quỷ.

Nhân viên của chúng ta, cần chúng ta giúp đỡ, để trở thành một người cam kết đáng ngưỡng mộ trong công ty.

Thiết lập cam kết	Duy trì cam kết	Nhận trách nhiệm
NHẬN MỤC TIÊU	THỰC HIỆN CÔNG VIỆC	**TỔNG KẾT MỤC TIÊU**
Uỷ quyền	Thúc đẩy cam kết	Khách quan

Câu chuyện về "Nhân viên Cam kết" không bao giờ là câu chuyện một phía, một chiều. Luôn có mệnh đề song song: Sếp và Nhân viên. Sếp cần biết cách/kỹ thuật **Ủy quyền**, sếp cần có trách nhiệm **giám sát/ thúc đẩy/tạo động lực** và cuối cùng sếp cần **công tâm/khách quan** trước trách nhiệm của nhân viên với kết quả cuối cùng.

Có lẽ nếu được làm lại, tôi sẽ giữ được Chùm chìa khóa của mình! Nhưng không sao, vì bây giờ trong tay tôi là các "Sếp" tốt hơn con Quỷ và nhân viên thì là những người "Giao kết" chuyên nghiệp.

Các kỹ năng cần thiết của Nhà quản lý và nhân viên

Hiểu đúng về ủy quyền

Như đã nói ở phần trước, một trong ba công việc quan trọng trong đòn bẩy quản lý đó là Ủy quyền và ra quyết định. Vậy làm thế nào để nhà quản lý có thể ủy quyền được một cách hiệu quả? Trước hết cần tìm hiểu "Ủy quyền" nghĩa là gì.

Ủy quyền là việc giao quyền cho người khác để thực hiện các hoạt động cụ thể. Đó là quá trình phân phối và giao phó công việc, nhà quản lý quyết định công việc nào họ nên tự làm và công việc nào nên được giao cho người khác hoàn thành.

Ủy quyền bao gồm việc chuyển trách nhiệm dự án cho các thành viên trong nhóm, tạo cơ hội cho họ hoàn thiện sản phẩm công việc một cách hiệu quả, với sự can thiệp tối thiểu.

Khi một nhà quản lý biết cách ủy quyền hiệu quả không chỉ mang lại lợi ích cho việc tăng năng suất ngay lập tức mà còn cho phép họ phát triển nhân sự để có thể sẵn sàng thăng tiến vào các vai trò cao hơn trong tương lai.

Khi được trao quyền, các thành viên trong nhóm sẽ hoạt động hiệu quả hơn vì họ nhận được sự tin cậy, được đối xử một cách đàng hoàng và tôn trọng từ người quản lý. Theo Tháp nhu cầu Maslow, "Được tôn trọng" là nhu cầu cao thứ hai chỉ sau "Khẳng định bản thân". Điều này cho thấy rằng khi một người được tin tưởng và trao quyền, họ sẽ có động lực làm việc mạnh mẽ để thực hiện bất kỳ nhiệm vụ thách thức nào.

Tuy nhiên, ủy quyền không có nghĩa là bạn sẽ giao toàn bộ trách nhiệm cho người khác, trách nhiệm đối với kết quả công việc vẫn phải thuộc về người đã ủy quyền. Tùy vào tính chất và phạm vi công việc mà bạn có thể lựa chọn ủy quyền một phần hay ủy quyền toàn bộ, nhưng bạn vẫn cần phải giám sát theo dõi về kết quả công việc.

7 CẤP ĐỘ ỦY QUYỀN

TRAO QUYỀN
Bạn trao quyền ra quyết định cho nhân viên. Thậm chí, bạn không muốn nghe về những chi tiết cụ thể vốn chỉ làm đau đầu bạn.

THÔNG BÁO
Bạn ra quyết định và bạn có thể giải thích động cơ của mình với nhân viên. Bạn không muốn hoặc không cần thảo luận.

HỎI HAN
Trước hết, hãy để nhân viên tự quyết định. Sau cùng, bạn đề nghị họ thuyết phục bạn rằng quyết định của họ là sáng suốt.

THUYẾT PHỤC
Bạn ra quyết định và nỗ lực thuyết phục nhân viên rằng bạn đúng. Bạn giúp họ cảm thấy họ được tham gia vào quyết định này.

TRAO ĐỔI
Trước tiên, bạn hỏi thông tin đầu vào từ nhân viên, bạn cân nhắc chúng trước khi ra một quyết định tôn trọng ý kiến của mọi người.

TƯ VẤN
Bạn nêu quan điểm và hy vọng nhân viên sẽ lắng nghe những lời khuyên đó, nhưng quyết định là ở họ.

THỐNG NHẤT
Bạn tham gia thảo luận với tất cả mọi người, và cuối cùng cả nhóm đồng thuận về quyết định cuối cùng.

Có một số nguyên tắc rất cần thiết để hiểu và thực hiện quy trình ủy quyền bao gồm:

1. Nguyên tắc kết quả mong đợi

Quyền hạn được giao cho một cá nhân cấp dưới cần phải đầy đủ để đảm bảo khả năng của họ trong việc hoàn thành các kết quả của nhiệm vụ. Trước khi ủy quyền, người quản lý cần biết mục đích của việc ủy quyền đó và kết quả mà họ mong đợi từ việc ủy quyền. Điều này có nghĩa là các mục tiêu, tiêu chuẩn thực hiện và các tiêu chí cần được vạch ra rõ ràng.

2. Nguyên tắc ngang bằng về quyền hạn và trách nhiệm

Quyền hạn và trách nhiệm phải cùng tồn tại và song hành với nhau. Điều này có nghĩa rằng quyền hạn được giao cho nhân viên phải nhất quán và ngang bằng với trách nhiệm của họ.

"Trách nhiệm mà không có thẩm quyền là vô nghĩa."

3. Nguyên tắc tuyệt đối về trách nhiệm

Không thể ủy thác trách nhiệm, cấp trên không thể từ bỏ trách nhiệm đối với các nhiệm vụ và hoạt động được giao cho cấp dưới.

"Ủy quyền mà không kèm giám sát là … thoái vị."

4. Nguyên tắc thống nhất của lệnh

Nhân viên chỉ nên có một người giám sát, người mà họ báo cáo, được cấp quyền và nhận lệnh từ đó.

5. Nguyên tắc vô hướng

Cần có các đường phân cấp rõ ràng và chính thức trong một tổ chức. Hệ thống phân cấp này phản ánh dòng chảy của quyền hạn và trách nhiệm. Nó vạch ra rõ ràng mỗi người phải chịu trách nhiệm trước ai.

6. Nguyên tắc ngoại lệ

Nhân viên phải được hoàn toàn tự do để hoàn thành trách nhiệm của họ trong phạm vi quyền hạn. Do đó, các nhà quản lý nên hạn chế can thiệp vào công việc hằng ngày của cấp dưới, ngay cả khi có những sai sót nhỏ xảy ra. Trong một số trường hợp đặc biệt, các nhà quản lý có thể rút lại quyền hạn được giao cho cấp dưới.

Bảy bước giao việc hiệu quả

Chúng ta vừa tìm hiểu về ủy quyền và hiểu được rằng ủy quyền là việc một nhà quản lý trao trách nhiệm thực hiện công việc, trao quyền lực và tạo cơ hội để nhân viên hoàn thành một cách hiệu quả như kết quả đầu ra mà người quản lý mong muốn.

Tuy nhiên, giao việc không phải là chỉ "quẳng trách nhiệm" cho nhân viên, yêu cầu họ làm những công việc được chỉ định. Giao việc hiệu quả là chúng ta ủy thác một kết quả cần đạt được và cần tạo ra một trách nhiệm giải trình về kết quả cho người được ủy thác.

Để giúp cho việc giao việc được dễ dàng, hiệu quả và xây dựng được sự tự tin, tận tụy cũng như lòng tin cậy ở nhân viên, Bob Johnson (nhà đào tạo quản lý toàn cầu) đã đưa ra công thức bảy bước giao việc hiệu quả như sau:

Bước 1: Thuyết phục

Bước đầu tiên trong quy trình giao việc hiệu quả này là suy nghĩ tường tận và hoạch định cách mà chúng ta sẽ thuyết phục người được giao việc về những gì họ sẽ đạt được khi hoàn thành nhiệm vụ.

Nói cách khác, nếu bạn sẵn sàng ủy thác cho ai đó một dự án quan trọng, thì:

- Phần nào của dự án là dành cho họ?

- Họ sẽ đạt được lợi ích gì khi đã hoàn thành được công việc?

- Liệu nó có ích gì cho họ trên con đường sự nghiệp?

- Nó có giúp họ thăng tiến không?

- Nó có giúp họ trong việc chuẩn bị kỹ năng, kinh nghiệm cho một vị trí trong tương lai không?

Bước 2: Xác định kết quả

Khi bạn gọi người đó vào và bắt đầu cuộc nói chuyện, bạn phải xác định rõ ràng các kết quả cần đạt được. Đừng bao giờ bắt đầu bằng cách nói cho họ phải làm công việc này như thế nào. Hãy chú tâm vào kết quả cuối cùng!

Để giao việc hiệu quả, hãy vẽ cho họ bức tranh về dự án khi đã thực hiện thành công, nó sẽ trông thế nào? Và chúng ta sẽ thu được những kết quả gì? Tiếp theo, bạn cần giải thích chi tiết về những gì liên quan. Hãy chắc chắn rằng lời giải thích của bạn mô tả rõ ràng kết quả sẽ như thế nào và bao gồm ước tính khoảng thời gian cần thiết để thực hiện công việc cũng như ai sẽ là người liên quan, hỗ trợ.

Nếu một người khác được phân công để được hướng dẫn, hãy đảm bảo người đó được biết tới cuộc trò chuyện.

Yêu cầu nhân viên của bạn mô tả lại công việc được giao, nhắc lại các kết quả cần có để đảm bảo cả hai bạn cùng hiểu đúng về vấn đề đang trao đổi.

Bước 3: Giới hạn

Tiếp theo, bạn phải xác định rõ ràng các phạm vi hoạt động giới hạn của họ khi bắt tay vào dự án. Họ sẽ có được những quyền quyết định nào, những điều nào cần sự cố vấn của bạn.

Bước 4: Tiêu chuẩn

Bạn phải xác định rõ ràng các quy tắc, tiêu chuẩn thực thi công việc và chắc chắn rằng người được giao việc đã hiểu rõ chúng. Đó là một tập hợp các điều kiện cụ thể và có thể đo lường. Bạn cần thảo luận những tiêu chuẩn thực thi đó với người bạn sẽ ủy nhiệm.

Bước 5: Tin nhiệm

Câu hỏi đặt ra là bạn sẽ nỗ lực hơn để kế hoạch của bạn hay kế hoạch của người khác thành công? Tất nhiên là kế hoạch của chính bạn! Bạn sẽ nỗ lực hết mình để kế hoạch của chính mình thành công, không phải là kế hoạch của người khác.

Mặc dù bạn với vai trò là người quản lý có thể có một phương pháp tuyệt vời để hoàn thành công việc, điều đó không có nghĩa đó là cách duy nhất. Phương pháp của bạn có thể không thực sự tốt theo cách người khác nghĩ. Bắt nhân viên làm ngay theo kế hoạch, giải pháp mà bạn nghĩ rằng đúng, bạn đang đẩy nhân viên của bạn vào thế bị động, họ có thể cảm thấy thất vọng và bối rối. Thay vào đó hãy cho nhân viên thời gian để tự tạo ra kế hoạch, quy trình hoặc phương pháp riêng của mình nếu có thể. Theo thời gian, nhân viên sẽ có thể tinh chỉnh nó và làm cho quá trình hiệu quả hơn.

Bước 6: Thảo luận

Sau khi người nhân viên đã tự lên được kế hoạch thực hiện công việc, bạn có thể bắt đầu ngồi xuống và cùng suy nghĩ một cách sáng tạo với họ và xem làm cách nào người nhân viên có thể gặt hái được thành công ngay từ lúc bắt đầu dự án và tạo cho nó một bước khởi đầu thần tốc.

Hãy đưa ra những ý kiến, gợi ý hữu ích và động não suy nghĩ cùng với nhân viên của bạn. Bạn có thể dẫn dắt suy nghĩ của nhân viên bằng cách đặt ra những câu hỏi để giúp họ tự tìm ra câu trả lời chính xác và điều chỉnh kế hoạch của mình một cách tuyệt vời hơn.

Hãy ghi nhớ điều này, khi bạn tuyển dụng một người vào làm việc trong nhóm, các bạn đang thuê không chỉ là đôi tay, đôi chân của họ. Bạn còn đang dùng "bộ óc" của họ nữa. Nếu bạn dừng việc chỉ đạo, đưa ý kiến và thay vào đó là đặt những câu hỏi gợi mở bạn có thể khơi dậy, phát triển kiến thức và tận dụng tối đa khả năng của nhân viên.

Bước 7: Theo dõi

Cuối cùng, bạn cần bám sát dự án, theo đuổi nó đến cùng và kiểm soát chắc chắn các kết quả mà bạn mong đợi sẽ đạt được.

Nếu các bạn không kiểm tra những điều kỳ vọng của mình, thì đừng kỳ vọng gì hết.

Cho dù nhiệm vụ đã được hoàn thành hoàn hảo hay không, hãy tìm ra chỗ để phản hồi, đưa ra những ghi nhận trung thực của bạn với nhân viên, dù đó là điều tích cực hay tiêu cực. Nếu đó là điều tích cực, nhân viên sẽ cảm thấy hứng khởi. Điều này sẽ giữ cho nhân viên của bạn có động lực để tiếp tục xử lý nhiệm vụ mới, giúp bạn thực hiện các trách nhiệm khác trong tương lai. Còn nếu đó là điều tiêu cực, nó cũng cho phép nhân viên nhìn nhận chính xác hơn những gì họ đang làm để có thể thay đổi cho hiệu quả hơn.

Chín nguyên tắc khi giao việc/ủy nhiệm

1. Bắt đầu bằng một tinh thần lạc quan và tích cực.

2. Đảm bảo nhân viên hiểu rõ điều mà bạn đang muốn hướng đến.

3. Đảm bảo nhân viên có đủ quyền hành để thực hiện nhiệm vụ.

4. Các mục tiêu cần được thảo luận và bàn bạc để thống nhất.

5. Hệ thống kiểm soát và cách đo lường phải rõ ràng, công bằng.

6. Các quy tắc và giới hạn phải minh bạch và được hiểu chính xác.

7. Nhân viên phải tự cảm thấy có cảm hứng đối với công việc được giao (hiểu rõ lợi ích mà họ sẽ nhận được).

8. Nhân viên biết rằng họ luôn nhận được trợ giúp, hỗ trợ từ bạn.

9. Quản lý phải biết rõ năng lực và kỹ năng của nhân viên.

Lý thuyết Thiết lập Mục tiêu của Locke

Chúng ta đã tìm hiểu về ý nghĩa của phương pháp MBOs, vậy làm sao để thiết lập mục tiêu hiệu quả giúp cả tổ chức đều có động lực mạnh mẽ và tăng hiệu suất công việc?

Edwin Locke – giáo sư về Động lực và Lãnh đạo, nhà tâm lý học người Mỹ – chính là người tiên phong trong lý thuyết thiết lập mục tiêu và vào năm 1960, ông đã cho ra đời Lý thuyết Thiết lập Mục tiêu nổi tiếng.

Lý thuyết Thiết lập Mục tiêu của Locke chỉ ra các bước để một người hoặc một nhóm thiết lập mục tiêu hiệu quả, thúc đẩy động lực và hiệu suất của chủ sở hữu mục tiêu. Locke cho rằng một người sẽ nỗ lực cao độ, tập trung hơn khi họ tự mình tạo ra hoặc được tham gia vào quá trình thiết lập mục tiêu, một mục tiêu cần cụ thể, rõ ràng và có tính thử thách (điều này trùng khớp với quan điểm của Peter Drucker). Một mục tiêu quá dễ dàng không phải cơ sở giúp nhân viên cải thiện động lực và hiệu suất trong công việc.

Có hai phát hiện lớn trong lý thuyết của Locke:

1. Việc đặt ra các **mục tiêu cụ thể** (ví dụ: tôi muốn kiếm thêm 500 đô-la một tháng) sẽ dẫn đến hiệu suất cao hơn so với việc đặt ra các mục tiêu chung chung, không cụ thể (ví dụ: tôi muốn kiếm được nhiều tiền hơn).

2. **Mục tiêu càng khó**, sự nỗ lực, sự tập trung và lòng kiên trì càng lớn, dẫn đến hiệu suất cao hơn (bổ sung: mục tiêu được chấp nhận, có khả năng đạt được mục tiêu và không có các mục tiêu mâu thuẫn nhau).

"Khi bạn đặt ra và cam kết với các mục tiêu cụ thể và thách thức, đồng thời nhận được phản hồi thường xuyên về tiến độ thì năng suất và động lực (nội vi) của bạn sẽ tăng lên."

Như vậy, khi mỗi người được trao quyền để thiết lập mục tiêu, mỗi người cần hiểu rằng mục tiêu khi đặt ra cần cụ thể và rõ ràng, bạn cần hiểu rõ điều mình muốn đạt được, mục tiêu mơ hồ chỉ tạo ra những kết quả mơ hồ. Mục tiêu cụ thể cần định lượng được và có thời hạn, các công việc được liệt kê rõ ràng trước khi bắt đầu.

Ngoài ra để đảm bảo một mục tiêu đủ thách thức và tạo ra động lực, mỗi người cần thoát ra khỏi vùng an toàn (comfort zone) của mình để đặt ra những mục tiêu nằm trong vùng phát triển (growth zone) và không nên đặt ra những mục tiêu quá xa vời nằm trong vùng áp đảo – nguy hiểm (overwhelm zone).

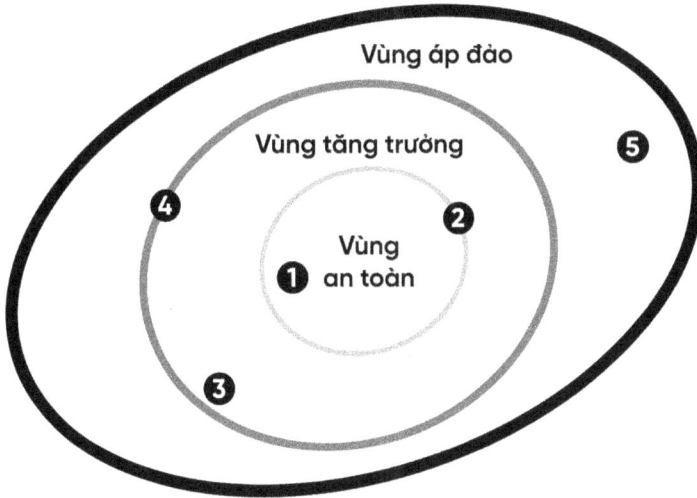

Bản đồ tăng trưởng

Nếu bạn chỉ đặt ra những mục tiêu quá dễ dàng, bạn sẽ không đạt được sự tiến bộ và sẽ không có cảm hứng để thực hiện. Nếu bạn đặt ra một mục tiêu rất thách thức nhưng không thực tế để đạt được, hệ quả là thay vì tạo ra động lực bạn sẽ gặp phải chịu áp lực đối với chính mục tiêu của mình.

Bạn sẽ thắc mắc: Làm thế nào để nhân viên muốn thiết lập mục tiêu cao? Tôi thấy nhân viên thường thiết lập mục tiêu thấp hơn tôi kỳ vọng. Câu trả lời cho việc này không đơn giản, bạn cần kết hợp toàn bộ kiến thức từ cuốn sách này mới có thể giải quyết thách thức đó.

Tôi từng hướng dẫn một nhóm nhân sự lao động phổ thông về thiết lập mục tiêu. Trước khi nói tới lý thuyết MBOs, tôi đã thảo luận với họ về chủ đề "việc có mục tiêu trong cuộc sống và công việc" sẽ giúp ích gì cho mỗi người. Sau khi thảo luận dựa trên các trải nghiệm thực tế của mỗi người và giúp họ nhận ra lợi ích của "mục tiêu", tôi tiếp tục chủ đề "mục tiêu thách thức hay dễ dàng sẽ giúp ích cho chúng ta hơn?". Bước tiếp theo, tôi tiến hành giúp các bạn nhân sự này thiết lập mục tiêu trong cuộc sống trong vòng một tháng và hướng dẫn cách để các bạn "theo đuổi mục tiêu". Kết quả là chúng tôi đã rút ra được nhiều bài học sau quá trình thực hành và các bạn nhân viên trở nên hào hứng hơn rất nhiều với việc được tự mình thiết lập ra các mục tiêu mang tính thử thách.

Và để chuẩn bị cho MBOs, tôi cùng công ty đó còn phải làm thêm vô số công việc khác:

1. Đào tạo nghiêm túc về MBOs cho toàn công ty.

2. Chỉnh sửa hệ thống trả lương theo KPI cũ, thứ vốn dĩ khiến nhân viên sợ hãi với các thất bại.

3. Công ty hợp tác thiết lập ra các mục tiêu thách thức, quan trọng.

4. Truyền thông và trao quyền sâu rộng để nhân viên thiết lập mục tiêu cá nhân.

5. Huấn luyện cho đội ngũ quản lý về kỹ năng trao quyền, ủy quyền và đàm phán mục tiêu với nhân viên.

6. Tập huấn về kỹ năng họp 1:1 để các quản lý có thể hỗ trợ nhân viên tốt hơn khi thực hiện các mục tiêu khó.

7. …

Tóm gọn lại, nếu bạn muốn nhân viên đặt ra các mục tiêu thách thức, bạn phải đảm bảo nhân viên hiểu được tại sao mục tiêu thách thức là cần thiết với công ty và với cá nhân, đồng thời dẹp bỏ các trở ngại khiến nhân viên "sợ hãi với các thất bại" như tính khí của nhà quản lý hay cơ chế trả thu nhập theo % KPI.[1]

---

1. Tôi có một bài học miễn phí, giúp một cá nhân có kiến thức tốt hơn về thiết lập mục tiêu tại địa chỉ: muctieu.john.vn.

Đối với việc thiết lập hệ thống đãi ngộ phù hợp với MBOs, bạn có thể xem video trong Bộ công cụ thực hành. Đặt mua tại địa chỉ tochucvadamdong.john.vn. Xin lỗi vì sự bất tiện này, nhưng tôi khó lòng đưa toàn bộ nội dung thực hành vào cuốn sách bởi như thế sẽ phải in một quyển sách có lẽ dài tới 1.000 trang.

Kỹ thuật bốn bước theo đuổi mục tiêu

Thông thường, khi đã có một mục tiêu và bắt đầu lên kế hoạch để thực hiện, chúng ta kỳ vọng mọi thứ sẽ đều suôn sẻ và diễn ra theo đúng kế hoạch. Nhưng thực tế trong quá trình triển khai chúng ta luôn bắt gặp những vấn đề gây cản trở và liên tục phải thay đổi kế hoạch. Điều này cho thấy rằng việc lập kế hoạch không quan trọng bằng việc theo dõi và ứng biến với những sự thay đổi tại từng thời điểm.

Việc đặt ra mục tiêu tốt vào đầu năm là chưa đủ, nếu không có sự kiểm tra và đánh giá một cách thường xuyên sẽ rất dễ dẫn đến những rủi ro khiến cho mục tiêu không đạt được. Do đó, nhà quản lý cần tạo điều kiện, môi trường làm việc thuận lợi và cung cấp thông tin phản hồi thường xuyên cho nhân viên thay vì chỉ giao mục tiêu và phó mặc cho nhân viên thực hiện.

Để khắc phục điều này, bạn cần thực hiện tốt bốn bước theo đuổi mục tiêu sau đây:

Bước 1: Thiết lập mục tiêu hiệu quả (Locke's Goal Setting).

Bước 2: Theo dõi đánh giá hằng tuần (Check-in).

Để đảm bảo các mục tiêu có thể hoàn thành, đòi hỏi cả tổ chức phải có một sự cam kết thực hiện đối với những mục tiêu đó. Quá trình thực hiện mục tiêu cần có sự giao tiếp và kiểm tra theo dõi tiến độ liên tục. Đó chính là lý do tổ chức phải hình thành kỷ luật Check-in.

Check-in là một buổi trao đổi diễn ra 1:1 (riêng tư) giữa người quản lý và nhân viên, theo một tần suất đều đặn, thường là hằng tuần (weekly check-in). Tất cả các câu hỏi trong buổi check-in sẽ xoay quanh các vấn đề: *tiến độ của mục tiêu, những trở ngại khó khăn gặp phải, cách thức để vượt qua trở ngại* – đây hoàn toàn không phải là buổi họp để đánh giá hiệu suất.

Việc theo dõi và đánh giá mục tiêu thường xuyên và liên tục sẽ hạn chế tối đa những rủi ro bất chợt gây ảnh hưởng tới mục tiêu. Ngoài ra, check-in còn giúp tăng cường sự kết nối giữa nhân viên với người quản lý, giúp nhân viên phát triển và tạo ra sự cam kết và chủ động với công việc.

Bước 3: Phản hồi liên tục (Feedback).

Trong quá trình triển khai hành động, nhà quản lý cần đưa ra các phản hồi liên tục để cung cấp hướng dẫn giúp nhân viên hoàn thành mục tiêu. Phản hồi không phải lời khen, chê, tán thưởng, phản hồi là lời nhận xét, đánh giá chủ quan về một hành động, công việc với mục đích giúp cho công việc của người khác hiệu quả hơn.

Cung cấp phản hồi và ghi nhận cho nhân viên một cách thường xuyên và mang tính xây dựng, sẽ dễ dàng tạo ra động lực cho người nhân viên vì họ trở nên tự tin hơn trong một số khía cạnh của công việc và cam kết hơn để giải quyết những thiếu sót của họ.

Thông qua phản hồi, ghi nhận, người nhân viên biết được rằng các nhà lãnh đạo nhìn thấy và đánh giá cao những nỗ lực của họ. Được công nhận xứng đáng mang lại cho họ cảm giác có giá trị ở nơi làm việc, làm tăng lòng tự trọng, sự nhiệt tình và nâng cao tinh thần – đây cũng chính là chìa khóa để cải thiện hiệu suất và giúp nhân viên có động lực mạnh mẽ để thực hiện mục tiêu.

> Theo *Forbes*, phản hồi thường xuyên hiện đang được gắn nhãn "Ứng dụng sát thủ" và đã được chứng minh làm tăng hiệu suất lên đến 39%..

Bước 4: Đánh giá lại mục tiêu (Reflect).

Vào thời điểm kết thúc thời hạn thực hiện mục tiêu, một công việc quan trọng cần làm là phản ánh, đánh giá lại (Reflect) mục tiêu. "Reflect" mục tiêu là việc thu thập dữ liệu và nhìn nhận lại những vấn đề trong suốt quá trình thực hiện mục tiêu, đây là cơ hội để suy nghĩ về những thành công và kinh nghiệm mà bạn đã nhận được. Điều này giúp tổ chức đưa ra được những quyết định sáng suốt về những mục tiêu tiếp theo cần đạt được.

Bản chất của việc đánh giá lại mục tiêu đó là:

- Nhìn nhận khách quan về các mục tiêu của mình.

- Không nhằm mục đích "đánh giá" các cá nhân trong tổ chức.

- Mỗi cá nhân tự đánh giá và chấm điểm cho nỗ lực hướng tới mục tiêu của mình.

- Việc phản ánh về mục tiêu cần được đặt trong ngữ cảnh về hiệu suất – chúng ta phải thực sự nhận thức rằng mình đã đạt được mục tiêu và đã đủ nỗ lực hay chưa.

> ## WE DO NOT LEARN FROM EXPERIENCE, WE LEARN FROM REFLECTING ON EXPERIENCE (CHÚNG TA KHÔNG HỌC HỎI TỪ TRẢI NGHIỆM, MÀ CHÚNG TA HỌC HỎI TỪ VIỆC NHÌN LẠI TRẢI NGHIỆM)
>
> – John Dewey

QUẢN LÝ HIỆU SUẤT LIÊN TỤC

Trong hành trình tìm hiểu về Quản Trị Mục Tiêu, cũng như các sếp, tôi lo lắng về việc nhân viên sẽ không làm việc và đạt mục tiêu một cách tự giác như mình muốn. Và rồi tôi tìm được một khái niệm: Continuous Performance Management (CPM – Quản lý hiệu suất liên tục). Khái niệm này đã phát triển dần dần qua nhiều thập kỷ, có thể là từ những năm 1960 khi các tổ chức như General Electric bắt đầu điều chỉnh quy trình để giúp nhân viên phát triển và giảm thiểu tỷ lệ nghỉ việc. Đến những năm 1980, một số công ty đã bắt đầu thực hiện những cải cách mạnh mẽ trong quy trình quản lý hiệu suất, như việc chỉ định phần thưởng cho những nhân viên xuất sắc và cải tiến hệ thống đánh giá hiệu suất. Đến những năm 2000, các công ty lớn đã bắt đầu đơn giản hóa quy trình này, điều này dẫn đến việc cần phải xem xét lại vai trò của các cuộc đánh giá hằng năm.

Nhưng phải đến đầu những năm 2010, khái niệm quản lý hiệu suất liên tục bắt đầu nổi bật, khi nhiều công ty nhận ra rằng việc thay thế các đánh giá hiệu suất hằng năm bằng các cuộc kiểm tra và phản hồi thường xuyên sẽ giúp tăng cường sự kết nối và cam kết của nhân viên. Chẳng hạn, Adobe đã thực hiện bước chuyển đổi này và nhận thấy sự cải thiện rõ rệt trong sự gắn kết của nhân viên cũng như giảm tỷ lệ nghỉ việc lên tới 30%.

- Có phải công ty bạn đang làm đánh giá hằng năm một cách đều đặn?

- Có phải bạn thấy đúng là công ty nào cũng làm đánh giá cuối năm? Và điều đó là hiển nhiên?

Thế giới đang thấy "điều hiển nhiên" đó có vấn đề!

Thiếu kịp thời và không phản ánh thực tế:

- Đánh giá hiệu suất hàng năm thường chỉ dựa trên kết quả của cả năm mà không tính đến những thay đổi và phát triển trong suốt thời gian đó. Nếu một nhân viên nỗ lực chín tháng đầu năm nhưng gặp khó khăn trong ba tháng cuối, khả năng cao họ sẽ bị ghi nhận là nhân viên trung bình. Ngược lại, một nhân viên thiếu nỗ lực chín tháng đầu năm nhưng bỗng nhiên ba tháng cuối lại hoàn thành xuất sắc mọi mục tiêu, khả năng cao họ sẽ được... tuyên dương. Tôi còn nhớ vào năm lớp 11, tôi đã có một kỳ học tuyệt vời nhưng vì một số lý do bất khả kháng, khoảng thời gian cuối kỳ trở nên tệ hại và tôi đánh mất danh hiệu học sinh giỏi. Điều tệ hại là bố mẹ đã khiển trách tôi rất nhiều, không ai nhìn vào nỗ lực trong cả kỳ học của tôi.

- Theo một nghiên cứu của *Harvard Business Review*, khoảng 70% nhân viên cho biết họ không nhận được phản hồi đầy đủ và kịp thời về hiệu suất của mình trong suốt cả năm.

- Việc chỉ tập trung vào đánh giá cuối năm khiến nhân viên mất cơ hội nhận được phản hồi để giúp họ hiểu họ đang làm việc tốt hay chưa tốt như thế nào để có cơ hội kịp thời điều chỉnh.

Tác động tiêu cực đến tâm lý nhân viên:

- Các đánh giá hằng năm thường tạo ra căng thẳng cho nhân viên, vì họ phải đối mặt với áp lực lớn trong khoảng thời gian ngắn. Theo một khảo sát của Gallup, 60% nhân viên cảm thấy áp lực trước các đánh giá hiệu suất.

- Điều này có thể dẫn đến tâm lý lo âu và giảm động lực làm việc, khiến họ không thể phát huy tối đa khả năng của mình.

Cảm giác không công bằng:

Nhiều nhân viên cảm thấy rằng đánh giá hiệu suất hằng năm không công bằng và không chính xác. Một nghiên cứu của TINYpulse cho thấy 59% nhân viên cảm thấy rằng họ không được đánh giá công bằng trong các đánh giá hiệu suất hằng năm. Điều này có thể dẫn đến sự không hài lòng và giảm động lực làm việc, ảnh hưởng đến hiệu suất tổng thể của tổ chức.

Nếu bạn vẫn chưa cảm thấy "đánh giá hằng năm" là có vấn đề, hãy để tôi tiếp tục:

- Bạn nghĩ rằng bản đánh giá nhân viên vào cuối năm sẽ thúc đẩy nhân viên làm việc tốt hơn vào năm sau? Tôi nghĩ mọi người sẽ quên đi những chi tiết nhận xét mà họ nhận được... sau khi ăn Tết xong. Một số sẽ không quên được sự bất mãn của mình vì cảm giác không công bằng và họ sẽ... nghỉ việc.

- Bạn nghĩ rằng phải có đánh giá này mới biết nhân viên nào nên được thưởng bao nhiêu và có nên được thăng chức không! Cũng hợp lý, nhưng vấn đề là bạn có tin chắc 100% rằng những gì trong bản đánh giá cuối năm là chính xác? Google từng tạo ra các đánh giá chính xác đến 0,001 điểm. Và họ gặp khó khăn khi một nhân viên có điểm đánh giá là 3,006 hỏi rằng anh ta tệ hơn người 3,005 ở điểm nào.

- Sau tất cả những cảm giác không công bằng đó, bạn còn muốn đem điểm đánh giá đó xếp hàng và phân loại nhân viên? Chỉ làm tăng cảm giác bất mãn của nhân viên lên mà thôi.

Thực lòng mà nói, chúng ta mong muốn việc đánh giá hiệu suất cuối năm sẽ giúp công ty ghi nhận những nỗ lực, hiệu suất của nhân viên để họ có tinh thần làm việc tốt hơn và cũng là để cung cấp cho nhân viên thông tin cho biết họ đang được nhìn nhận như thế nào bởi cấp trên và công ty. Nhưng vấn đề là mục đích đó lại không đạt được.

Nghiên cứu của CEB cho thấy:

- 95% các nhà quản lý không hài lòng với hệ thống đánh giá hiệu suất hiện tại.

- 59% nhân viên cảm thấy rằng các cuộc họp đánh giá hiệu suất không mang lại giá trị thực tế.

Đấy là tôi còn chưa nói đến "thiên kiến" ảnh hưởng tới việc đánh giá. Bạn có dám chắc mình đã đưa ra các nội dung và con số chính xác khi đánh giá nhân viên? Có người sẽ đánh giá nhẹ tay hơn với người… cùng quê, có người lại ưu ái hơn một chút cho nữ (hoặc nam), có người sẽ đánh giá lỏng tay hơn nếu đó là một nhân viên mà họ ưa thích. Những bất công như thế khiến cho những con số trong bản đánh giá tưởng chừng như công bằng lại trở thành không công bằng.

Với những vấn đề rõ ràng từ hệ thống đánh giá hiệu suất hằng năm, thế giới dần chuyển sang một quan điểm mới, đó là Quản lý hiệu suất liên tục: **Từ đánh giá định kỳ sang phản hồi liên tục:**

- Thay vì chờ đợi đến cuối năm để đánh giá, nhiều công ty đã chuyển sang cung cấp phản hồi thường xuyên và liên tục. Điều này giúp nhân viên nhận được thông tin kịp thời về hiệu suất của họ và điều chỉnh hành vi, cách làm việc ngay lập tức.

- Thay vì chỉ tập trung vào mục tiêu cuối năm, các công ty giờ đây đặt ra mục tiêu ngắn hạn và thường xuyên điều chỉnh chúng. Điều này không chỉ tạo điều kiện thuận lợi cho sự phát triển liên tục mà còn giúp nhân viên thấy được tiến bộ của bản thân họ.

- Thay vì chỉ thảo luận về hiệu suất sau một quá trình dài, Quản lý hiệu suất liên tục khuyến khích việc giao tiếp mở giữa quản lý và nhân viên. Những cuộc họp 1:1 thường xuyên giúp tăng cường sự kết nối và tạo ra mối quan hệ tin cậy giữa các bên.

Mô hình mới này khuyến khích nhân viên chủ động hơn trong việc tự đánh giá và cải thiện hiệu suất của bản thân. Họ có thể thiết lập mục tiêu cá nhân và theo dõi tiến độ của mình, điều này dẫn đến sự tăng cường cam kết và động lực. Việc đánh giá giờ đây không chỉ để đưa ra quyết định khen thưởng hay kỷ luật, mà còn tập trung vào việc phát triển kỹ năng và năng lực cho nhân viên, giúp họ đạt được tiềm năng tối đa.

Trong một môi trường mà sự phản hồi diễn ra liên tục, giúp mỗi người biết được bản thân đang thiếu, yếu như thế nào để tiến bộ, nhân viên cảm thấy được hỗ trợ và khuyến khích. Sự công nhận và khen ngợi cũng sẽ diễn ra thường xuyên hơn, tạo động lực cho nhân viên.

Sự chuyển mình này phản ánh một xu hướng lớn trong quản lý nhân sự, nơi mà sự linh hoạt, giao tiếp và phát triển cá nhân trở thành những yếu tố quan trọng để tối ưu hóa hiệu suất và nâng cao sự hài lòng của nhân viên.

Năm trụ cột của quản lý hiệu suất liên tục

Quản lý hiệu suất liên tục là một vòng lặp vô tận của năm công việc mà người quản lý và nhân viên cần thực hiện:

1. **Thiết lập mục tiêu ngắn hạn:** Khuyến khích việc thiết lập mục tiêu cụ thể và ngắn hạn, giúp nhân viên có hướng đi rõ ràng và có thể điều chỉnh nhanh chóng khi cần thiết.

2. **Trò chuyện 1-1 thường xuyên:** Các cuộc họp giao tiếp một-một (check-in) thường xuyên giữa quản lý và nhân viên giúp duy trì kết nối và tăng cường mối quan hệ tin cậy.

3. **Phản hồi 360 độ:** Hệ thống phản hồi đa chiều cho phép nhân viên nhận được ý kiến từ đồng nghiệp, cấp trên và cấp dưới, giúp cải thiện hiệu suất một cách toàn diện.

4. **Ghi nhận trong thời gian thực:** Việc ghi nhận những nỗ lực và thành tích của nhân viên ngay lập tức giúp tạo động lực và khuyến khích sự phát triển liên tục.

5. **Học hỏi & cải tiến:** Cấp trên và nhân viên họp đánh giá tổng thể mục tiêu vào cuối chu kỳ, không chỉ dựa vào kết quả mà còn xem xét tới toàn bộ quá trình thực hiện, từ đó rút ra các bài học, tiếp tục đặt ra các mục tiêu mới và cải thiện hiệu suất trong chu kỳ tiếp theo.

(Bạn có thấy giống "kỹ thuật bốn bước theo đuổi mục tiêu" không?!)

Hãy nhớ rằng, trong mô hình này, nhân viên là trung tâm: Người quản lý và nhân viên cùng nhau tập trung vào nhu cầu phát triển ngắn hạn và dài hạn của nhân viên và xác định các chương trình phù hợp giúp nhân viên đạt được mục tiêu của họ.

Mục đích là để thúc đẩy sự phát triển: Thay vì tập trung vào các vấn đề trong quá khứ, chúng ta tập trung vào hiện tại và tương lai. Các vấn đề trong quá khứ được xem như là đầu vào tốt cho sự học hỏi từ những thất bại và cả sự thành công. Quan trọng là "chúng ta sẽ làm gì tiếp theo để tiến gần tới mục tiêu".

Lợi ích của Quản lý hiệu suất liên tục

Có nhiều thống kê và nghiên cứu điển hình đã chỉ ra tác động của Quản lý hiệu suất liên tục đối với hiệu suất, sự phát triển và khả năng giữ chân nhân viên.

- Hơn 50% các công ty xem xét mục tiêu liên tục thường có kết quả lợi nhuận cao hơn 30%, so với các công ty chỉ đánh giá hằng năm.

- Phần thưởng thường xuyên và kịp thời đã được chứng minh làm tăng hiệu suất lên đến 39%.

- Một nghiên cứu của Gallup cũng đã phát hiện ra rằng nhân viên nhìn nhận mình được người quản lý thường xuyên trao đổi, trò chuyện trực tiếp có khả năng gắn bó với công ty gấp ba lần.

Lợi ích đối với công việc quản lý (của CEO, các trưởng nhóm...)

- **Giao tiếp hiệu quả hơn:** Các nhà quản lý giao tiếp với nhân viên theo cách tương tác hơn, quá trình quản lý hiệu suất sẽ trở nên hiệu quả và bền vững hơn vì cả hai bên đều có lợi từ cuộc trò chuyện thường xuyên.

- **Giải quyết vấn đề nhanh chóng, kịp thời:** Thay vì có những lời khen ngợi và phê bình được nhồi nhét trong một buổi đánh giá hằng năm, các vấn đề đã được giải quyết khi chúng xuất hiện và các thay đổi được thực hiện sớm. Điều này cho phép công ty tập trung vào các cơ hội trong tương lai thay vì nhìn vào các vấn đề trong quá khứ.

- **Đánh giá hiệu suất chính xác:** Nhân viên biết chính xác vị trí của mình và nhận được sự khuyến khích hoặc hướng dẫn có ý nghĩa dựa trên việc đạt được mục tiêu của họ. Các nhà quản lý có một bức tranh toàn diện hơn về khả năng và hiệu suất của nhân viên.

- **Xác định các vai trò và kỹ năng còn thiếu nhanh chóng:** Quản lý hiệu suất liên tục cho phép người quản lý phát hiện những khía cạnh cần cải thiện của nhân viên. Sau khi xác định được những điều này, công ty có thể triển khai đào tạo nhanh chóng để giúp nhân viên đạt được điều này. Việc đó giúp kết nối nhân viên với công ty.

Những thực hành tốt nhất bạn cần chú ý

- **Thảo luận Định kỳ về Mục tiêu:** Luôn giữ cho các mục tiêu của nhân viên phù hợp với mục tiêu nhóm và mục tiêu kinh doanh (đây chính là MBOs).

- **Trò chuyện thường xuyên về hiệu suất:** Tương tác thường xuyên giữa người quản lý và nhân viên giúp xác định các lĩnh vực cần cải thiện về hiệu suất và hành vi.

- **Phản hồi mang tính xây dựng:** Phê bình sẽ tạo ra hiệu quả nếu nó được đưa ra một cách có tính xây dựng và chu đáo. Cung cấp thông tin phản hồi khiến nhân viên hiểu được điểm yếu và điểm mạnh của họ.

- **Huấn luyện thường xuyên:** Quan điểm của huấn luyện là giúp xác định và giải quyết các vấn đề trước khi chúng trở nên quá lớn. Các cuộc họp Check-in thường xuyên nên được tổ chức để giúp nhân viên đi đúng hướng.

- **Không chỉ nhân viên mới cần được đào tạo:** Quản lý cũng nên được đào tạo. Huấn luyện và đưa ra phản hồi tốt không phải là công việc dễ dàng, để các nhà quản lý có thể lãnh đạo tốt, họ nên được đào tạo những kỹ năng này.

- **Kiểm tra cải tiến Hiệu suất:** Liên tục đo lường hiệu suất (thông qua các đánh giá) để xác định xem các kế hoạch có đang hoạt động có lợi hay không.

- **Liên tục ghi nhận và phản hồi tích cực:** Giữ cho nhân viên có động lực với sự ghi nhận liên tục, kịp thời cho những nỗ lực của họ.

Đừng chỉ đặt ra mục tiêu cho nhân viên và hy vọng vào tinh thần cam kết của họ, bởi điều này có thể dẫn đến thất vọng. Ngay cả những nhân viên xuất sắc nhất cũng có thể mắc sai lầm. Nếu bạn chỉ tạo ra một mục tiêu dài hạn (chẳng hạn mục tiêu một năm) rồi "mặc kệ" nhân viên, kết quả mà công ty nhận được sẽ không như mong đợi. Cuộc trò chuyện vào cuối năm sẽ trở nên vô nghĩa và có thể khiến cả sếp và nhân viên cảm thấy tiêu cực về nhau. Hãy nhớ rằng, vai trò của sếp là "đồng hành" cùng nhân viên trong suốt hành trình thực hiện mục tiêu của họ. Đừng chỉ đánh giá vào cuối năm, hãy Quản lý Hiệu suất Liên tục!

Câu Chuyện Quản Lý Hiệu Suất Liên Tục Tại Adobe

Bối cảnh: Vào năm 2012, Adobe, một trong những công ty công nghệ hàng đầu thế giới, đang phải đối mặt với một vấn đề lớn trong cách đánh giá hiệu suất của nhân viên. Hệ thống đánh giá hằng năm mà họ áp dụng từ trước đến nay không còn phù hợp. Các nhà quản lý cảm thấy căng thẳng và không hài lòng, còn nhân viên thì lại cảm thấy thiếu động lực.

Những thách thức đặt ra: Một cuộc khảo sát nội bộ cho thấy 95% nhà quản lý không hài lòng với cách đánh giá hiệu suất hiện tại. Họ thường cảm thấy những đánh giá này không chính xác và không phản ánh đúng năng lực của nhân viên. Hơn nữa, 70% nhân viên không nhận được phản hồi đầy đủ trong suốt cả năm và nhiều người cảm thấy áp lực mỗi khi đến mùa đánh giá, gây ra tâm lý lo âu. Nhân viên cảm thấy rằng việc chỉ có một cuộc họp đánh giá vào cuối năm là không đủ để hỗ trợ họ và những đánh giá này thường không phản ánh được nỗ lực mà họ đã bỏ ra trong suốt cả năm.

Suy nghĩ của lãnh đạo Adobe: Shantanu Narayen, CEO của Adobe, đã nhìn nhận rằng hệ thống đánh giá hàng năm không chỉ là một quy trình hình thức mà còn là một rào cản đối với sự phát triển của nhân viên. Ông nhấn mạnh rằng "chúng ta đang sống trong một thế giới thay đổi nhanh chóng và việc đánh giá hiệu suất hằng năm không còn phù hợp". Ông nhận ra rằng "nếu nhân viên không nhận được phản hồi kịp thời, họ sẽ không có cơ hội để điều chỉnh hành vi và cải thiện hiệu suất của mình".

Chính vì vậy, ban lãnh đạo Adobe quyết định thực hiện một bước chuyển mình mạnh mẽ: loại bỏ hoàn toàn hệ thống đánh giá hiệu suất hằng năm và thay thế bằng một mô hình **Quản Lý Hiệu Suất Liên Tục.** (*Lời tác giả: bạn chưa nên bỏ đi hệ thống đánh giá hiệu suất hằng năm ngay lập tức như ADOBE, việc đó cần quá trình. Và với Việt Nam còn phải hiểu tác động của việc này đối với với thông lệ "tháng lương thứ 13". Điều này được trình bày chi tiết hơn trong Bộ Kit Thực Hành, video về "Triết lý đãi ngộ"*)

Sự chuyển đổi: Mô hình mới này tập trung vào việc tạo ra một môi trường mà nhân viên không chỉ nhận được phản hồi một lần vào cuối năm, mà còn được hỗ trợ và đánh giá liên tục suốt cả năm. Các yếu tố cốt lõi của mô hình mới bao gồm:

1. **Thiết lập mục tiêu ngắn hạn:** Nhân viên cùng với quản lý sẽ xác định các mục tiêu ngắn hạn. Điều này giúp họ có một hướng đi rõ ràng và có thể điều chỉnh khi cần thiết.

2. **Trò chuyện 1-1 thường xuyên:** Các cuộc trò chuyện một-một giữa quản lý và nhân viên diễn ra thường xuyên, không chỉ vào cuối năm. Những cuộc trò chuyện này cho phép nhân viên nhận được phản hồi kịp thời và cải thiện hiệu suất ngay lập tức.

3. **Phản hồi liên tục:** Nhân viên không còn chờ đợi đến cuối năm mới nhận được phản hồi về hiệu suất của mình. Họ nhận được phản hồi thường xuyên, giúp họ hiểu rõ hơn về những gì cần cải thiện.

4. **Đánh giá 360 độ:** Adobe cũng áp dụng đánh giá 360 độ, nơi mà nhân viên không chỉ nhận phản hồi từ quản lý mà còn từ đồng nghiệp và cấp dưới. Điều này giúp tạo ra cái nhìn toàn diện về hiệu suất của từng nhân viên.

Triết lý mới của Adobe: Narayen tin rằng "một tổ chức không thể phát triển nếu không có sự cam kết từ phía nhân viên". Ông và ban lãnh đạo Adobe muốn xây dựng một nền văn hóa mà ở đó mỗi nhân viên đều cảm thấy được hỗ trợ và động viên để phát triển bản thân. Họ muốn nhân viên không chỉ thấy mình làm việc vì lợi ích cá nhân, mà còn vì sự phát triển của công ty và cộng đồng. Họ hiểu rằng việc khuyến khích nhân viên tham gia vào quá trình đánh giá và phản hồi sẽ tạo ra một môi trường làm việc tích cực, sáng tạo hơn.

Kết quả đáng kinh ngạc: Chỉ sau một thời gian ngắn triển khai mô hình mới, Adobe đã ghi nhận sự thay đổi tích cực đáng kể. Tỷ lệ nghỉ việc giảm tới 30% và nhân viên cảm thấy được hỗ trợ và khuyến khích trong công việc. Họ không chỉ làm việc vì tiền lương mà còn cảm thấy mình là một phần quan trọng của một điều gì đó lớn lao hơn.

Mô hình Quản Lý Hiệu Suất Liên Tục không chỉ cải thiện hiệu suất làm việc mà còn tạo ra một môi trường làm việc tích cực hơn, nơi mà nhân viên cảm thấy được lắng nghe và đánh giá công bằng. Sự chuyển mình này đã mang lại cho Adobe một lợi thế cạnh tranh lớn, đồng thời nâng cao sự hài lòng và động lực làm việc của nhân viên.

So sánh giữa đánh giá hằng năm và quản lý hiệu suất liên tục theo cách của Adobe:

Các tiêu chí	Đánh giá hàng năm	Quản lý hiệu suất liên tục
Các ưu tiên/ điều quan trọng	Được đặt ra vào đầu năm và thường không được xem xét lại	Được thảo luận và điều chỉnh với người quản lý thường xuyên
Quy trình phản hồi	Quy trình dài: gửi báo cáo, phản hồi từ cấp trên và viết đánh giá	Quá trình phản hồi và đối thoại diễn ra mà không cần đợi đánh giá chính thức
Quyết định bồi thường (Compensation, khen thưởng)	Quá trình đánh giá và xếp hạng phức tạp để xác định lương thưởng, thăng tiến của từng nhân viên	Không có đánh giá hoặc xếp hạng chính thức; người quản lý xác định mức lương và thưởng dựa trên hiệu suất
Nhịp độ các cuộc họp	Các cuộc họp cung cấp phản hồi không nhất quán và không được giám sát. Năng suất nhân viên tăng vào cuối năm cùng với thời gian họp đánh giá hiệu suất	Năng suất của nhân viên được xác định dựa trên các cuộc thảo luận và phản hồi liên tục trong suốt cả năm
Vai trò của HR	Đội ngũ nhân sự quản lý các thủ tục và quy trình giấy tờ để đảm bảo tất cả các bước đánh giá được hoàn thành	Đội ngũ nhân sự trang bị cho nhân viên và quản lý những kỹ năng, môi trường để thực hiện các cuộc trò chuyện mang tính xây dựng
Đào tạo và nguồn lực	HR chịu trách nhiệm đào tạo, huấn luyện nhân sự. Nhưng HR không phải lúc nào cũng có thể tiếp cận tất cả mọi người.	"Employee Resource Center" tập trung cung cấp trợ giúp và giải đáp bất kỳ câu hỏi nào.

QUẢN LÝ HIỆU SUẤT LIÊN TỤC KHÔNG CHỈ ĐƠN THUẦN LÀ VIỆC THEO DÕI VÀ ĐÁNH GIÁ HIỆU SUẤT CỦA NHÂN VIÊN, MÀ CÒN LÀ MỘT PHƯƠNG PHÁP TOÀN DIỆN GIÚP PHÁT TRIỂN CÁ NHÂN TRONG TỔ CHỨC THÔNG QUA VIỆC CUNG CẤP PHẢN HỒI THƯỜNG XUYÊN VÀ HỖ TRỢ LIÊN TỤC.

- BETTERWORKS

CHƯƠNG 06

VĂN HÓA
DOANH NGHIỆP

Trong Chương 3, chúng ta đã phân tích sâu về sự
khác biệt giữa một tổ chức thực thụ và một đám
đông. Tổ chức không chỉ tồn tại vì lợi nhuận mà
còn là nơi con người liên kết với nhau qua những
giá trị và mục tiêu chung, từ đó tạo ra một tập
thể đồng lòng và hiệu quả. Nếu mục tiêu chung
là kim chỉ nam, thì văn hóa doanh nghiệp chính
là lực đẩy vô hình giúp doanh nghiệp tiến về phía
trước một cách bền vững.

Văn hóa doanh nghiệp (VHDN) là tập hợp các quy tắc, giá trị, hay nguyên tắc hoạt động của tổ chức, phản ánh cách thức mọi người hành xử, ra quyết định và tương tác với nhau hằng ngày. Nếu không có một nền văn hóa mạnh mẽ, doanh nghiệp dễ dàng trở thành một đám đông rời rạc, nơi các giá trị cá nhân lấn át mục tiêu chung, sự xung đột sẽ "giết chết" các nỗ lực gắn kết tập thể.

Trong chương này, chúng ta sẽ khám phá sâu hơn về VHDN, bao gồm những yếu tố hình thành nên văn hóa, các cấu trúc và mô hình phổ biến, và cách mà văn hóa tác động trực tiếp đến hiệu suất và khả năng phát triển bền vững của doanh nghiệp. Đồng thời, chúng ta cũng sẽ tìm hiểu cách thực hành và duy trì VHDN trong môi trường luôn thay đổi, nhằm đảm bảo rằng doanh nghiệp không chỉ tồn tại mà còn phát triển mạnh mẽ qua từng giai đoạn.

VĂN HÓA CỦA MỘT CON NGƯỜI

Để hiểu tính cách, phẩm chất của một con người, chúng ta không thể đơn thuần chỉ nhìn vào cách ăn mặc, cách nói chuyện hay hành vi hằng ngày của họ. Thực tế, để hiểu một cá nhân, chúng ta phải hiểu chiều sâu bên trong họ: những giá trị và niềm tin bên trong – những điều mà đôi khi không thể nhìn thấy ngay lập tức nhưng lại là nền tảng của mọi hành động và quyết định.

"Câu chuyện"
"Danh tiếng"

"Phẩm chất"
"Cá tính"
"Suy nghĩ"

"Vẻ ngoài"
"Thái độ"
"Hành vi"

"Quan điểm"
"Niềm tin"

Văn hóa bề nổi – Những gì người ta nhìn thấy

Con người nói chung có phản xạ là đánh giá một người qua mọi thứ mà chúng "nhìn thấy". Đây là những yếu tố bề nổi, dễ nhận thấy như vẻ ngoài, thái độ, hành vi và cả danh tiếng – hay thậm chí qua những câu chuyện mà chúng ta nghe về họ.

Vẻ ngoài là thứ người ta nhìn thấy đầu tiên. Ví dụ, có những người chọn không tuân theo các quy tắc ăn mặc chung của xã hội, như một doanh nhân mặc quần bò áo phông. Chúng ta có thể nhận định rằng họ là người phá cách, cũng có người nói rằng đó là người không chỉn chu. Thực tế có thể khác rất nhiều – họ ăn mặc như vậy bởi họ tin rằng điều quan trọng là công việc mình làm và kết quả đạt được, thay vì sự hài lòng của người khác về vẻ ngoài của mình. Đây cũng là cách mà họ thể hiện quan điểm tự do và quyền được quyết định hình ảnh của bản thân. Việc đánh giá thông qua "vẻ ngoài" như vậy là không thể tránh khỏi, không ít thì nhiều!

Hành vi và thái độ cũng là những biểu hiện dễ nhận thấy nhất khi ta tiếp xúc với một người. Khi nhìn vào hành vi, thái độ, về cơ bản chúng ta đều có thể cảm nhận về phẩm chất của một người. Chẳng hạn, một người có thái độ tích cực trong công việc thường sẽ được người khác mô tả là "nhiệt huyết", "quyết tâm", hay có "tinh thần vươn lên".

Tất cả những cảm nhận của mọi người về một người tạo nên **danh tiếng** và **các câu chuyện cá nhân** (đôi khi từ các tin đồn), chúng tiếp tục tạo ra cảm nhận với những người khác về phẩm chất của họ dù không cần tiếp xúc trực tiếp (tất nhiên, đa phần những cảm nhận này là… sai). Vấn đề của "bề nổi" này là chúng dễ quan sát nhưng cũng dễ sai lầm.

Bạn nghĩ thế nào về người trong hình? Có người sẽ nhận định rằng đây là một anh chàng nhân viên hơi luộm thuộm, có lẽ anh ta không phải là người chỉn chu, đúng giờ, cũng không có tiêu chuẩn công việc xuất sắc. Cũng có người nghĩ rằng anh ta là người đơn giản, không cầu kỳ, dễ gần. Mỗi người sẽ có nhận định riêng của mình.

Thật sự thì anh ta là một triệu phú công nghệ, sống trong căn biệt thự sang trọng nằm trong khu nhà dành riêng cho giới nhà giàu. Rõ ràng, anh ta là một con người tài năng với những phẩm chất vượt trội.

Nếu bạn tin những gì tôi nói, bạn đã... sai lầm!

Đó là hình tượng được xây dựng cho vai diễn do diễn viên Thomas Middleditch thủ vai trong bộ phim *Silicon Valley* (Thung lũng Silicon). Đó là hư cấu. Con người thực sự của Thomas Middleditch là thứ chúng ta chẳng thể biết được.

Nếu nhìn vào bề nổi của một cá nhân, bạn sẽ không bao giờ hiểu chính xác về văn hóa của con người đó. Có khi còn bị lừa!

Văn hóa bề sâu – Cá tính, phẩm chất và suy nghĩ

Để không bị "lừa", chúng ta cần đi sâu xuống phía dưới của tảng băng chìm. Những gì thể hiện ra ngoài – dù là hành vi hay danh tiếng – đều xuất phát từ bên trong, từ cá tính, phẩm chất đã được đúc kết và đặc biệt là từ suy nghĩ của mỗi người.

Cá tính và phẩm chất của một người là những yếu tố tương đối ổn định, phản ánh cách họ nhìn nhận thế giới và đối diện với các tình huống. Ví dụ, có người luôn lạc quan và tích cực, luôn tìm kiếm giải pháp trong những tình huống khó khăn, có người lại có xu hướng sợ hãi trước các thử thách, hay bàn lùi và hay tìm kiếm lý do thất bại từ bên ngoài thay vì bản thân. Những cá tính, phẩm chất là sự đúc kết của quá trình lặp đi lặp lại của các hành vi tương đồng. Hay nói cách khác, quan sát "văn hóa bề nổi" một thời gian dài có thể hiểu được phần nào "văn hóa bề sâu".

Suy nghĩ và cách tư duy cũng là một phần quan trọng của văn hóa cá nhân, đây là thứ khó quan sát. Nhìn vào cách hành động của một người, gần như ta không bao giờ có thể biết chính xác người đó nghĩ gì, tại sao lại hành động như thế. Hành động chỉ là kết quả của một chuỗi các suy nghĩ, đánh giá và lựa chọn của một người trong một tình hướng cụ thể. Tôi có một người bạn, anh ta thường cho tiền những người "ăn xin", nhưng cũng có nhiều lần anh ta từ chối. Sự khác biệt trong các tình huống đó là khi anh ta cảm nhận rằng người đang xin tiền kia là người có khả năng lao động (theo đánh giá của anh ta) thì anh ta sẽ không muốn cho. Nếu anh bạn của tôi không nói với tôi điều đó, tôi khó mà biết được và sẽ cảm thấy hành động của anh ta là không nhất quán.

Phần lớn trong cuộc sống, chúng ta tin vào quan sát của mình về một người sau khi đã có một quãng thời gian dài tiếp xúc. Đôi khi những điều này sẽ gây nên bất ngờ: chúng đi ngược lại cảm nhận của ta về một người khi quan sát bề nổi của họ.

Tuy nhiên, tầng văn hóa này vẫn có thể không chính xác. Một người cẩn trọng có thể tự mình tạo ra các nhận thức sai lầm trong suy nghĩ của người khác về họ. Họ có thể tạo ra nhân dạng về mình như một người lịch thiệp, nhưng điều đó vẫn có thể là "giả". Con người hoàn toàn có thể dùng lý trí của mình để "diễn" một vai không thực sự là họ khiến người khác nhận định sai. Khi "vai diễn" kết thúc, hệ quả sẽ là đến một lúc nào đó, chúng ta sẽ thấy họ là người "nói không đi đôi với làm".

Cái gốc sâu nhất – Quan điểm và niềm tin cốt lõi

Có khi nào bạn tự hỏi tại sao mình lại nổi giận trong một số tình huống mà bạn cũng không giải thích được việc mình đã mất kiểm soát? Hay tại sao lại cảm thấy khó chịu với một số người, mặc dù bạn không hề muốn? Nguyên nhân nằm ở chỗ những tình huống đó đi ngược lại với niềm tin cốt lõi của bạn.

Nếu bạn tin rằng dối trá là điều tồi tệ, thì ngay cả một lời nói dối nhỏ cũng sẽ khiến bạn phản ứng mạnh mẽ. Tương tự, nếu bạn cho rằng trung thành là một đức tính quan trọng, bất kỳ hành động nào không trung thực sẽ dẫn đến sự mất niềm tin.

Những niềm tin cốt lõi này chính là nền tảng của văn hóa cá nhân. Chúng định hình suy nghĩ, hành vi và quyết định, thậm chí khi bạn không ý thức được điều đó. Ví dụ, nếu bạn tin rằng "mỗi người đều có trách nhiệm với cuộc đời mình" thì mọi quyết định và hành động của bạn sẽ thể hiện quan điểm này, khiến bạn trở thành người cầu tiến và luôn sẵn sàng nhìn nhận sai sót của bản thân.

Niềm tin cốt lõi không chỉ khác biệt ở mỗi người mà còn không thể dạy cho người khác. Một nhóm người có niềm tin chung sẽ ít xảy ra tranh cãi và không cần giám sát lẫn nhau, trong khi một nhóm có những niềm tin trái ngược sẽ gặp khó khăn trong việc hiểu và phối hợp với nhau.

Niềm tin cốt lõi là quan điểm về chân lý cuộc sống mà mỗi cá nhân nắm giữ. Chúng hình thành các quan điểm sống và làm việc kiên định (hay có thể dùng từ "bảo thủ"). Những gì người khác thấy ở bạn – từ cách bạn làm việc đến cách bạn ứng phó với thất bại – đều là biểu hiện ra ngoài của niềm tin. Ví dụ, nếu bạn không tuân theo quy chuẩn ăn mặc của người khác, đó có thể là vì bạn tin rằng giá trị của một người không chỉ nằm ở vẻ bề ngoài mà còn ở những gì họ làm và những đóng góp mà họ tạo ra.

Theo Jim Collins, việc tuyên bố niềm tin của mình và yêu cầu mọi người làm theo là không khả thi. Thay vào đó, bạn nên tìm kiếm những người có cùng niềm tin và xây dựng mối quan hệ với họ.

Văn hóa của một nhóm hay công ty sẽ được hình thành khi tập hợp những cá nhân có niềm tin chung. Nếu thiếu sự đồng nhất này, văn hóa sẽ không thể phát triển bền vững.

Khi bạn nhận thức rõ niềm tin cốt lõi của mình, hành động của bạn sẽ nhất quán và mạnh mẽ hơn trước những điều đi ngược lại niềm tin đó. Nhân viên sẽ học hỏi từ cách hành xử của bạn, tạo thành một tổng thể đồng nhất trong cả tổ chức và hình thành nên VHDN mạnh mẽ.

"Niềm tin cốt lõi" chính là gốc rễ của văn hóa cá nhân và niềm tin của nhà lãnh đạo là nền tảng cho VHDN.

Nguồn gốc hình thành niềm tin cốt lõi

Niềm tin cốt lõi của một con người không phải tự nhiên mà có. Chúng được hình thành từ những trải nghiệm, từ những môi trường sống mà chúng ta tiếp xúc từ khi còn nhỏ cho đến khi trưởng thành. Đây là những yếu tố vô cùng quan trọng, định hình cách chúng ta nhìn nhận thế giới và từ đó, ảnh hưởng trực tiếp đến các hành vi và quyết định của chúng ta trong cuộc sống.

Gia đình và bố mẹ chính là những nguồn ảnh hưởng đầu tiên và mạnh mẽ nhất. Khi chúng ta lớn lên, những quan niệm, giá trị mà bố mẹ truyền dạy từ nhỏ sẽ ăn sâu vào tâm trí. Ví dụ, nếu bạn được dạy rằng **"lao động là vinh quang"**, bạn sẽ luôn có khuynh hướng tôn trọng và đánh giá cao sự chăm chỉ trong công việc. Niềm tin này sẽ theo bạn từ khi còn nhỏ đến khi trưởng thành, ảnh hưởng đến cách bạn làm việc, cách bạn nhìn nhận thành công và giá trị lao động của người khác.

Quá trình làm việc cùng các CEO trong các dự án triển khai VHDN, tôi nhận thấy có tới 80% các CEO chịu ảnh hưởng từ bố hoặc mẹ. Một doanh nhân thành đạt có niềm tin rằng "Người không vì mình trời chu đất diệt", bởi khi còn rất nhỏ người cha đã nói với anh ta thế này: "Nếu con không giúp được mình trước, thì con chẳng giúp được gì ai cả. Người không vì mình trời chu đất diệt". Và bạn tin được không, anh ta nghe được câu nói này khi chỉ mới năm tuổi!

Ngoài gia đình, **môi trường sống và xã hội** cũng đóng vai trò quan trọng trong việc định hình niềm tin cốt lõi. Một người lớn lên trong một môi trường mà việc cạnh tranh khốc liệt và thành công là thước đo giá trị, họ có thể phát triển niềm tin rằng **chỉ người chiến thắng mới có giá trị**. Điều này có thể dẫn đến việc họ luôn thúc ép bản thân, coi trọng kết quả và hiệu quả hơn tất cả mọi thứ khác.

Đặc biệt, **môi trường làm việc** mà chúng ta tiếp xúc khi trưởng thành cũng có sức ảnh hưởng đáng kể. Những trải nghiệm trong công việc, cách mà các đồng nghiệp và lãnh đạo ứng xử, xử lý tình huống sẽ tạo nên những niềm tin mới hoặc củng cố thêm những niềm tin cũ. Ví dụ, nếu bạn làm việc trong một công ty mà mọi người đều tôn trọng sự minh bạch và công bằng, niềm tin về sự minh bạch và công bằng trong công việc sẽ được củng cố mạnh mẽ. Ngược lại, nếu bạn làm việc trong môi trường thiếu minh bạch, bạn có thể phát triển một niềm tin tiêu cực về việc không thể tin tưởng vào người khác.

Không chỉ những trải nghiệm thực tế, **các tác phẩm văn học, phim ảnh hay thậm chí là truyện tranh** cũng có thể đóng góp vào quá trình hình thành niềm tin. Những hình mẫu nhân vật trong sách hay phim, những câu chuyện truyền tải các giá trị nhân văn sâu sắc có thể gây ảnh hưởng mạnh mẽ đến cách bạn nhìn nhận cuộc sống. Chẳng hạn, một người trẻ khi đọc những tác phẩm văn học về tinh thần chiến đấu, quyết tâm vượt qua khó khăn sẽ dễ dàng hình thành niềm tin rằng "**sự kiên trì là chìa khóa dẫn đến thành công**". Bản thân tôi thì chịu ảnh hưởng từ nhân vật Songoku trong bộ truyện tranh *Dragon Ball* (Bảy Viên Ngọc Rồng) của Toriyama Akira. Tôi tin rằng sống ở trên đời, mình có thể tạo ra cuộc đời mà mình muốn khi mình có ý chí và sự quyết tâm.

Một số nghiên cứu về chủ đề Niềm tin Cốt lõi:

1. **Ảnh hưởng của gia đình:** Nghiên cứu của Paul Amato và Bruce Keith (1991) chỉ ra rằng, sự ổn định trong môi trường gia đình có ảnh hưởng tích cực đến sự phát triển niềm tin của trẻ. Những đứa trẻ lớn lên trong gia đình ấm áp và hỗ trợ thường phát triển những quan điểm tích cực về bản thân và người khác. Nghiên cứu cho thấy rằng sự ủng hộ từ cha mẹ có thể giúp trẻ phát triển lòng tự trọng cao hơn và khả năng giao tiếp xã hội tốt hơn.

2. **Sự hình thành giá trị qua giáo dục:** Theo nghiên cứu của Ritchie (2010), môi trường học tập và giáo dục cũng đóng một vai trò quan trọng trong việc hình thành niềm tin cốt lõi. Giáo viên và bạn bè có thể tác động đến các giá trị và niềm tin của trẻ thông

qua việc tương tác và hỗ trợ. Những trẻ em được khuyến khích tham gia vào các hoạt động nhóm có xu hướng phát triển các kỹ năng xã hội và niềm tin tích cực về sự hợp tác.

3. **Tác động của trải nghiệm xã hội:** Một nghiên cứu gần đây từ American Psychological Association (APA) nhấn mạnh rằng các trải nghiệm xã hội, bao gồm cả sự phân biệt đối xử và những khó khăn trong cuộc sống, có thể ảnh hưởng đến cách mà cá nhân hình thành niềm tin. Những người trải qua những trải nghiệm tiêu cực thường phát triển niềm tin cốt lõi tiêu cực về bản thân và người khác, dẫn đến những vấn đề trong giao tiếp và xây dựng mối quan hệ.

4. **Niềm tin cốt lõi và quyết định trong công việc:** Nghiên cứu của Kahn (1990) cho thấy rằng niềm tin cốt lõi ảnh hưởng đến cách mà nhân viên ra quyết định trong công việc. Những người có niềm tin tích cực thường có xu hướng tham gia tích cực vào công việc và đạt được hiệu suất cao hơn. Ngược lại, những người có niềm tin tiêu cực có thể gặp khó khăn trong việc xây dựng mối quan hệ với đồng nghiệp và thường không đạt được hiệu suất công việc mong muốn.

Nhiều nghiên cứu cho thấy rằng, khoảng thời gian 0 – 7 tuổi là giai đoạn then chốt trong việc hình thành các niềm tin cơ bản, vì đây là lúc trẻ em tiếp thu và bắt chước các giá trị từ gia đình, bạn bè và môi trường xung quanh.

Thời điểm niềm tin trở nên vững chắc

1. **Tuổi thơ (0 – 7 tuổi):** Đây là giai đoạn mà trẻ em học hỏi từ những người xung quanh và bắt đầu hình thành các niềm tin cốt lõi. Những thông điệp mà trẻ nhận được từ gia đình, giáo dục và xã hội trong thời gian này có thể có tác động lâu dài đến nhận thức và hành vi của chúng trong tương lai.

2. **Thanh thiếu niên (8 – 18 tuổi)**: Trong giai đoạn này, trẻ em thường bắt đầu hình thành bản sắc cá nhân và phát triển những niềm tin riêng của mình, nhưng các niềm tin đã hình thành từ thời thơ ấu vẫn có thể tiếp tục ảnh hưởng đến chúng. Các yếu tố như nhóm bạn và trải nghiệm xã hội cũng đóng vai trò quan trọng trong việc định hình niềm tin ở giai đoạn này.

3. **Người trưởng thành (19 tuổi trở đi)**: Sau tuổi 18, niềm tin trở nên khó thay đổi hơn, đặc biệt nếu chúng đã được củng cố trong suốt thời thơ ấu và thanh thiếu niên. Tuy nhiên, nghiên cứu cho thấy rằng những trải nghiệm lớn, như chuyển đổi nghề nghiệp, các mối quan hệ quan trọng hoặc các trải nghiệm đau thương, có thể kích thích sự thay đổi trong niềm tin.

Như vậy, **niềm tin cốt lõi không phải lúc nào cũng cố định**. Mặc dù những niềm tin này được hình thành từ rất sớm, chúng vẫn có thể thay đổi, nhưng chỉ trong những hoàn cảnh đặc biệt. **Biến cố lớn trong cuộc đời** – như sự mất mát người thân, thất bại lớn trong sự nghiệp, hoặc một sự kiện ảnh hưởng sâu sắc đến tâm lý – có thể làm lung lay hoặc thậm chí thay đổi hoàn toàn niềm tin cốt lõi của một người. Khi một người trải qua sự kiện lớn, họ thường có xu hướng suy ngẫm lại về những điều họ từng tin tưởng và đôi khi họ sẽ điều chỉnh niềm tin của mình để phù hợp với thực tế mới.

Ví dụ, một người từng tin rằng "**làm việc chăm chỉ sẽ luôn được đền đáp xứng đáng**" nhưng sau một thất bại lớn trong sự nghiệp có thể bắt đầu nghi ngờ niềm tin này và thay đổi suy nghĩ. Họ có thể chấp nhận rằng, ngoài việc chăm chỉ, sự thành công còn phụ thuộc vào nhiều yếu tố khác như cơ hội, may mắn hoặc mối quan hệ.

Như vậy, niềm tin cốt lõi là **nền tảng sâu xa nhất** trong văn hóa cá nhân của một con người, được hình thành từ rất sớm và rất ít khi thay đổi. Nhưng khi thay đổi, nó sẽ kéo theo sự thay đổi toàn diện về thái độ, hành vi và cách mà một người đối mặt với cuộc sống. Điều này giải thích tại sao, dù có nhiều người cùng đối diện với một hoàn cảnh giống nhau, nhưng cách họ xử lý và đối mặt với vấn đề lại khác biệt hoàn toàn – tất cả đều xuất phát từ những niềm tin cốt lõi khác nhau.

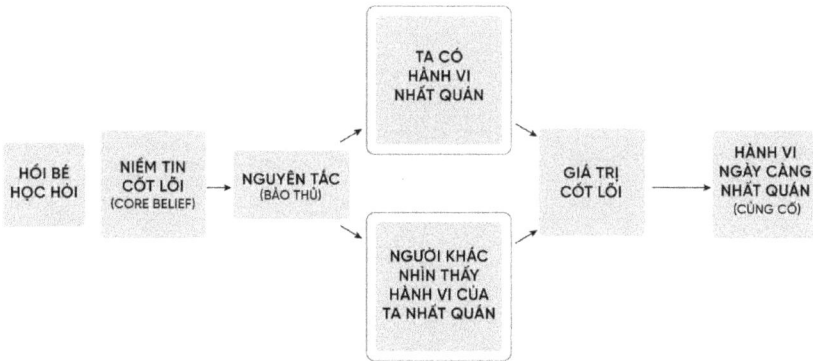

VĂN HÓA TỔ CHỨC KHÁC VỚI VĂN HÓA XÃ HỘI

Khi nói về văn hóa tổ chức, nhiều người thường lầm tưởng rằng đó là một tập hợp các giá trị, nguyên tắc hay quy tắc cư xử giống như những gì ta thấy trong đời sống xã hội. Thế nhưng, văn hóa tổ chức lại khác biệt so với văn hóa xã hội ở một điểm quan trọng: **nó không được xây dựng từ các tiêu chuẩn tốt-xấu**, mà là từ **sự phù hợp**. Để hiểu được sự khác biệt này, chúng ta cần đi sâu vào cả hai khái niệm văn hóa tổ chức và văn hóa xã hội, cũng như cách chúng tác động đến mỗi cá nhân trong một tập thể.

Văn hóa tổ chức là sự giao thoa của văn hóa cá nhân

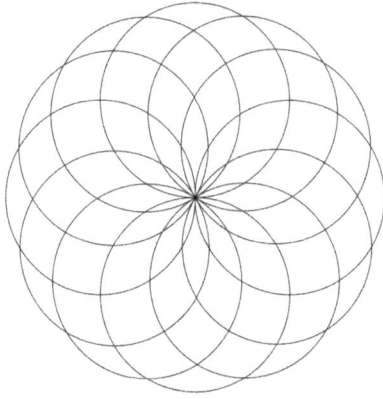

Mỗi cá nhân đều mang trong mình một nền văn hóa riêng, khi nhiều cá nhân khác nhau cùng hợp tác trong một tổ chức, văn hóa tổ chức sẽ hình thành từ phần giao thoa giữa các văn hóa cá nhân mà mỗi người mang theo.

Điều này có nghĩa là văn hóa tổ chức không thể ép buộc mọi thành viên phải tuân theo một bộ giá trị chung nếu họ không sở hữu nó. Thực tế, chỉ những giá trị và niềm tin nào đã tồn tại sẵn trong mỗi cá nhân mới có thể kết hợp và hình thành nên văn hóa tổ chức.

Khi một tổ chức muốn phát triển văn hóa tổ chức mạnh mẽ, điều quan trọng là phải tôn trọng và thừa nhận sự khác biệt giữa các giá trị cá nhân. Việc xây dựng văn hóa tổ chức thành công đòi hỏi một quá trình thảo luận, lắng nghe và tìm kiếm những giá trị chung mà tất cả mọi người có thể chia sẻ, từ đó tạo nên một không gian cho sự phát triển cá nhân và tổ chức đồng thời.

Chẳng hạn, trong một công ty công nghệ đa quốc gia, có những nhân viên đến từ nhiều nền văn hóa khác nhau, mỗi người đều mang theo những giá trị và niềm tin riêng. Một số người có thể coi sự đổi mới sáng tạo là yếu tố quan trọng nhất, trong khi những người khác lại ưu tiên sự ổn định và quy trình làm việc rõ ràng. Để hình thành văn hóa tổ chức, công ty này cần tạo ra một môi trường mà mọi người có thể trao đổi và tìm thấy những giá trị chung, như sự tôn trọng lẫn nhau và khát vọng phát triển, từ đó xây dựng một văn hóa tổ chức linh hoạt và đa dạng, phù hợp với tất cả các thành viên. Những người không phù hợp là những người không sở hữu giá trị nằm trong bộ giá trị chung.

Và vì văn hóa tổ chức là giao thoa của văn hóa cá nhân, nên không có khái niệm Đúng-Sai mà chỉ có sự phù hợp hay không phù hợp.

Zappos, một công ty thương mại điện tử nổi tiếng chuyên cung cấp giày dép và hàng thời trang, đã xây dựng văn hóa dịch vụ khách hàng nổi bật với giá trị cốt lõi là "Mang lại sự hạnh phúc cho khách hàng". Tuy nhiên, nhân viên có cách tiếp cận riêng để thực hiện giá trị này, phản ánh sự đa dạng trong nền tảng văn hóa và cá nhân của họ.

Ví dụ, một nhân viên có thể tạo mối liên hệ thân thiện với khách hàng bằng cách sử dụng sự hài hước, trong khi một nhân viên khác có thể tập trung vào việc lắng nghe và hiểu nhu cầu của khách hàng để đưa ra giải pháp phù hợp. Một số nhân viên có thể chủ động làm thêm những điều bất ngờ, như gửi một món quà nhỏ hay lời chúc tốt đẹp, để tạo ấn tượng tích cực cho khách hàng.

Zappos khuyến khích sự sáng tạo và tự do trong cách tiếp cận của từng nhân viên, miễn là họ duy trì tinh thần phục vụ khách hàng. Điều này cho phép nhân viên thể hiện cá tính riêng, đồng thời vẫn nhất quán với mục tiêu chung là mang lại trải nghiệm hài lòng và vui vẻ cho khách hàng. Bằng cách này, Zappos không chỉ tạo ra sự hài lòng cho khách hàng mà còn xây dựng một đội ngũ nhân viên gắn bó và tận tâm.

Văn hóa tổ chức không phải là văn hóa xã hội

Văn hóa tổ chức không thể bị nhầm lẫn với văn hóa xã hội. Văn hóa xã hội thường là những quy tắc đạo đức, tiêu chuẩn cư xử chung được cả cộng đồng chấp nhận và tôn trọng. Chúng bao gồm các giá trị như lòng trung thực, tôn trọng người khác, công bằng, hòa đồng, v.v. Đây là những giá trị mang tính phổ quát và được xã hội công nhận là "tốt", là "đáng làm theo".

Trong khi đó, văn hóa tổ chức không phải lúc nào cũng tuân theo những quy chuẩn đó. Văn hóa tổ chức không tồn tại để phân biệt tốt hay xấu, mà chỉ nhằm đảm bảo sự phù hợp. Điều này có nghĩa là một công ty có thể có những giá trị nội tại mà nếu đánh giá theo góc nhìn xã hội, chúng có thể không hoàn toàn được coi là "tốt", nhưng lại hoàn toàn phù hợp với sự phát triển và tồn tại của tổ chức đó.

Một ví dụ khá thú vị để làm rõ điều này là trường hợp của một nhóm "trộm chó" – một nhóm người mà hoạt động của họ chắc chắn bị xã hội lên án và coi là xấu. Tuy nhiên, trong nhóm đó, họ vẫn có văn hóa riêng của mình. Họ có những quy tắc, niềm tin và cách hành xử riêng mà các thành viên trong nhóm tuân thủ một cách nghiêm ngặt. Ở góc độ tổ chức, nhóm này có thể có những quy tắc như "chó là để ăn, không phải là bạn", "đoàn kết, trung thành và bảo vệ nhau khi đứng trước pháp luật", "phải hoàn thành nhiệm vụ được giao bằng mọi giá" – đây chính là những giá trị cốt lõi của nhóm. Mặc dù theo quan điểm xã hội, hành động của họ bị coi là tiêu cực, đối với nhóm, những giá trị này lại là điều cần thiết để giữ vững sự tồn tại và thành công của họ.

Trong các tổ chức kinh doanh hợp pháp, văn hóa tổ chức có thể bao gồm những giá trị mà không nhất thiết phải được xã hội tán dương, nhưng lại là yếu tố quan trọng để công ty đạt được mục tiêu. Ví dụ, trong một công ty môi giới tài chính, các giá trị như "khả năng chấp nhận rủi ro cao" hay "lợi nhuận trên hết" có thể là kim chỉ nam cho mọi hành động. Trong bối cảnh xã hội, việc chấp nhận rủi ro cao có thể bị coi là liều lĩnh, nhưng đối với công ty này, đây lại là giá trị cốt lõi giúp họ đạt được thành công. Điều này cho thấy rõ ràng rằng văn hóa tổ chức không cần phải tuân theo các chuẩn mực xã hội, mà chỉ cần phù hợp với niềm tin của các thành viên (đặc biệt là nhóm lãnh đạo).

Khi bạn nhận định văn hóa của một tổ chức nào đó là xấu, thì bạn đang đứng trên góc độ văn hóa xã hội. Mà cũng chưa chắc! Có khi đó chỉ là văn hóa của riêng bạn, tiêu chuẩn đạo đức của riêng bạn. Bạn có thể không đồng tình với việc ăn thịt chó, nhưng bạn có biết có tới 1,2 tỷ người (Hindu giáo) coi bò là vật linh thiêng và sẽ không ăn chúng? Vậy theo bạn ăn thịt bò là tốt hay xấu?

Văn hóa tổ chức không dễ thay đổi, cũng không nên "dễ thay đổi"

Một điểm khác biệt quan trọng nữa giữa văn hóa tổ chức và văn hóa xã hội là tính ổn định. Trong khi văn hóa xã hội có thể thay đổi theo thời gian, phản ánh sự tiến bộ của xã hội hay sự thay đổi trong cách nhìn nhận các giá trị đạo đức, thì văn hóa tổ chức lại là thứ cần có sự ổn định và nhất quán trong dài hạn. Đây là yếu tố giúp tổ chức duy trì sự thống nhất và đồng thuận giữa các thành viên và là điều kiện để tổ chức phát triển bền vững.

Văn hóa tổ chức là kim chỉ nam dẫn dắt mọi hành động của tổ chức, không nên quá linh hoạt!

Nếu văn hóa tổ chức thay đổi liên tục, hoặc không được xây dựng trên một nền tảng vững chắc, tổ chức sẽ dễ dàng mất phương hướng và không thể hoạt động hiệu quả. Các thành viên trong tổ chức sẽ không biết phải tuân theo giá trị nào, điều gì được coi là quan trọng và điều gì không, dẫn đến sự mất đồng thuận và hiệu suất giảm sút.

Ví dụ, một công ty công nghệ như Google có một văn hóa tổ chức rất rõ ràng, dựa trên sự sáng tạo, đổi mới và tinh thần khởi nghiệp. Từ khi thành lập, Google đã luôn giữ vững những giá trị này và chúng trở thành kim chỉ nam cho mọi hoạt động của công ty. Bất kể nhân viên mới hay cũ, mọi người đều hiểu rõ vai trò của sự đổi mới và sáng tạo trong công việc, và điều này không thay đổi qua các thế hệ lãnh đạo.

Ngay cả khi ban lãnh đạo muốn thay đổi văn hóa tổ chức, điều đó cũng không hề dễ dàng! Văn hóa tổ chức được hình thành từ những giá trị, niềm tin cốt lõi của các thành viên trong tổ chức, mà như đã nói ở phần "Văn hóa của một con người", những niềm tin này hình thành từ sớm và khó thay đổi khi đã trưởng thành.

Việc thay đổi văn hóa tổ chức không thể diễn ra ngay lập tức. Nó đòi hỏi sự thay đổi dần dần trong niềm tin và cách hành xử của từng cá nhân. Đặc biệt, những người giữ vai trò lãnh đạo trong tổ chức phải là những người tiên phong trong việc thể hiện và thúc đẩy các giá trị mới. Nếu lãnh đạo không cam kết với sự thay đổi, hoặc không nhất quán trong hành động của mình, việc thay đổi văn hóa tổ chức sẽ thất bại.

Ngay cả khi bạn cho rằng văn hóa tổ chức vẫn có thể và vẫn nên thay đổi, thì bạn phải hiểu rủi ro của chuyện đó là những người mang trong mình các giá trị cũ sẽ cảm thấy lạc lõng và "không thuộc về" khi tổ chức thay đổi các giá trị và họ sẽ rời đi. Không chỉ nhân sự rời đi, có thể là cả khách hàng, đối tác.

Google có giá trị "Làm điều đúng đắn" với sứ mệnh sắp xếp thông tin trên toàn thế giới để con người tiếp cận dễ dàng hơn. Khi họ dự định triển khai một dự án công cụ tìm kiếm riêng cho thị trường Trung Quốc với các tiêu chuẩn kiểm duyệt khắt khe của thị trường này, hàng ngàn nhân viên Google đã đình công phản đối khiến Google phải hủy bỏ dự án.

Bất kỳ khi nào một ai đó nói văn hóa của chúng tôi dễ dàng thay đổi, thì đó là bởi họ chưa hề có cho mình văn hóa đủ vững chắc.

Văn hóa tổ chức và việc tuyển dụng

Văn hóa tổ chức còn có vai trò quan trọng trong việc tuyển dụng và giữ chân nhân tài. Một tổ chức với văn hóa rõ ràng sẽ thu hút những người có giá trị cá nhân phù hợp với văn hóa đó. Những người này sẽ dễ dàng hòa nhập và cống hiến cho tổ chức hơn, bởi họ cảm thấy mình thuộc về nơi này và hiểu rõ những gì tổ chức đang theo đuổi.

Ngược lại, nếu một cá nhân có giá trị không phù hợp với văn hóa tổ chức, họ sẽ gặp khó khăn trong việc làm việc chung với đồng nghiệp và có thể nhanh chóng cảm thấy mất phương hướng, chán nản. Điều này dẫn đến hiệu suất làm việc thấp và họ có thể không gắn bó lâu dài với tổ chức.

Ví dụ, trong một công ty có văn hóa chú trọng vào tinh thần đồng đội và hợp tác, một nhân viên có tính cách quá độc lập, chỉ muốn làm việc một mình sẽ cảm thấy khó khăn khi hòa nhập. Họ có thể không thoải mái khi phải tham gia vào các dự án chung hoặc phải làm việc với nhiều người và điều này dẫn đến xung đột nội bộ.

Ngược lại, khi một công ty biết cách xây dựng văn hóa tổ chức mạnh mẽ, họ sẽ không chỉ thu hút được những người có tài, mà còn giữ chân họ lâu dài. Văn hóa tổ chức chính là yếu tố quyết định đến sự gắn kết của nhân viên với công ty, và nó có sức ảnh hưởng lớn hơn nhiều so với các yếu tố khác như lương thưởng hay điều kiện làm việc.

CẤU TRÚC VHDN THEO EDGAR SCHEIN

Edgar Schein, một trong những nhà nghiên cứu hàng đầu về văn hóa tổ chức, đã xây dựng một mô hình phân tích VHDN thông qua ba cấp độ khác nhau:

(1) Cấp độ bề nổi (Artifacts).

(2) Giá trị cốt lõi được tuyên bố (Espoused Values).

(3) Các giả định nền tảng (Basic Assumptions).

Mô hình này giúp chúng ta hiểu sâu hơn về các yếu tố hình thành VHDN và cách chúng ảnh hưởng đến mọi khía cạnh hoạt động của tổ chức. Hãy cùng đi sâu vào từng cấp độ để hiểu rõ hơn về cách Schein xây dựng lý thuyết về văn hóa tổ chức.

Cấp độ bề nổi – Tạo tác và các hành vi (Artifacts)

Đây là các yếu tố dễ nhận thấy nhất, phản ánh bề ngoài của VHDN (Cấp độ này tương ứng với "Văn hóa bề nổi của cá nhân").

Đây là cấp độ đầu tiên và dễ thấy nhất trong cấu trúc văn hóa tổ chức. Theo Schein, cấp độ này bao gồm tất cả những biểu hiện bề ngoài, những yếu tố mà mọi người có thể dễ dàng nhìn thấy và cảm nhận trong một tổ chức. Tuy nhiên, giống như tảng băng chìm, những yếu tố bề nổi này chỉ là phần nhỏ của văn hóa, chúng có thể phản ánh nhưng không hoàn toàn diễn giải được các giá trị và niềm tin cốt lõi của tổ chức.

Những yếu tố trong cấp độ bề nổi

Các yếu tố bề nổi trong VHDN bao gồm những khía cạnh như cơ cấu tổ chức, thiết kế văn phòng, quy trình làm việc, cách thức giao tiếp hằng ngày và ngay cả trang phục của nhân viên. Đây là những điều mà nhân viên mới hoặc khách hàng có thể nhận ra ngay từ lần đầu tiếp xúc với công ty.

Ví dụ thực tiễn: Trong môi trường làm việc của một công ty thẩm mỹ mà tôi từng tư vấn, cấp độ bề nổi rất rõ ràng qua cách mà nhân viên đối xử với khách hàng. Mỗi nhân viên đều tỏ ra lịch sự, tận tâm và chuyên nghiệp khi phục vụ khách. Từ đồng phục đến cách trang trí không gian spa, mọi yếu tố đều phản ánh một sự gọn gàng, sang trọng. Đây là những biểu hiện rõ ràng về cách công ty muốn xây dựng hình ảnh của mình với khách hàng, nhưng liệu nó có phản ánh hoàn toàn giá trị cốt lõi không? Điều này còn phụ thuộc vào các cấp độ sâu hơn của văn hóa tổ chức.

Giới hạn của cấp độ bề nổi

Mặc dù các yếu tố bề nổi có thể giúp người ngoài đánh giá ban đầu về VHDN, nhưng chúng không phải là toàn bộ câu chuyện. Nhìn vào cấp độ này không thể giúp chúng ta hiểu được những niềm tin và giá trị cốt lõi ẩn sâu bên trong. Nhiều khi, tổ chức có thể xây dựng một hình ảnh bề ngoài rất tích cực nhưng lại không thực sự phản ánh giá trị bên trong, điều này tạo ra sự không nhất quán giữa những gì được thể hiện và những gì thực sự xảy ra trong nội bộ.

Ví dụ thực tiễn: Một công ty khuyến khích sự sáng tạo nhưng trong thực tế, họ lại không chấp nhận rủi ro khi thử nghiệm những ý tưởng mới. Họ có thể có không gian làm việc sáng tạo, trang phục tự do, nhưng nếu không hỗ trợ nhân viên khi họ gặp thất bại, điều đó chỉ là hình thức bề ngoài và không phản ánh đúng thực chất của VHDN.

Giá trị cốt lõi được tuyên bố (Espoused Values)

Đây là những nguyên tắc mà tổ chức công khai và kỳ vọng mọi người tuân theo.

Ở cấp độ thứ hai, Schein đề cập đến các giá trị cốt lõi được tuyên bố – những nguyên tắc, triết lý mà tổ chức tự xác định và công khai. Đây là những giá trị mà ban lãnh đạo mong muốn mọi người trong tổ chức tuân theo và nó thường được thể hiện qua các khẩu hiệu, tôn chỉ hoạt động, hoặc các quy định nội bộ.

Vai trò của giá trị được tuyên bố

Các giá trị được tuyên bố thường là những điều tổ chức công khai với nhân viên, khách hàng và đối tác. Chúng có thể bao gồm những giá trị như "sự chính trực", "tinh thần làm việc nhóm", "đổi mới sáng tạo", hay "khách hàng là trung tâm"… Đây là những nguyên tắc cơ bản mà công ty tuyên bố sẽ theo đuổi và từ đó định hình hành vi của nhân viên.

Ví dụ, nhiều công ty lớn như Apple hay Tesla đều công khai giá trị cốt lõi của họ là "sự sáng tạo và đổi mới không ngừng". Các giá trị này được sử dụng như kim chỉ nam cho toàn bộ hoạt động, từ việc thiết kế sản phẩm đến cách thức phục vụ khách hàng.

Sự khác biệt giữa giá trị tuyên bố và giá trị thực tế

Tuy nhiên, một vấn đề phổ biến mà nhiều tổ chức gặp phải là sự không đồng nhất giữa các giá trị tuyên bố và giá trị thực tế. Trong một số trường hợp, các giá trị mà công ty tuyên bố có thể chỉ là lời nói suông, không được thể hiện qua hành động cụ thể.

Bạn có thể thấy trên thực tế rất nhiều (có thể nói là đa số) các giá trị cốt lõi của các công ty có tác dụng "treo tường" hơn là thực tế. Nhân viên công ty muốn kể ra các giá trị của tổ chức phải mở "sổ tay văn hóa" ra, thậm chí… đến sếp cũng không nhớ. Khi các giá trị cốt lõi được xây dựng không xuất phát từ chính con người trong doanh nghiệp, những giá trị mà họ sở hữu, việc đưa các giá trị đó vào từng mặt của cuộc sống, công việc là điều gần như… không thể.

Nếu một doanh nghiệp khi xây dựng VHDN lại chỉ bắt đầu từ tầng này sẽ tiềm ẩn nhiều rủi ro. Đôi khi các giá trị đồng thuận là những kỳ vọng, sự mong muốn có được những giá trị này nhưng lại không thực hiện được sẽ gây ra mất niềm tin, sự thất vọng. Đây là một điều dễ dàng nhận thấy ở các công ty đi vay mượn những giá trị cốt lõi từ "chuẩn mực văn hóa".

Các giả định nền tảng (Basic Assumptions)

Đây là những niềm tin sâu sắc, khó thay đổi mà tổ chức dựa vào để hình thành hành vi và quyết định.

Đây là cấp độ sâu nhất trong mô hình văn hóa của Schein và cũng là yếu tố khó nhận biết nhất. Các giả định nền tảng là những niềm tin và giá trị đã ăn sâu vào tổ chức, đến mức chúng không còn được bàn luận hoặc thách thức nữa. Chúng chính là nền tảng vô hình định hình mọi quyết định, hành động của tổ chức và được coi là "hiển nhiên".

Sức mạnh của các giả định nền tảng

Các giả định nền tảng chính là những giá trị đã trở thành một phần của tư duy tập thể, khiến cho mọi hành vi, quyết định trong tổ chức đều xuất phát từ đó mà không cần giải thích thêm. Giả định nền tảng nghĩa là niềm tin về "điều gì hiển nhiên được cho là đúng đắn, được chấp nhận". Chúng không được nêu ra một cách rõ ràng như các giá trị được tuyên bố, nhưng lại chi phối mạnh mẽ mọi hoạt động.

Ví dụ thực tiễn: Trong một công ty nơi sự cạnh tranh nội bộ được ngầm chấp nhận, nhân viên sẽ tự động điều chỉnh hành vi để cạnh tranh với đồng nghiệp, thậm chí không cần phải được lãnh đạo yêu cầu. Đó là những giả định nền tảng đã ăn sâu vào tổ chức và chúng ảnh hưởng đến cách mà mọi người tương tác với nhau.

Sự khó thay đổi của các giả định nền tảng

Các giả định nền tảng thường rất khó thay đổi, bởi vì chúng đã trở thành một phần của văn hóa và tư duy tập thể. Những giả định này được hình thành từ nhiều năm phát triển của tổ chức và rất khó để nhận biết trừ khi có một sự thay đổi lớn trong cấu trúc hay phương thức hoạt động của tổ chức.

Ví dụ, trong một công ty nơi hiệu suất cá nhân luôn được đặt lên hàng đầu, sẽ rất khó để chuyển sang một môi trường làm việc tập trung vào hợp tác và làm việc nhóm. Các giả định về việc "thành công cá nhân là quan trọng nhất" đã thấm nhuần trong VHDN và việc thay đổi giả định này đòi hỏi phải có một cuộc cách mạng trong cách thức tổ chức vận hành.

Tác động của các giả định nền tảng đến tổ chức

Các giả định nền tảng, một khi đã được hình thành, có thể giúp tổ chức vận hành một cách suôn sẻ vì mọi người đều ngầm hiểu các nguyên tắc hoạt động. Tuy nhiên, nó cũng có thể trở thành rào cản nếu tổ chức muốn thay đổi chiến lược hoặc văn hóa. Khi tổ chức không nhận ra hoặc thách thức các giả định này, họ sẽ dễ rơi vào tình trạng cứng nhắc và khó thích nghi với những thay đổi từ bên ngoài.

Sự tương tác giữa ba cấp độ

Ba cấp độ trong mô hình VHDN của Edgar Schein không chỉ hoạt động độc lập mà còn tương tác chặt chẽ với nhau. Cách tổ chức tuyên bố các giá trị cốt lõi thường bị ảnh hưởng bởi các giả định nền tảng đã ăn sâu trong tổ chức. Ngược lại, các yếu tố bề nổi cũng có thể phản ánh những giả định này.

Tình huống 1: Giả định nền tảng và giá trị được tuyên bố phù hợp với nhau

Giả sử trong một công ty có giả định rằng "sự đổi mới là chìa khóa cho thành công". Nếu giả định này đã được chấp nhận, công ty có thể tuyên bố "sự đổi mới và sáng tạo" là giá trị cốt lõi. Tuy nhiên, nếu có thành viên không đồng tình, điều đó có thể dẫn đến sự không nhất quán trong thực hiện các giá trị này.

Điều này gọi là: Nghĩ đi đôi với nói.

Tình huống 2: Giá trị được tuyên bố và các yếu tố bề nổi phù hợp với nhau

Một công ty thương mại điện tử tuyên bố "khách hàng là trung tâm", điều này thể hiện qua các quy định và cam kết với nhân viên. Công ty triển khai đào tạo để mọi nhân viên áp dụng giá trị này trong công việc hằng ngày. Các quy trình phục vụ khách hàng và cách giao tiếp đều được thiết kế phù hợp với giá trị cốt lõi này.

Điều này gọi là: Nói đi đôi với làm.

Tình huống 3: Yếu tố bề nổi và các giả định nền tảng phù hợp với nhau

Trong tổ chức nơi sự cạnh tranh nội bộ được chấp nhận, các yếu tố bề nổi như quy trình thưởng phạt phản ánh điều này. Nếu tổ chức khuyến khích cạnh tranh và tập trung vào thành tích cá nhân, các chính sách sẽ được thiết kế theo hướng này, hình thành nên một văn hóa nơi mà các cá nhân cảm thấy áp lực để thể hiện tốt hơn đồng nghiệp.

Điều này gọi là: Nghĩ đi đôi với làm.

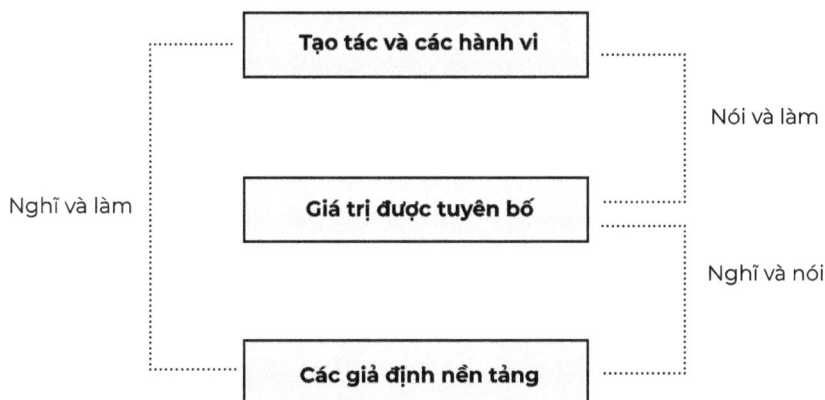

Nếu ba cấp độ có sự phù hợp nhau, điều đó là tốt. Nhưng trên thực tế chúng ta thường gặp các tình huống "nói không đi đôi với làm", "nghĩ một đằng, làm một nẻo" hay "nghĩ một đằng, nói một đằng".

Sự tương tác giữa ba cấp độ này là rất quan trọng trong việc xây dựng một VHDN nhất quán và hiệu quả. Các nhà quản lý cần nhận thức rằng một sự thay đổi ở một cấp độ có thể tác động đến các cấp độ khác, từ đó đưa ra các quyết định phù hợp để điều chỉnh và phát triển văn hóa tổ chức một cách hiệu quả.

Bạn có thể tìm đọc cuốn "Lãnh Đạo Và VHDN" của Edgar Schein để tìm hiểu kỹ hơn về mô hình văn hóa ba cấp độ nói trên.

CÂU CHUYỆN VĂN HÓA

Câu chuyện 1: Patagonia – từ niềm tin đến hành động

Trong thế giới thời trang ngoài trời, Patagonia không chỉ là một thương hiệu; đó là một phong trào. Một buổi sáng đẹp trời, trong một cuộc họp ở văn phòng tràn ngập ánh sáng tự nhiên, nhân viên ngồi quây quần bên nhau, họ đang thảo luận về một sản phẩm mới. Không chỉ là một chiếc áo khoác, mà là biểu tượng cho cam kết của họ với hành tinh.

"Chúng ta phải làm gì đó khác biệt!" – Kelly, một nhà thiết kế trẻ tuổi, nói với ánh mắt sáng ngời. Mọi người xung quanh gật đầu đồng tình. Họ không chỉ sản xuất hàng hóa, mà còn tạo ra giá trị. Câu nói nổi tiếng của công ty, "Chúng tôi đang cố gắng cứu hành tinh", không chỉ là một khẩu hiệu, mà là một cam kết sâu sắc, thấm nhuần vào từng thành viên.

Cấp độ bề nổi của Patagonia rất rõ ràng: không gian làm việc mở với các khu vực thư giãn và những bức tranh tường sống động về thiên nhiên. Nhân viên được khuyến khích mặc đồ thoải mái, như thể họ đang chuẩn bị cho một cuộc phiêu lưu. Mọi thứ xung quanh họ đều mang dấu ấn của sự sáng tạo và tự do.

Tuy nhiên, điều làm cho Patagonia thật sự khác biệt chính là các giả định nền tảng. Họ tin rằng bảo vệ môi trường không chỉ là trách nhiệm, mà còn là nghĩa vụ của mỗi cá nhân. Sự cần thiết phải bảo vệ thiên nhiên đã trở thành một phần không thể thiếu trong văn hóa công ty. Điều này không chỉ tạo ra một môi trường làm việc tích cực, mà còn giúp họ thu hút được sự trung thành từ khách hàng.

Khi Patagonia quyết định phát động một chiến dịch bảo vệ biển, nhân viên từ mọi phòng ban đều hăng hái tham gia. Họ không chỉ là đồng nghiệp; họ là những chiến binh vì môi trường, những người mang trong mình cùng một sứ mệnh. Hình ảnh một công ty hòa quyện giữa kinh doanh và trách nhiệm xã hội, nơi mà mọi người đều được khuyến khích đóng góp ý kiến, đã thực sự tạo nên một VHDN mạnh mẽ và bền vững.

Câu chuyện 2: Enron – Giấc Mơ và Thực Tại

Trong những năm 90, Enrolls là biểu tượng của sự thành công trong ngành công nghiệp năng lượng, nhưng bên trong những bức tường sang trọng của trụ sở chính, một câu chuyện hoàn toàn khác đang diễn ra. Một buổi chiều oi ả, các giám đốc điều hành đang họp mặt, không khí ngột ngạt với những lời hứa hẹn về sự đổi mới và thành công.

"Chúng ta cần phải bứt phá!" – Jeff, một giám đốc cao cấp, đã tuyên bố. Mọi người vỗ tay, nhưng đằng sau những nụ cười đó là sự lo lắng. Họ đều biết rằng thành công không chỉ đến từ những sản phẩm tốt, mà còn từ những con số ấn tượng mà họ phải báo cáo. Hình ảnh của một công ty đổi mới, nơi mà mọi người làm việc cùng nhau vì một mục tiêu chung, đã nhanh chóng trở thành một ảo tưởng.

Cấp độ bề nổi của Enrolls rất hấp dẫn: một văn phòng hiện đại, những bữa tiệc lớn và các sự kiện tôn vinh thành tích. Tuy nhiên, giá trị cốt lõi được tuyên bố như "sự trung thực" và "tinh thần đồng đội" dần dần bị phai nhạt. Chúng chỉ là những khẩu hiệu trên tường, không có thực tế nào hỗ trợ cho chúng.

Khi các giả định nền tảng về việc "thành công cá nhân là quan trọng nhất" bắt đầu lan tỏa, mọi thứ trở nên tồi tệ hơn. Nhân viên cạnh tranh với nhau một cách khốc liệt, và những ai không đạt được thành tích đều phải chấp nhận rủi ro. Các quyết định sai lầm bắt đầu xảy ra và những hành động gian lận trở thành cách sống còn.

Một ngày nọ, những con số mà Enron tự hào công bố trước công chúng bỗng chốc sụp đổ. Các nhà đầu tư, khách hàng và cả nhân viên đều choáng váng khi thấy bộ mặt thật của công ty. Niềm tin bị đánh mất và sự tan rã bắt đầu. Enron không chỉ là một cuộc khủng hoảng tài chính; đó là một bài học đau đớn về việc giá trị cốt lõi và giả định nền tảng không đồng nhất đã dẫn đến sự sụp đổ của một gã khổng lồ.

VHDN THEO QUAN ĐIỂM CỦA PETER DRUCKER

Peter Drucker, một trong những nhà tư tưởng quản lý có ảnh hưởng lớn nhất thế kỷ 20, dường như từng nói rằng: "Văn hóa ăn chiến lược cho bữa sáng". Quan điểm này nhấn mạnh rằng dù một tổ chức có chiến lược tốt đến đâu, nếu VHDN không phù hợp hoặc không đủ mạnh, thì chiến lược đó cũng khó có thể thành công. VHDN theo Drucker không chỉ là tập hợp các giá trị hay quy tắc mà còn là yếu tố sống còn, điều chỉnh mọi khía cạnh của tổ chức.

Văn hóa là nền tảng cốt lõi của hiệu suất

Peter Drucker tin rằng VHDN là yếu tố quan trọng nhất ảnh hưởng đến hiệu suất của tổ chức. Khi một tổ chức có văn hóa mạnh mẽ, nhân viên cảm thấy gắn kết với công ty và chia sẻ cùng một mục tiêu chung. Văn hóa không phải chỉ là những khẩu hiệu hay giá trị được tuyên bố trên giấy tờ mà là cách nhân viên thực sự hành động và tương tác trong công việc hằng ngày.

Ví dụ, trong một công ty có văn hóa cởi mở và minh bạch, nhân viên sẽ cảm thấy thoải mái khi đưa ra ý tưởng mới, ngay cả khi chúng không phải lúc nào cũng thành công. Trong một môi trường như vậy, mọi người sẵn sàng thử nghiệm và đổi mới, vì họ biết rằng thất bại không bị xem là điều đáng sợ, mà là cơ hội để học hỏi và cải thiện.

Ngược lại, nếu VHDN không khuyến khích hợp tác hoặc không hỗ trợ sáng tạo, các nhân viên sẽ trở nên thụ động, chỉ làm theo những gì được yêu cầu và tổ chức sẽ mất đi khả năng cạnh tranh dài hạn.

VHDN và mục tiêu chung

Drucker nhấn mạnh rằng VHDN là một công cụ để gắn kết các cá nhân và nhóm trong tổ chức với mục tiêu chung. Mục tiêu của tổ chức không chỉ đơn thuần là các chỉ tiêu tài chính mà còn bao gồm giá trị và sứ mệnh lớn hơn mà công ty đang theo đuổi. Mỗi nhân viên cần hiểu rõ vai trò của mình trong việc thực hiện mục tiêu chung đó, đồng thời cũng phải cam kết với sứ mệnh của tổ chức.

Ví dụ, một công ty về y tế không chỉ đặt mục tiêu tăng doanh thu mà còn hướng đến việc cải thiện chất lượng cuộc sống cho bệnh nhân. Nếu các nhân viên trong tổ chức chỉ quan tâm đến lợi nhuận và không hiểu hoặc không cam kết với mục tiêu xã hội này, tổ chức sẽ khó duy trì được sự phát triển bền vững.

Drucker cho rằng, VHDN sẽ định hình cách mà nhân viên nhìn nhận và hành xử với các mục tiêu này. Văn hóa là chiếc cầu nối giữa cá nhân và mục tiêu chung, giúp mọi người đồng lòng và cam kết trong việc đạt được những thành quả dài hạn.

Văn hóa và lãnh đạo

Drucker nhấn mạnh vai trò của lãnh đạo trong việc xây dựng và duy trì VHDN. Lãnh đạo không chỉ là người tạo ra chiến lược mà còn là người hình thành và bảo vệ văn hóa tổ chức. Điều này không chỉ bao gồm việc thiết lập các giá trị cốt lõi mà còn thể hiện thông qua hành vi hằng ngày của họ.

Nếu lãnh đạo muốn xây dựng một văn hóa tin cậy, họ phải luôn thực hiện các hành động nhất quán với giá trị này, từ cách giao tiếp với nhân viên đến cách xử lý các tình huống khó khăn. Lãnh đạo là người làm gương cho nhân viên và họ cần phải thể hiện đúng giá trị mà công ty đề cao.

Một ví dụ điển hình là Howard Schultz, người sáng lập và lãnh đạo của Starbucks. Ông đã xây dựng một VHDN đề cao nhân viên và khách hàng, trong đó, công ty luôn chú trọng đến việc tạo ra trải nghiệm tuyệt vời cho cả hai. Schultz luôn nhấn mạnh rằng thành công của Starbucks không chỉ đến từ chiến lược kinh doanh mà còn từ văn hóa tôn trọng và phục vụ con người mà ông đã xây dựng.

Văn hóa như là sự kiểm soát tự nhiên

Một điểm mạnh của VHDN, theo Drucker, là nó đóng vai trò như một hệ thống kiểm soát tự nhiên trong tổ chức. Khi văn hóa được xây dựng một cách chặt chẽ và nhất quán, nó giúp giảm bớt sự cần thiết của các hệ thống kiểm soát bên ngoài, như giám sát hay quy định cứng nhắc.

Nhân viên trong tổ chức sẽ tự điều chỉnh hành vi của mình theo văn hóa chung mà không cần sự can thiệp quá nhiều từ cấp trên. Điều này không chỉ giúp tăng tính tự giác mà còn khuyến khích sự sáng tạo và đổi mới, vì nhân viên không cảm thấy bị gò bó trong một khuôn khổ quá chặt chẽ.

Ví dụ, trong một công ty có văn hóa trách nhiệm cao, nhân viên sẽ luôn hành động theo nguyên tắc đạo đức và trách nhiệm mà không cần đến các quy tắc quá khắt khe. Họ tự điều chỉnh hành vi để phù hợp với chuẩn mực văn hóa của công ty.

Văn hóa và sự bền vững

Drucker cũng tin rằng VHDN không chỉ đóng vai trò trong việc tạo ra hiệu suất ngắn hạn mà còn đảm bảo sự bền vững lâu dài của tổ chức. Một tổ chức có thể thành công tạm thời nhờ vào chiến lược hoặc sản phẩm sáng tạo, nhưng để duy trì thành công trong dài hạn, tổ chức đó cần có một nền văn hóa mạnh mẽ. Văn hóa này sẽ giúp tổ chức duy trì sự ổn định trong nội bộ và khả năng thích ứng với những thay đổi từ bên ngoài.

Một ví dụ điển hình là Toyota, một công ty nổi tiếng với văn hóa Kaizen (cải tiến liên tục). Chính văn hóa này đã giúp Toyota không chỉ thành công trong việc tạo ra các sản phẩm chất lượng cao mà còn đảm bảo sự phát triển bền vững qua nhiều thập kỷ.

Áp dụng quan điểm của Peter Drucker vào thực tiễn quản lý

Để áp dụng quan điểm của Drucker về VHDN vào thực tiễn quản lý, các nhà lãnh đạo cần tập trung vào việc xây dựng và duy trì một văn hóa tổ chức mạnh mẽ. Điều này không chỉ đòi hỏi lãnh đạo phải hiểu rõ giá trị cốt lõi của tổ chức mà còn phải thể hiện chúng trong hành động hàng ngày. Các nhà lãnh đạo cần phải truyền đạt một cách rõ ràng giá trị và mục tiêu của tổ chức đến nhân viên và đảm bảo rằng mọi người đều hiểu và cam kết với những giá trị này.

Hơn nữa, lãnh đạo cần tạo ra một môi trường mà văn hóa được nuôi dưỡng và phát triển một cách tự nhiên. Điều này có thể được thực hiện thông qua việc xây dựng các quy trình quản lý nhân sự, đào tạo và phát triển, cũng như khuyến khích sự tham gia và sáng tạo từ mọi cấp độ trong tổ chức.

VHDN theo quan điểm của Peter Drucker không chỉ là một bộ quy tắc hoặc giá trị được tuyên bố. Đó là nền tảng cốt lõi giúp tổ chức phát triển bền vững và duy trì sự cạnh tranh.

VHDN VÀ HIỆU SUẤT

Các CEO thường tìm đến tôi để "làm" VHDN khi công ty trở nên bớt vui, xuất hiện nhiều xung đột, sự không hài lòng với nhau... một môi trường rất "unhappy". Họ chỉ mong muốn doanh nghiệp sẽ vui vẻ trở lại, nhưng cái họ nhận lại được thường là doanh thu tăng trưởng.

Tại sao lại thế?

Để tôi chỉ cho bạn điều này: có phải công ty bạn khi khởi đầu đã rất vui vẻ, mọi người làm việc với nhau ăn ý và rất gắn kết, kết quả là hiệu suất vượt trội và công ty liên tục có lãi? Có phải những người đầu tiên làm việc với nhau đều cho cảm giác rất ăn ý? (Không ăn ý thì chắc công ty cũng tan rã lâu rồi!).

Và điều gì xảy ra tiếp theo? Tăng trưởng, tăng trưởng và tăng trưởng. Đi cùng với đó là số lượng nhân sự cứ đông lên mỗi ngày. Và cho đến khi bạn cảm thấy hết vui rồi, doanh thu bắt đầu không bù được chi phí, bạn mới nghĩ tới văn hóa?

Hệ quả "hiệu suất âm" thực ra đã diễn ra từ trước khi bạn nhận ra điều đó rất lâu, từ khi bạn bắt đầu từ tuyển dụng một cách "bừa bãi".

Sai lầm số 3 (Trong "10 sai lầm phổ biến trong quản trị") ở Chương 1, tôi đã đề cập đến quan điểm của Jim Collins: *Khi những nhân sự không phù hợp xuất hiện trong tổ chức, thay vì nhận ra và mời họ xuống xe, chúng ta bắt đầu tạo ra những quy tắc nhằm kiềm chế thiểu số này. Nhưng hệ quả là tổ chức trở nên ngột ngạt và những người phù hợp ra đi. Sự ra đi của người phù hợp (trong khi những người không phù hợp thì vẫn ở lại) làm tỷ lệ người không phù hợp ngày càng cao, càng khiến cho các quy tắc được sinh ra nhiều hơn, sự ngột ngạt lại lớn hơn và người phù hợp lại càng ra đi nhiều hơn. Đó là vòng xoáy phá hủy doanh nghiệp từ bên trong.*

Một người không phù hợp là khi họ không sở hữu các giá trị cốt lõi của tổ chức. Điều đó khiến cho họ trở thành nhân tố khiến tổ chức xung đột, mất thời gian cho các nghi ngờ, giải thích phức tạp và mất công "sếp" phải giám sát các hành động của họ. Những việc đó sẽ tiêu tốn nguồn lực hữu hạn của doanh nghiệp: thời gian. Người không phù hợp không chỉ có hiệu suất thấp hơn năng lực thật sự của họ mà còn ảnh hưởng tiêu cực đến hiệu suất của những người khác.

Kết quả là khi bạn tăng nhân sự từ 50 lên 100, hiệu suất không được nhân 2, thậm chí còn... âm ngược.

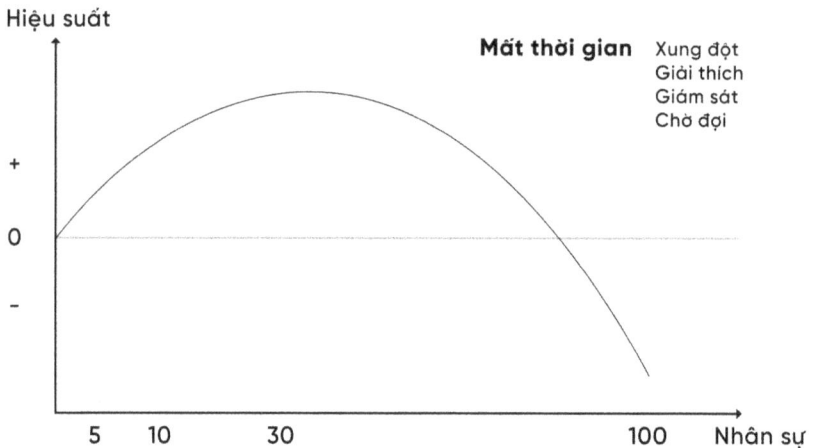

VHDN và hiệu suất làm việc là hai yếu tố không thể tách rời trong quản trị doanh nghiệp hiện đại. Một VHDN mạnh mẽ không chỉ tạo ra một môi trường làm việc tích cực, nơi nhân viên cảm thấy được khuyến khích và động viên, mà còn tác động trực tiếp đến hiệu suất của tổ chức. Khi mọi người trong công ty đều hướng tới những giá trị chung và làm việc theo một nền tảng văn hóa rõ ràng, doanh nghiệp sẽ hoạt động hiệu quả hơn, năng suất được nâng cao và quan trọng hơn là giữ chân được nhân tài.

Để hiểu hơn về hiệu suất và văn hóa, ta hãy so sánh quá trình phát huy hiệu quả của hai nhân sự khi được tuyển dụng theo hai cách khác nhau: **phù hợp với các giá trị cốt lõi và không phù hợp với các giá trị cốt lõi.**

Tuyển dụng lỏng lẻo

Chỉ dành ba đến bốn tuần để tuyển dụng, "gật đầu" một cách vội vàng để cố gắng lấp chỗ trống càng nhanh càng tốt, bỏ qua yếu tố phù hợp về giá trị cốt lõi với kỳ vọng người này sẽ phát huy năng lực còn tính cách thì từ từ sẽ điều chỉnh. Phương án này bề ngoài có vẻ "nhanh", tiết kiệm chi phí nhưng thực chất phần lãng phí lại nằm ở phía sau, khi doanh nghiệp cố gắng "đào tạo", "nắn chỉnh" để cá nhân phù hợp với tổ chức. Nếu may mắn doanh nghiệp sẽ mất ba đến bốn tháng đào tạo, thử thách rồi mới nhận ra rằng có lẽ người này không phù hợp, tệ hơn thì 6 – 12 tháng. Quá trình dài đó, hiệu suất của những người xung quanh bị ảnh hưởng bởi các xung đột, khác biệt quan điểm và mất niềm tin. Tệ hơn, chính người sếp cũng trở nên mệt mỏi, thất vọng và chán nản, dần mất niềm tin vào con người.

Tuyển dụng kỹ lưỡng

Khi doanh nghiệp đầu tư thời gian và công sức vào quy trình tuyển dụng, họ sẽ không chỉ tìm kiếm những ứng viên có kỹ năng chuyên môn phù hợp, mà còn xem xét sự hòa hợp với văn hóa và giá trị cốt lõi của tổ chức. Quá trình này có thể lâu hơn ba, bốn tuần, thậm chí có thể là ba đến bốn tháng với vị trí khó. Nhưng chính sự tỉ mỉ và cẩn trọng trong từng bước tuyển chọn sẽ mang lại lợi ích lớn hơn rất nhiều về sau.

Bằng cách thực hiện phỏng vấn sâu, kiểm tra kỹ lưỡng về tính cách và áp dụng các bài đánh giá phù hợp, tổ chức có thể chọn lọc những ứng viên không chỉ đáp ứng yêu cầu công việc mà còn có thể hòa nhập và phát triển trong môi trường văn hóa mà doanh nghiệp hướng tới. Khi tìm được người phù hợp, doanh nghiệp không chỉ tiết kiệm thời gian và chi phí cho đào tạo mà còn tăng cường sự gắn bó và lòng trung thành từ nhân viên.

Với việc tuyển dụng kỹ lưỡng, hiệu suất của đội ngũ sẽ được cải thiện ngay từ những ngày đầu làm việc. Nhân viên mới sẽ cảm thấy tự tin và hào hứng khi gia nhập một tập thể có cùng giá trị, từ đó không ngần ngại đóng góp ý tưởng và sức sáng tạo của mình. Kết quả là, doanh nghiệp không chỉ đạt được hiệu suất cao hơn mà còn xây dựng được một nền văn hóa tích cực và bền vững, nơi mà mọi người cùng nhau phát triển và tiến bộ.

	Tuyển dụng người mới	
	Người không phù hợp	Người phù hợp
Cách làm	3 - 4 tuần phỏng vấn, tuyển dụng	3 - 4 tháng kiên trì phỏng vấn, tuyển dụng
	3 - 4 tháng đào tạo và nhận thấy người này không thích hợp nhưng không "dứt điểm"	3 - 4 tuần đào tạo gia nhập, sau đó vào việc luôn
	3 - 4 người được tuyển vào chỉ giữ lại được 1	30 - 40 hồ sơ mới tuyển được 1 người
Giá trị cốt lõi	Không coi trọng tìm người phù hợp GTCL	Đặt yếu tố phù hợp với các GTCL của doanh nghiệp lên hàng đầu
	Nghĩ rằng tuyển người có năng lực rồi yêu cầu học tuân thủ các tiêu chuẩn hành vi của doanh nghiệp là được	Quá trình "thử việc", nếu xác định tuyển người sai với GTCL cần dứt khoát "chia tay" ngay
	Tặc lưỡi tuyển vào dù còn lăn tăn	Khi còn lăn tăn chỉ một chút cũng không vội quyết định
Tài năng	Tiết kiệm chi phí, tuyển người "rẻ" nhất có thể	"Công ty của chúng ta có nguồn lực hạn chế, không đủ năng lực để tiếp nhận những người bình thường"

	Tìm người "có thể đào tạo được" về và dành phần lớn thời gian để hướng dẫn họ cách làm việc	Tìm người tài về để giải quyết các thách thức của doanh nghiệp
	Tuyển người có năng lực còn thiếu và trả lương… đủ	Tuyển người lương gấp đôi nhưng có kết quả làm việc gấp ba
Được & Mất	6 – 12 tháng chịu đựng, mất tiền và thời gian tuyển dụng lại và hàng vô vàn giá trị của lợi ích bị bỏ lỡ	2 – 4 năm gắn bó của nhân sự và nhiều hơn nữa. Vô vàn các giá trị mà người phù hợp đóng góp cho tổ chức
	30% hiệu suất mất đi khi một người không phù hợp tạo ra các xung đột liên miên. Hiệu quả bình quân suy giảm	300% hiệu suất gia tăng khi những người phù hợp cộng hưởng nhau. Hiệu quả hoạt động xuất chúng
	Sự khó chịu của nhân sự SÓI	
	Sếp mệt mỏi, thất vọng và chán nản, dần mất niềm tin vào con người	Sếp hân hoan, hài lòng, ngày càng tin tưởng vào nhân viên và yêu công ty của mình
	Mất 60 triệu/người (lương 10 triệu) khi họ rời đi, và nếu là một leader lương 30 triệu thì doanh nghiệp sẽ mất 400 – 450 triệu đồng.	

Vai trò của lãnh đạo trong xây dựng văn hóa và hiệu suất

Vai trò của lãnh đạo trong việc xây dựng VHDN không thể thiếu. Những người đứng đầu công ty không chỉ thiết lập chiến lược và mục tiêu mà còn là người định hình văn hóa, dẫn dắt tổ chức và đảm bảo rằng văn hóa này được duy trì, phát triển theo đúng hướng.

Lãnh đạo không chỉ đưa ra các giá trị văn hóa mà còn phải làm gương trong việc thực hiện chúng. Họ cần có những hành động cụ thể, từ việc ra quyết định, giao tiếp, đến cách đối xử với nhân viên, để thể hiện rõ văn hóa mà tổ chức đang hướng tới. Điều này giúp nhân viên cảm thấy mình được tôn trọng, được ghi nhận và từ đó gia tăng động lực làm việc, dẫn đến hiệu suất cao hơn.

Chẳng hạn, Howard Schultz – cựu CEO của Starbucks – luôn nhấn mạnh việc xây dựng một môi trường làm việc mà ở đó nhân viên được coi là tài sản quý giá nhất. Ông thường xuyên tổ chức các buổi gặp mặt để lắng nghe ý kiến từ nhân viên, đảm bảo rằng họ cảm thấy mình là một phần quan trọng của tổ chức. Chính văn hóa tôn trọng nhân viên này đã giúp Starbucks có được hiệu suất làm việc vượt trội trong suốt nhiều thập kỷ qua.

Văn hóa ảnh hưởng đến sự hài lòng và giữ chân nhân viên

VHDN tích cực không chỉ giúp nâng cao hiệu suất mà còn là yếu tố quan trọng trong việc giữ chân nhân viên. Khi nhân viên cảm thấy hài lòng với công việc, với môi trường làm việc và có sự cam kết với các giá trị của công ty, họ sẽ ít có xu hướng tìm kiếm cơ hội ở nơi khác.

Trong môi trường có văn hóa vững chắc, nhân viên không chỉ cảm thấy công việc của họ có ý nghĩa mà còn thấy rằng mình đang đóng góp vào một điều lớn lao hơn. Điều này giúp giảm tỷ lệ nghỉ việc và giữ chân được những nhân tài quan trọng. Ngược lại, nếu văn hóa công ty không khuyến khích sự gắn bó, nhân viên dễ cảm thấy bị cô lập, thiếu động lực và sẵn sàng rời bỏ công ty để tìm kiếm môi trường làm việc tốt hơn.

Ví dụ, một nghiên cứu của *Harvard Business Review* cho thấy các công ty có VHDN tích cực thường có tỷ lệ nghỉ việc thấp hơn 30% so với các công ty có văn hóa yếu. Điều này chứng tỏ văn hóa không chỉ ảnh hưởng đến hiệu suất ngắn hạn mà còn có tác động lớn đến sự phát triển bền vững của tổ chức.

VHDN và sáng tạo

VHDN không chỉ là những quy tắc và giá trị mà còn là động lực thúc đẩy sự sáng tạo và đổi mới. Sự sáng tạo là điều cần thiết trong bối cảnh cạnh tranh hiện nay, nhưng nếu không có những giới hạn rõ ràng, sự sáng tạo có thể trở thành thái quá, dẫn đến sự phát triển lộn xộn và khó kiểm soát trong tổ chức.

Để khuyến khích sự sáng tạo hiệu quả, các doanh nghiệp cần xác định rõ ràng những yếu tố bất biến – những giá trị cốt lõi của tổ chức – và những yếu tố có thể biến đổi. Ví dụ, khi đối mặt với xung đột trong quyết định, nếu không có các giá trị cốt lõi làm nền tảng cho những quyết định đó, các quyết định sẽ có xu hướng thiếu thống nhất. Điều này tạo ra sự không nhất quán và khiến tổ chức đi theo nhiều hướng khác nhau, gây rối loạn trong quy trình hoạt động.

Khi không có cái bất biến để làm kim chỉ nam, nhân viên sẽ không biết đâu là ranh giới cho sự sáng tạo. Họ có thể cảm thấy bối rối, không rõ khi nào nên đổi mới và khi nào cần tuân thủ. Ngược lại, khi không xác định được giới hạn rõ ràng, nhân viên có thể trở nên do dự và ngại ngần trong việc đề xuất ý tưởng mới, dẫn đến sự sáng tạo bị kìm hãm.

Do đó, một VHDN khuyến khích sáng tạo cần phải bao gồm những giới hạn nhất định, giúp nhân viên hiểu rằng họ có thể tự do sáng tạo trong những khuôn khổ đã được xác định. Điều này không chỉ tăng cường sự đổi mới mà còn đảm bảo rằng sự sáng tạo diễn ra một cách có kiểm soát và phù hợp với mục tiêu chung của tổ chức.

Ví dụ cụ thể từ Apple

Apple là một ví dụ điển hình cho cách mà VHDN có thể thúc đẩy sự sáng tạo trong khi vẫn duy trì các giá trị cốt lõi. Công ty nổi tiếng với việc khuyến khích nhân viên đề xuất ý tưởng mới và phát triển các dự án cá nhân. Tuy nhiên, Apple cũng đặt ra những tiêu chuẩn và quy định rõ ràng giúp nhân viên biết được khi nào họ có thể tự do sáng tạo và khi nào cần tuân theo các quy tắc của tổ chức.

Chẳng hạn, trong quá trình phát triển sản phẩm, Apple khuyến khích các nhóm làm việc linh hoạt, nơi mà các ý tưởng được chấp nhận và thử nghiệm. Tuy nhiên, công ty vẫn có những giá trị cốt lõi như "tính hoàn hảo" và "sự đơn giản". Những giá trị này không chỉ giúp định hình những gì mà Apple coi là "sáng tạo", mà còn đảm bảo rằng mọi ý tưởng mới đều được đánh giá dựa trên việc liệu chúng có phù hợp với tầm nhìn và sứ mệnh của công ty hay không.

Một ví dụ nổi bật là sự ra đời của iPhone. Nhóm phát triển đã tự do thử nghiệm nhiều thiết kế và tính năng mới, nhưng vẫn phải tuân theo tiêu chí về trải nghiệm người dùng và thiết kế tối giản – những giá trị cốt lõi của Apple. Điều này đã giúp Apple không chỉ cho ra đời một sản phẩm cách mạng mà còn tạo ra một tiêu chuẩn mới trong ngành công nghiệp di động.

Vì vậy, việc xây dựng văn hóa doanh nghiệp vừa khuyến khích sự sáng tạo vừa đặt ra những giới hạn hợp lý – yếu tố cần thiết để tổ chức phát triển bền vững và không ngừng đổi mới trong một thị trường đầy cạnh tranh.

TỰ ĐỘNG HÓA XÂY DỰNG VHDN

Có thể hỗ trợ cho việc xây dựng VHDN bằng nhiều công cụ và phương pháp khác nhau. Mỗi công cụ đều có những ưu điểm riêng và bạn có thể tham khảo chúng trong quá trình xây dựng văn hóa cho tổ chức của mình. Dưới đây là một số phương pháp thực hiện VHDN một cách tự nhiên và hiệu quả, được đúc kết từ các quan điểm của các nhà quản trị hàng đầu thế giới cùng với kinh nghiệm của chúng tôi trong việc huấn luyện các doanh nghiệp.

Lưu ý: Những công cụ này chỉ thực sự hiệu quả đối với những doanh nghiệp đã xác định được niềm tin và bộ giá trị cốt lõi.

Vai trò của lãnh đạo

Công cụ 1: Làm gương. Việc truyền đạt. VHDN cho các thành viên mới gia nhập tổ chức có thể ví như quá trình dạy dỗ của cha mẹ đối với con cái và điều quan trọng nhất là lãnh đạo phải làm gương.

Theo John C. Maxwell, lãnh đạo không chỉ là một chức danh hay vị trí trong doanh nghiệp, mà thực sự là khả năng ảnh hưởng đến người khác. Từng lời nói, hành động của lãnh đạo sẽ ảnh hưởng đến nhân viên, khiến họ có xu hướng học theo nếu họ cảm thấy phù hợp.

Một ví dụ rõ ràng là Sam Steinberg, ông chủ của chuỗi siêu thị Steinberg Supermarket ở Quebec, Canada. Steinberg luôn chú tâm đến công việc và muốn nắm bắt tất cả hoạt động kinh doanh. Ông thường xuyên đến thăm từng cửa hàng và gọi điện hỏi thăm chi tiết về tình hình hoạt động. Nhân viên thấy sự chú tâm của ông và bắt đầu học hỏi để trở nên có trách nhiệm hơn với công việc của mình.

Câu hỏi tự vấn cho lãnh đạo:

1.   Bạn có thường xuyên suy nghĩ về những giá trị cốt lõi của mình không?

2.   Bạn có thực sự là hình mẫu của những giá trị đó không?

Công cụ 2: Cơn nóng giận của nhà lãnh đạo. VHDN được truyền tải mạnh mẽ qua tính khí của nhà lãnh đạo. Tính cách và hành vi của lãnh đạo thường có sức ảnh hưởng lớn hơn nhiều so với các chương trình đào tạo văn hóa hay bài thuyết trình.

Nhân viên sẽ quan sát cách người lãnh đạo ứng xử trong các tình huống, điều này được thể hiện qua:

- **Cơn giận của lãnh đạo:** Mỗi khi một nhà lãnh đạo tức giận, đó thường là vì có ai đó đã vi phạm giá trị cốt lõi của họ. Nhân viên sẽ hiểu rõ lý do đằng sau sự tức giận đó và điều chỉnh hành động của mình cho phù hợp.

- **Sự thờ ơ:** Nhân viên cũng học hỏi về các giá trị văn hóa qua những việc mà lãnh đạo không quan tâm. Những điều này có thể là những vấn đề mà tổ chức cần chú trọng hơn.

Ví dụ, tại Digital Equipment Corporation (DEC), các quản lý thường gặp rắc rối với chi phí và sản phẩm không đạt tiêu chuẩn, nhưng những vấn đề này thường không bị ông Olsen (Chủ tịch DEC) khiển trách nếu ông thấy nhân viên đang kiểm soát tình hình tốt.

Vai trò của môi trường

Công cụ 3: Các yếu tố nhìn thấy. Cách thiết kế văn phòng, những bức tường thể hiện câu chuyện VHDN và ngay cả tên Wifi của công ty đều có thể phản ánh văn hóa của tổ chức. Quan trọng là tự tạo ra những hình ảnh và vật dụng phù hợp với văn hóa công ty, giúp chúng xuất hiện liên tục trong không gian làm việc.

Công cụ 4: Hoạt động văn – thể – mỹ. Các hoạt động văn hóa không chỉ là những sự kiện giải trí, mà còn là cơ hội để lồng ghép VHDN vào. Trong các hoạt động teambuilding hằng quý, bạn có thể thể hiện thông điệp về động lực và VHDN ngay từ những chi tiết nhỏ như backdrop sự kiện hoặc trong bài phát biểu của lãnh đạo.

Công cụ 5: Biệt ngữ. Mỗi công ty nên phát triển những biệt ngữ mà chỉ nhân viên trong nội bộ hiểu. Chẳng hạn, ở Google, nhân viên mới được gọi là "Noogle". Tại Disney, nhân viên được gọi là "diễn viên", và khách hàng là "khán giả". Những biệt ngữ này không chỉ tạo sự gắn kết mà còn thể hiện tính cách văn hóa riêng biệt của doanh nghiệp.

Vai trò của giáo dục

Công cụ 6: Câu chuyện huyền thoại – truyền thuyết. Mỗi doanh nghiệp cần có câu chuyện về nhà sáng lập, một nguồn cảm hứng cho các thành viên qua nhiều thế hệ. Những câu chuyện này giúp định hình văn hóa và bản sắc của doanh nghiệp. Tấm gương văn hóa có thể đến từ cả lãnh đạo và nhân viên. Những người có thâm niên trong công ty, với kinh nghiệm và sự gắn bó, sẽ trở thành những hình mẫu mà nhân viên mới hướng tới.

Vai trò của hành động

Công cụ 7: Tuyển dụng, thăng chức, giáng chức và sa thải. Tính nhất quán trong quy trình tuyển dụng là rất quan trọng. Đảm bảo tuyển đúng người phù hợp với VHDN sẽ làm cho việc truyền thông văn hóa trở nên dễ dàng hơn. Nếu bạn chỉ cần tuyển dụng chặt chẽ và sa thải dứt khoát, văn hóa sẽ tự hình thành rõ nét.

Công cụ 8: Ghi nhận, phần thưởng và địa vị. Ghi nhận và khen thưởng nhân viên là cách để củng cố VHDN. Bạn có thể sử dụng nhiều phương thức ghi nhận như email khen ngợi, buổi lễ vinh danh và thăng chức để động viên nhân viên.

Công cụ 9: Các nghi thức. Nghi thức tạo ra sự kết nối mạnh mẽ và thể hiện rõ bản sắc văn hóa. Bạn có thể thiết lập những nghi thức từ các hoạt động hằng ngày, phù hợp với giá trị và văn hóa của tổ chức.

Công cụ 10: Phản ứng với khủng hoảng. Cách doanh nghiệp phản ứng với khủng hoảng sẽ phản ánh rõ nét VHDN. Các tổ chức có nền tảng văn hóa vững chắc sẽ dễ dàng vượt qua khủng hoảng, trong khi những tổ chức yếu kém có thể bị đào thải.

Thực hành và duy trì VHDN là một quá trình liên tục, đòi hỏi sự cam kết từ lãnh đạo, sự hỗ trợ từ quy trình và chính sách rõ ràng, cùng với sự tham gia của tất cả nhân viên. Khi văn hóa được thể hiện hàng ngày, nó sẽ trở thành nền tảng giúp doanh nghiệp phát triển bền vững.

LỰA CHỌN NGƯỜI PHÙ HỢP

Theo thống kê của CB Insights về "Top 20 lý do các start-up thất bại", lý do lớn thứ ba (chiếm 23%) là **không có một đội ngũ phù hợp.**

TOP 20 LÝ DO CÁC STARTUP THẤT BẠI
Dựa trên 1 khảo sát của 101 Startup đã phá sản

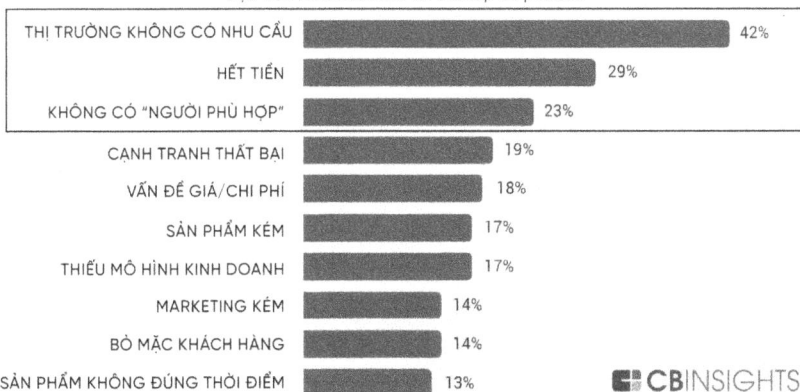

THỊ TRƯỜNG KHÔNG CÓ NHU CẦU	42%
HẾT TIỀN	29%
KHÔNG CÓ "NGƯỜI PHÙ HỢP"	23%
CẠNH TRANH THẤT BẠI	19%
VẤN ĐỀ GIÁ/CHI PHÍ	18%
SẢN PHẨM KÉM	17%
THIẾU MÔ HÌNH KINH DOANH	17%
MARKETING KÉM	14%
BỎ MẶC KHÁCH HÀNG	14%
SẢN PHẨM KHÔNG ĐÚNG THỜI ĐIỂM	13%

CBINSIGHTS

Ngay từ khi mới bắt đầu thành lập, điều đầu tiên mà tổ chức cần làm không phải là tìm kiếm các cơ hội kinh doanh và thu về thật nhiều lợi nhuận mà là đầu tư vào con người. Doanh nghiệp cần lựa chọn được những con người phù hợp về văn hóa ngay từ đầu, sau đó giúp họ được làm đúng sở trường của mình trước khi đặt ra câu hỏi "chúng ta sẽ đi đến đâu".

Trong tổ chức của bạn sẽ bao gồm nhiều kiểu nhân sự và có thể chia thành bốn nhóm chính, tạm đặt tên là **Sói – Thỏ – Linh Cẩu – Chuột**. *(Lưu ý, cách đặt tên này không có nghĩa Chuột hay Linh cẩu là không tốt. Hãy nhớ Văn hóa tổ chức không có tốt xấu, chỉ có sự phù hợp.)*

	Hiệu suất thấp	Hiệu suất cao
Hợp	Thỏ	Sói
Không hợp	Chuột	Linh cẩu

Chuột: Không mang lại giá trị quá lớn cho tổ chức và hiệu suất cũng không cao. Sếp gặp "Chuột" sẽ có cảm giác hơi khó chịu (vì trái quan điểm), thường xuyên không hài lòng. Tuy là không gây hại nhiều nhưng nếu số lượng đông thì có thể phá hủy cả tổ chức.

New York những năm đầu thế kỷ 20 từng phải tuyên bố "thảm họa tự nhiên Chuột" khi số lượng quá đông và chúng phá nát thành phố!

Thỏ: Rất hợp, ít khi phải lo lắng khi Thỏ làm việc, nhưng còn non, hiệu suất chưa cao. Thỏ thường là nhân viên còn ít kinh nghiệm, làm lâu năm nếu được cọ xát sẽ dần "hóa sói".

Sói: Cực kỳ phù hợp văn hóa, có niềm tin, quan điểm, giá trị, cách hành động tương đồng với CEO; Kinh nghiệm làm việc phong phú, hiệu suất rất cao, mang lại nhiều giá trị cho doanh nghiệp. Sói có khả năng làm việc độc lập, nhưng thường sẽ là nhân sự lâu năm nên giữ các vai trò quản lý, rất có năng lực dẫn dắt một nhóm. Sói cũng có thể là nhân viên mới nhưng có năng lực cao.

Linh cẩu: Trái ngược giá trị cốt lõi với người đứng đầu và công ty, nhưng lại có hiệu suất cao. Linh cẩu hay có quan điểm trái ngược khiến sếp bực tức. Sếp khá là khó xử với Linh Cẩu vì dù sao thì kiểu nhân sự này cũng đang đem lại nhiều giá trị.

Linh Cẩu có tính bầy đàn và khá thích "ăn" Thỏ (vì trái quan điểm). Nếu Linh Cẩu đông, chúng có khả năng chiến đấu thắng Sói và ép Sói phải ra đi.

Chúng ta sẽ cần xử trí thế nào đối với từng kiểu nhân sự này?

- Thỏ: đào tạo, tạo điều kiện phát triển.

- Sói: trao quyền, trao cơ hội, thăng tiến và đãi ngộ cao.

- Chuột: dứt khoát cho xuống xe.

Vấn đề lớn nhất là Linh Cẩu, họ vẫn đang tạo ra nhiều giá trị, mang về doanh số lớn. Tuy nhiên, lại không phù hợp về giá trị và luôn gây ra những xung đột trong nội bộ, bạn sẽ làm gì?

Theo Jim Collins, điều đúng đắn mà một doanh nghiệp cần làm là **sự nhất quán cao** trong việc hành động để có "người phù hợp". Một nhân sự giỏi mà không phù hợp về giá trị cốt lõi sẽ mang lại nguy cơ phá hủy càng lớn. Trong tổ chức, nếu bạn nhận ra ai là Linh Cẩu hay Chuột thì đừng ngần ngại, hãy mời họ xuống xe ngay lập tức. Đây hoàn toàn không phải "việc xấu", những người không phù hợp nhưng lại làm việc cùng nhau về cơ bản sẽ không đem lại kết quả tốt cho cả hai. Tại sao cố giữ những người không phù hợp ở lại? Bạn đang khiến họ lãng phí thời gian và đóng góp của bản thân ở một nơi mà họ sẽ phải rời đi sau này.

HỢP	Huấn luyện	Thăng cấp
KHÔNG HỢP	Loại	Loại
	HIỆU SUẤT THẤP	HIỆU SUẤT CAO

Giá trị cốt lõi của doanh nghiệp sẽ tập hợp những con người phù hợp lại với nhau. Khi tuyển dụng, doanh nghiệp bắt buộc phải dựa vào các giá trị cốt lõi để quyết định. Nếu một tổ chức không tìm ra được những giá trị cốt lõi thực sự sẽ dẫn đến đến việc tuyển dụng sai, gây lãng phí tiền bạc và thời gian cho việc đào tạo mà không mang lại kết quả nào.

Quy trình tuyển dụng của tôi và các công ty mà tôi cố vấn có ba điểm khác biệt:

- Chúng tôi tách và đưa phỏng vấn văn hóa trở thành một vòng phỏng vấn riêng biệt và trước tất cả các vòng phỏng vấn khác.

- Khi phỏng vấn văn hóa, chúng tôi nói rõ với ứng viên về việc này và giải thích tại sao điều đó lại cần thiết.

- Trong buổi phỏng vấn, sẽ có ít nhất 3 – 4 người tham gia: đại diện phòng nhân sự, người quản lý của vị trí được phỏng vấn, đồng nghiệp, thậm chí là cấp dưới của vị trí được phỏng vấn. (ở công ty tôi, nhóm phỏng vấn văn hóa tuyển dụng gồm cả chú bảo vệ, cô lao công tham gia).

Xuống xe vui vẻ

Trong cuốn sách *Good to Great*, Jim Collins đã đưa ra một số quan điểm:

Ba chân lý tạo ra một công ty tuyệt vời

- Bắt đầu bằng "ai" thay vì "cái gì" giúp bạn có thể dễ dàng thích nghi hơn với một thế giới đang thay đổi.

- Nếu đã lựa chọn đúng người phù hợp, vấn đề "làm thế nào để động viên và quản lý mọi người" phần lớn sẽ không còn nữa.

- Nếu có đúng người, bạn có phát hiện ra hướng đi đúng hay không cũng không thành vấn đề, bạn vẫn sẽ có một "công ty tuyệt vời".

Ba kỷ luật chọn người

- Khi còn do dự, đừng tuyển vội, hãy tiếp tục tìm kiếm.

- Khi bạn biết cần phải thay đổi nhân sự thì hãy hành động ngay.

- Giao cho người giỏi nhất cơ hội tốt nhất, đừng giao cho họ rắc rối lớn nhất.

Bên cạnh việc tuyển dụng thật kỹ lưỡng để có được những con người phù hợp, doanh nghiệp còn cần nhất quán và nhanh chóng mời người không phù hợp xuống xe, bất kể họ ở vị trí nào đi chăng nữa.

Để có thể mời nhân sự xuống xe một cách vui vẻ, việc đầu tiên cần làm là hãy thiết lập một danh sách *"những hành vi không phù hợp và nhân sự cần phải xuống xe"* và công bố một cách rõ ràng tới tất cả mọi người. Hãy thực sự quyết liệt để làm điều này, mọi sự chần chừ đều mang lại thiệt hại, cho cả doanh nghiệp và nhân sự!

Để việc "xuống xe" thuận lợi, không trở thành một tình huống "tồi tệ", công ty có thể xem xét các bước sau:

- Bước 1: Chủ động tuyên bố một cách rõ ràng các giá trị cốt lõi đến toàn bộ nhân sự;

- Bước 2: Đảm bảo tất cả mọi người đều hiểu rõ về các giá trị cốt lõi của tổ chức;

- Bước 3: Lãnh đạo làm gương cho các GTCL;

- Bước 4: Thảo luận thường xuyên với nhân viên về các GTCL, tiêu chuẩn hành vi cần có ở nhân viên;

- Bước 5: Nhận diện những nhân sự không phù hợp, tiến hành đối thoại để tránh hiểu lầm. Nhắc lại quan điểm vững chắc của công ty về VHDN, người phù hợp và không phù hợp;

- Bước 6: Trò chuyện thẳng thắn khi đã xác định chính xác ai là người không phù hợp. Và nói rõ quan điểm rằng sự không phù hợp sẽ khiến cho cả công ty và nhân sự đều không phát triển được, "chia tay" là tốt cho cả hai.

Trong cuốn *Work Rules*, tác giả Laszlo Bock (cựu Phó Chủ tịch cấp cao phụ trách Phát triển con người của Google) chia sẻ một câu chuyện như sau: Ông ta có một người cấp dưới rất có năng lực. Tuy nhiên, người này thiếu niềm tin vào nhân viên và có xu hướng đưa ra các giải pháp mang tính kiểm soát, mà điều này trái với niềm tin của Google rằng "về cơ bản con người là tốt". Laszlo Bock đã trao đổi rõ ràng sự không phù hợp về văn hóa với nhân sự này và tư vấn người đó nên chuyển qua một công ty khác do chính Laszlo Bock giới thiệu. Vài năm sau, người đó đã nói rằng anh ta rất cảm ơn ông về lời giới thiệu. Ở công ty mới (cũng là một công ty lớn), anh ta đã phát huy được năng lực của mình vì quan điểm nhân sự phù hợp và giờ đây anh ta đã thăng chức lên tương đương với Laszlo Bock, điều mà chắc chắn nếu ở lại Google anh ta sẽ không đạt được.

Cho nên, như CEO Sakuko – Dung Cao đã nói: "**Chia tay nhân sự không phù hợp là hành động nhân văn nhất mà một người sếp nên làm**".

NHỮNG HIỂU NHẦM VỀ VHDN

Nếu chúng ta để ý những nhà quản trị lỗi lạc, những nhà lãnh đạo sau một thời gian nói nhiều về chuyên môn thì họ bắt đầu chuyển sang nói về VHDN... điều này không tự nhiên mà xảy ra.

Tất cả những người đã có trải nghiệm với việc điều hành doanh nghiệp trong một thời gian đủ lâu sẽ hiểu rằng sau cùng VHDN chính là cốt lõi, chiến lược dù quan trọng nhưng cũng chỉ là bữa ăn sáng khi đối với Văn hóa.

Tuy nhiên, thực tế vẫn còn rất nhiều hiểu lầm về VHDN dẫn tới việc chúng ta coi đó như những thứ bóng bẩy, hoa mỹ. Một số doanh nghiệp thì không quan tâm đến, trong khi một số doanh nghiệp khác lại đi tìm kiếm những thứ không thực sự là VHDN.

Hiểu lầm 1: Công ty nhỏ chưa cần phải làm VHDN

Hiểu lầm phổ biến đầu tiên đó là chúng ta thường cho rằng VHDN là những thứ gì đó vui vẻ, hào nhoáng và các công ty nhỏ thì chưa cần để tâm tới, khi nào tổ chức đã ổn định, phát triển mạnh lúc đó mới làm. Câu hỏi đặt ra ở đây là:

"Bạn muốn công ty mình lớn lên rồi sau đó mới làm VHDN hay làm VHDN để công ty lớn lên?"

VHDN cũng giống như văn hóa của một con người, kể cả khi bạn không dạy những đứa trẻ về cách mà chúng nên hành xử, thì chúng vẫn học từ nơi khác, theo cách mà bạn không kiểm soát được.

Văn hóa của doanh nghiệp cũng vậy, bản chất của VHDN đã có ngay từ những ngày đầu thành lập, văn hóa là cách chúng ta ứng xử với nhau, cách chúng ta làm việc, các chúng ta xử lý vấn đề, cách chúng ta đối diện với thất bại, cách chúng ta phân chia lợi ích... Văn hóa vốn dĩ đã tồn tại, vì văn hóa chính là con người. Văn hóa không cần xây dựng vẫn sẽ hình thành, theo cách mà bạn không kiểm soát được.

Ông Nguyễn Thành Nam, cựu CEO FSoft (FPT), từng nói trong một hội thảo thế này: Văn hóa sẽ "lòi ra" khi anh em ngồi lại chia tiền. Rất đơn giản, dễ hiểu.

Nguyên nhân của điều này xuất phát từ hiểu lầm thứ hai.

Hiểu lầm 2: VHDN là những thứ hữu hình

Không chú trọng đến VHDN xuất phát từ việc chúng ta thường nghĩ rằng VHDN là những thứ nhìn thấy được, những khẩu hiệu treo trên tường, những hoạt động gắn kết đội nhóm, đồng phục, tiện ích cho nhân viên... Tuy nhiên, đó chỉ là vẻ bề ngoài.

Xây dựng VHDN không phải là chỉ tập trung vào những thứ bên ngoài mà cần xuất phát từ bên trong, từ những niềm tin cốt lõi của người chủ doanh nghiệp, những giá trị cốt lõi của mọi thành viên được thể hiện qua những hành động nhất quán.

VHDN là:

- *Khi chúng ta có xung đột, chúng ta sẽ xử lý như thế nào?*

- *Khi chúng ta bất đồng quan điểm, chúng ta sẽ xử lý như thế nào?*

- *Khi chúng ta phải ra quyết định cho các tình huống phải lựa chọn, chúng ta sẽ lựa chọn như thế nào?*

- *Cách chúng ta đối xử với những người đồng nghiệp, khách hàng như thế nào?*

- *...*

Hiểu lầm 3: Làm VHDN rất tốn kém

Như đã nói ở trên, VHDN không chỉ là đầu tư vào những thứ hữu hình và vì vậy, không nhất thiết phải tốn kém nhiều tiền bạc mới có thể xây dựng được.

Những biểu hiện bề ngoài không những không có nhiều tác dụng mà còn vô tình che đi "văn hóa thực sự của doanh nghiệp". Chúng làm ta tạm yên tâm rằng mọi thứ vẫn ổn, chúng đánh lừa nhận thức của CEO về "công ty đang có văn hóa".

Những yếu tố hữu hình sẽ góp phần làm những điều vốn có trở nên nổi bật, chứ không giúp sinh ra VHDN. Vì vậy, khi làm VHDN cần bắt nguồn từ gốc, và ở đây là bắt nguồn từ những người đứng đầu, họ muốn làm việc với ai, quan điểm sống của họ như thế nào, từ đó lựa chọn ra những người phù hợp cùng chung quan điểm, niềm tin, cùng chung giá trị... Và tất nhiên những điều này thì không cần tốn kém.

Hiểu lầm 4: Bắt chước văn hóa của các doanh nghiệp thành công

Bắt chước văn hóa của một doanh nghiệp khác cũng giống như việc bạn thần tượng một người nào đó và muốn sống một cuộc sống như họ. Nhưng khi chúng ta cố gắng bắt chước họ thì cuộc sống của chúng ta lại trở nên không thoải mái, bởi lẽ bản chất con người của chúng ta không phải như vậy. Không phải điều gì phù hợp với người khác cũng phù hợp với bạn.

Nhiều doanh nghiệp làm VHDN bằng cách tham khảo các giá trị cốt lõi từ các doanh nghiệp ngôi sao, tạo ra bộ giá trị cốt lõi của doanh nghiệp mình na ná như vậy và rồi yêu cầu nhân viên phải làm theo. Nhân viên hiểu tại sao phải làm như vậy (vì sếp yêu cầu, vì để công ty phát triển), nhưng sau cùng họ không thể thực hiện theo, vì họ không phải là con người có những phẩm chất mà doanh nghiệp đã đi "vay mượn" về. Kết quả là chúng ta có rất nhiều "giá trị treo tường".

VHDN phải xuất phát từ chính những niềm tin, giá trị thể hiện bản chất thực sự của những con người trong tổ chức. Văn hóa không trả lời câu hỏi "tôi muốn trở thành ai" mà là "tôi là ai".

Bạn có thể bắt chước tất cả mọi thứ từ doanh nghiệp khác, trừ văn hóa

Hiểu lầm 5: Làm Văn hóa chỉ để cho công ty vui hơn

"Tôi muốn làm VHDN để mọi người trong công ty cảm thấy vui vẻ hơn."

Khi bạn làm tốt VHDN chắc chắn công ty của bạn sẽ trở nên vui vẻ hơn nhưng đó không phải là mục đích chính của VHDN. Mọi điều doanh nghiệp làm cần hướng tới hai mục đích quan trọng: tạo ra hiệu quả tài chính và đưa doanh nghiệp hướng tới sứ mệnh. VHDN là công cụ để tạo ra sự khác biệt, tạo ra lợi thế cạnh tranh độc nhất, nâng cao hiệu suất làm việc, tạo ra môi trường gắn kết, giữ chân nhân viên... (tất nhiên cũng làm cho công ty trở nên vui hơn).

Theo như các thống kê của các tổ chức uy tín trên thế giới, mức tăng trưởng doanh thu của các công ty có nền văn hóa mạnh mẽ là cao hơn gấp bốn lần. Các công ty xuất hiện trong danh sách "100 công ty tốt nhất để làm việc" hàng năm của *Fortune* có lợi nhuận trung bình hằng năm cao hơn tới 495%.

- Theo Forbes.com

Bản thân các doanh nghiệp mà chúng tôi đã huấn luyện về VHDN cũng đều có sự thay đổi rất nhanh chóng, kết quả sau sáu tháng huấn luyện các doanh nghiệp thường tăng trưởng từ 50% – 200% về mặt doanh số.

Thay vì nghĩ VHDN chỉ làm để VUI, lãnh đạo doanh nghiệp cần coi đây là một trong những hành động quan trọng trong chiến lược phát triển của doanh nghiệp.

Hiểu lầm 6: Công ty của tôi đang ổn và chưa cần làm VHDN

Nhiều doanh nghiệp có cùng chung một nhận định *"Công ty của chúng tôi đang phát triển ổn định thì tại sao lại cần làm phải làm VHDN"*. Đây là một điều khá đáng tiếc, bởi lẽ nếu công ty của bạn có một nền VHDN vững chắc, sự phát triển sẽ còn tốt hơn hiện tại.

Hãy thử tưởng tượng xem một đội bóng 11 cầu thủ, có 10 cầu thủ đá với nhau vô cùng ăn ý, thích lối đá hoa mỹ cống hiến, nhưng lại có một cầu thủ thực dụng, chỉ chăm chăm vào đá hiệu quả. Uh thì đá kiểu thế miễn là ghi bàn thì thôi cũng được, bỏ qua. Nhưng ngay cả khi chiến thắng, 10 cầu thủ còn lại cũng không vui vẻ, tinh thần không đạt trạng thái cao nhất. Đấy là tỷ lệ 10:1.

Thực tế trong huấn luyện VHDN, tỷ lệ phù hợp và không phù hợp là… 8:3, tức là đâu đó có tới 20% – 30% nhân sự là "không phù hợp".

Chúng tôi có con số 8:3 bởi sau coaching, các doanh nghiệp đều đã tái phỏng vấn và chia tay 20 – 30% người không phù hợp. Điều thú vị là

70 – 80% người phù hợp ở lại sau đó làm việc tạo ra năng suất cao hơn, vì đã không còn sự cản trở.

Người không phù hợp sẽ tạo ra những trở ngại khiến hiệu suất làm việc suy giảm:

- Xung đột trong tư duy, cách suy nghĩ trước mỗi vấn đề.

- Cách thức giải quyết vấn đề, đối mặt với rắc rối khác nhau.

- Tiêu tốn thời gian cho việc giải thích, cãi vã, bất đồng.

- Sự không hài lòng từ phía nhân viên đối với các quyết định của sếp.

- Những phản kháng ngầm trong công ty từ những người không phù hợp.

- Những "lỗi sai" từ nhân viên (theo quan điểm của sếp) lặp đi lặp lại.

- Có những nhân sự phản kháng lại quyết định của công ty.

- Sự khó chịu kéo dài giữa các đồng nghiệp với nhau.

- Tỷ lệ nhân viên ra vào cao, tốn nhiều chi phí đào tạo và chi phí cơ hội.

- Sự nghi ngờ lẫn nhau.

Những vấn đề này ban đầu rất nhỏ, nhưng lớn dần theo sự tăng trưởng quy mô nhân sự của doanh nghiệp, và chúng ta chỉ nhận ra chúng thực sự là vấn đề khi đã muộn.

Cách làm đúng là sớm xác định VHDN, tuyển dụng những con người phù hợp cùng làm việc với nhau để tạo ra hiệu suất tối đa. Văn hóa nhìn chung không có khái niệm "tốt, xấu", văn hóa là sự phù hợp. Quản trị VHDN không chỉ là vấn đề vui vẻ mà còn ảnh hưởng sâu sắc đến hiệu suất công việc và hiệu quả kinh doanh.

CHƯƠNG 07

SỨ MỆNH

Trong một thế giới đầy biến động và cạnh tranh, việc xây dựng một tổ chức mạnh mẽ không chỉ là câu chuyện về con người hay tài nguyên, mà còn phụ thuộc vào một yếu tố thiết yếu: sứ mệnh. Giống như ngôi sao Bắc Đẩu, sứ mệnh chính là điểm tựa vững vàng giúp doanh nghiệp định hình hướng đi, bất kể là ngày hay đêm, bất kể những thử thách phía trước.

Ngôi sao Bắc Đẩu, nằm ở một vị trí cố định trên bầu trời khi bạn sinh sống tại cực Bắc của Trái Đất, là một chỉ dẫn cho các thủy thủ trong những chuyến hải trình. Khi nhìn vào ngôi sao này, họ biết được phương hướng của mình, không còn phải lo lắng giữa biển cả mênh mông. Nó là biểu tượng cho sự kiên định, dẫn dắt và kết nối những con người trên thuyền lại với nhau. Một sứ mệnh rõ ràng và ý nghĩa sẽ giúp mỗi thành viên trong tổ chức hiểu rõ vai trò của mình, từ đó cùng nhau chèo về một hướng.

SỨ MỆNH ĐẸP ĐẼ?

Chúng ta thường có xu hướng nghĩ rằng sứ mệnh của công ty là một điều gì đó to lớn và mang tính truyền cảm hứng là chính. Vì vậy, nhiều người tập trung vào những mục tiêu ba đến năm năm để đảm bảo tài chính mà không suy nghĩ nghiêm túc về sứ mệnh.

Thử đặt ra câu hỏi này xem: "Nếu một ngày nào đó bạn kiếm đủ tiền, bạn có tiếp tục công việc này không?"

Đây là một câu hỏi khó, mà có thể nhiều người chưa từng đặt ra. Một số có thể đã suy nghĩ về nó khi tài chính không còn là vấn đề. Lúc không còn phải trăn trở về tiền nữa, ta bỗng nhận ra niềm vui của những ngày đầu khởi nghiệp đang mất dần.

Tiền rất quan trọng, nhưng nó chưa bao giờ là mục đích cuối cùng của con người. Đằng sau tiền, luôn có một mục tiêu khác. Các doanh nghiệp Visionary trong cuốn sách *Built to Last* (Xây dựng để trường tồn) của Jim Collins không chỉ đặt lợi nhuận lên hàng đầu mà còn theo đuổi và gìn giữ mục đích của họ.

Chẳng hạn, mục đích cốt lõi của Google là "sắp xếp thông tin của thế giới và làm cho nó dễ dàng truy cập và hữu ích". Mọi hành động và sản phẩm của họ đều hướng tới mục tiêu này, tạo ra một nguồn cảm hứng và động lực bất tận. Họ không bao giờ đánh đổi mục tiêu này để đạt được lợi nhuận thông thường.

Sứ mệnh không chỉ đơn thuần là một câu khẩu hiệu, mà còn là động lực thúc đẩy sự phát triển bền vững cho doanh nghiệp. Sứ mệnh chính là lý do tồn tại của doanh nghiệp (mục đích cốt lõi), định hướng mọi nỗ lực và quyết định trong quá trình phát triển. Có sứ mệnh rõ ràng, đám đông trở thành tổ chức, không chỉ tồn tại mà còn phát triển và tạo ra giá trị lâu dài cho nhân viên và xã hội.

Hãy tưởng tượng bạn lạc trong rừng vào một đêm tối. Để tìm đường ra, bạn có thể dò dẫm từng bước, nhưng cách đó không khả thi. Thay vào đó, bạn nên nhìn lên trời để xác định vị trí của "ngôi sao sáng nhất" và đi theo nó, điều này sẽ giúp bạn giữ được phương hướng.

Trong kinh doanh, nếu không có một phương hướng rõ ràng, bạn sẽ thử nghiệm nhiều phương án mà không biết mình đang đi đúng hay sai. Bạn sẽ đi chệch hướng, lãng phí thời gian, tiền bạc và công sức trong khi không đạt được mục tiêu nào.

Thử trả lời các câu hỏi sau đây:

- Các công việc, kế hoạch, dự án hằng ngày có liên quan đến những mục tiêu ngắn hạn không?

- Những mục tiêu ngắn hạn có kết nối với những mục tiêu xa hơn như tầm nhìn 5 – 10 năm không?

- Tất cả các mục tiêu có hướng tới sứ mệnh của doanh nghiệp hay không?

Nếu công việc không liên kết đến mục tiêu, mục tiêu không kết nối đến tầm nhìn và tầm nhìn không gắn liền với sứ mệnh, rất có khả năng bạn đang làm nhiều việc không quan trọng.

Sứ mệnh là nền tảng cho việc thiết lập các mục tiêu quản lý theo mục tiêu (MBOs). Khi doanh nghiệp có một sứ mệnh rõ ràng và mạnh mẽ, việc xác định các mục tiêu dài hạn, trung hạn và ngắn hạn sẽ trở nên dễ dàng hơn, từ đó tạo thành một chuỗi liên kết chặt chẽ giúp tổ chức đi đúng hướng.

Mục tiêu dài hạn là những mục tiêu mà doanh nghiệp mong muốn đạt được trong tương lai xa, thường từ 3 – 5 năm hoặc thậm chí lâu hơn. Khi có một sứ mệnh rõ ràng, doanh nghiệp sẽ dễ dàng xác định những gì họ muốn trở thành trong tương lai. Ví dụ như chúng tôi, xác định rõ ràng mục tiêu đến 2030 sẽ giúp được cho 1.000 doanh nghiệp ứng dụng quản trị đúng trở nên vui vẻ, hạnh phúc, tăng trưởng và bền vững.

Sau khi xác định mục tiêu dài hạn, bước tiếp theo là thiết lập các mục tiêu trung hạn, thường từ 1 – 3 năm (với doanh nghiệp nhỏ). Các mục tiêu này sẽ phục vụ như những cột mốc quan trọng trên con đường đạt được mục tiêu dài hạn. Cuối cùng, các mục tiêu ngắn hạn sẽ là những bước đi cụ thể cần thực hiện trong thời gian ngắn, thường là hằng quý hoặc hằng năm. Những mục tiêu này không chỉ giúp doanh nghiệp đạt được các mục tiêu trung hạn mà còn hỗ trợ trong việc duy trì sự tập trung.

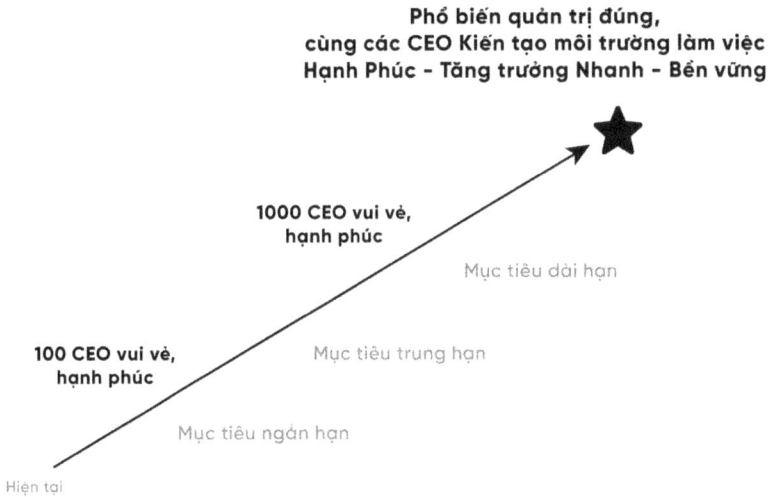

Phổ biến quản trị đúng,
cùng các CEO Kiến tạo môi trường làm việc
Hạnh Phúc – Tăng trưởng Nhanh – Bền vững

1000 CEO vui vẻ,
hạnh phúc

Mục tiêu dài hạn

100 CEO vui vẻ,
hạnh phúc

Mục tiêu trung hạn

Mục tiêu ngắn hạn

Hiện tại

Mỗi khi thiết lập mục tiêu, doanh nghiệp không chỉ cần trả lời "chúng ta cần đạt được điều gì để hướng tới mục tiêu tăng trưởng" mà còn là "những mục tiêu này giúp chúng ta tiến đến sứ mệnh của mình như thế nào".

Sự liên kết giữa sứ mệnh với các mục tiêu dài hạn, trung hạn và ngắn hạn sẽ tạo ra một "đường thẳng" dẫn dắt doanh nghiệp từ hiện tại đến tương lai mà họ mong muốn. Kết quả là, mọi hành động đều phục vụ cho sứ mệnh lớn hơn của công ty, tạo ra một chuỗi liên kết vững chắc giữa những nỗ lực cá nhân và mục tiêu tập thể.

Để kinh doanh hiệu quả, tiết kiệm nguồn lực và giữ cho tổ chức luôn tiến về phía trước, chúng ta cần có Sứ mệnh với vai trò là mục tiêu lớn, gắn kết đội ngũ theo cùng một hướng. Có định hướng rõ ràng, doanh nghiệp sẽ đạt được sự tập trung cao, nhanh nhẹn và tốc độ tối đa.

TÁC DỤNG CỤ THỂ CỦA SỨ MỆNH

Khi doanh nghiệp có sứ mệnh rõ ràng, điều này mang lại nhiều lợi ích thiết thực và quan trọng cho tổ chức, không chỉ trong việc định hình quyết định mà còn trong việc gắn kết đội ngũ nhân viên. Dưới đây là những tác dụng cụ thể của sứ mệnh trong các khía cạnh khác nhau:

1. Định hướng quyết định

Sứ mệnh hoạt động như một la bàn cho tổ chức, giúp định hình các quyết định chiến lược. Khi lãnh đạo và nhân viên đều hiểu rõ về sứ mệnh của tổ chức, họ có thể dựa vào nó để đánh giá và lựa chọn các giải pháp cho các vấn đề phát sinh.

Ví dụ: Công ty **TechNip** đã xác định sứ mệnh của mình là "Đem lại công nghệ tối ưu cho người tiêu dùng". Sứ mệnh này giúp họ giữ vững định hướng trong việc phát triển sản phẩm và dịch vụ. Mỗi khi gặp khó khăn trong việc lựa chọn công nghệ hay tính năng nào đó cho sản phẩm mới, họ luôn quay lại với sứ mệnh này để đánh giá quyết định của mình.

Nghiên cứu: Theo *Harvard Business Review*, các công ty có sứ mệnh rõ ràng thường ra quyết định nhanh hơn và chính xác hơn trong bối cảnh cạnh tranh cao.

2. Gắn kết nhân sự

Sứ mệnh mạnh mẽ tạo ra sự kết nối giữa nhân viên và tổ chức. Khi mọi nhân viên hiểu rõ mục tiêu và giá trị cốt lõi của tổ chức, họ sẽ có động lực để làm việc chăm chỉ hơn.

Ví dụ: Công ty **Nhãn hàng Trà Vinh**, với sứ mệnh "Cung cấp trà sạch cho sức khỏe cộng đồng", đã tạo ra một môi trường làm việc nơi mỗi nhân viên cảm thấy họ đang đóng góp vào một mục tiêu cao cả hơn. Điều này không chỉ tạo ra động lực mà còn nâng cao sự gắn kết của nhân viên với tổ chức.

Nghiên cứu: Theo khảo sát từ **Gallup**, 66% nhân viên cho biết họ sẽ gắn bó với công ty nếu họ thấy rằng sứ mệnh của công ty phù hợp với giá trị cá nhân của họ.

3. Tăng cường sự trung thành của khách hàng

Doanh nghiệp với sứ mệnh rõ ràng tạo dựng được lòng tin từ phía khách hàng. Họ tìm kiếm không chỉ sản phẩm hay dịch vụ mà còn mong muốn ủng hộ những thương hiệu có trách nhiệm xã hội.

Ví dụ: Hanoi Coffee Co. không chỉ là một thương hiệu cà phê mà còn mang trong mình một sứ mệnh rõ ràng: "Cà phê chất lượng cao, hỗ trợ nông dân và bảo vệ môi trường." Khi khách hàng biết rằng họ đang ủng hộ một thương hiệu có giá trị, họ sẽ có xu hướng quay lại và giới thiệu cho bạn bè.

Nghiên cứu: một nghiên cứu của **Nielsen** chỉ ra 66% người tiêu dùng sẵn lòng trả thêm cho các sản phẩm từ thương hiệu có trách nhiệm xã hội.

4. Khả năng thu hút và giữ chân nhân tài

Trong bối cảnh cạnh tranh hiện nay, nhân viên thường tìm kiếm những tổ chức có giá trị tương đồng với họ. Một sứ mệnh rõ ràng và ý nghĩa sẽ thu hút nhân tài và giữ chân họ lâu dài.

Ví dụ: Công ty **Salesforce** đã xác định sứ mệnh của mình là "Đem lại thành công cho khách hàng". Điều này không chỉ thu hút nhân viên mà còn tạo ra môi trường làm việc tích cực, nơi nhân viên cảm thấy họ đang đóng góp vào thành công của khách hàng. Tỷ lệ giữ chân nhân tài của Salesforce lên tới 90%, trong khi đối thủ là 70% hoặc thấp hơn.

Nghiên cứu: Theo **TalentWorks**, các doanh nghiệp có sứ mệnh rõ ràng thường có tỷ lệ nghỉ việc thấp hơn 25%, giúp tổ chức tiết kiệm chi phí tuyển dụng và đào tạo.

5. Thúc đẩy đổi mới sáng tạo

Khi nhân viên hiểu rõ sứ mệnh của doanh nghiệp, họ sẽ cảm thấy tự do để thử nghiệm và đề xuất các ý tưởng mới.

Ví dụ: Innovate Tech, với sứ mệnh "Cung cấp giải pháp công nghệ thông minh cho doanh nghiệp", đã xây dựng một môi trường làm việc nơi nhân viên được khuyến khích đóng góp ý tưởng mới. Nhân viên của họ thường xuyên tổ chức các buổi brainstorm, giúp công ty phát triển nhanh chóng và tạo ra nhiều sản phẩm đột phá.

Nghiên cứu: Nghiên cứu từ **McKinsey** cho thấy các công ty có sứ mệnh mạnh mẽ và khuyến khích đổi mới sáng tạo có khả năng gia tăng hiệu suất lên tới 30% so với các công ty khác.

6. Duy trì tính bền vững

Sứ mệnh tập trung vào sự bền vững và trách nhiệm xã hội sẽ giúp doanh nghiệp phát triển một cách lâu dài.

Nghiên cứu: Theo báo cáo của **Diễn đàn Kinh tế Thế giới (WEF)**, các doanh nghiệp có sứ mệnh bền vững có thể đạt được mức tăng trưởng doanh thu cao hơn 20% so với các doanh nghiệp không có sứ mệnh tương tự.

Một sứ mệnh mạnh mẽ không chỉ là một câu nói; nó là phần không thể thiếu trong chiến lược phát triển của tổ chức. Doanh nghiệp cần xác định rõ ràng và thực thi sứ mệnh của mình một cách nhất quán để đạt được sự phát triển bền vững.

KHÁM PHÁ SỨ MỆNH

Theo Peter Drucker, sứ mệnh của một doanh nghiệp nên tập trung vào việc phục vụ khách hàng. Ông nhấn mạnh rằng việc xác định rõ ràng sứ mệnh không chỉ giúp tổ chức hiểu rõ về bản thân mà còn làm rõ cách mà họ tạo ra giá trị cho khách hàng. Theo Drucker, khách hàng là trung tâm của mọi hoạt động và mục tiêu của doanh nghiệp.

Điểm nhấn về quan điểm của Peter Drucker:

- **Khách hàng là trung tâm:** Sứ mệnh của doanh nghiệp phải được xây dựng từ nhu cầu và mong muốn của khách hàng. Mọi quyết định, từ phát triển sản phẩm đến chiến lược marketing, đều cần phải bắt nguồn từ việc hiểu rõ khách hàng.

- **Tạo ra giá trị:** Sứ mệnh cần thể hiện cam kết của doanh nghiệp trong việc tạo ra giá trị cho khách hàng. Điều này không chỉ giúp doanh nghiệp phát triển mà còn tăng cường lòng trung thành từ phía khách hàng.

Ví dụ: Một doanh nghiệp sản xuất thực phẩm có thể xác định sứ mệnh của mình là "cung cấp thực phẩm an toàn và bổ dưỡng cho sức khỏe của khách hàng". Điều này không chỉ tập trung vào việc tạo ra lợi nhuận mà còn nhấn mạnh trách nhiệm của doanh nghiệp trong việc chăm sóc sức khỏe cộng đồng.

Simon Sinek – Diễn giả hàng đầu về chủ đề Sứ Mệnh

Simon Sinek, tác giả cuốn sách *Start With Why* (Bắt đầu với câu hỏi tại sao) và *Find Your Why* (Khám phá sứ mệnh với câu hỏi tại sao), chỉ ra cách chúng ta có thể khám phá sứ mệnh của bản thân và tổ chức thông qua khái niệm "tại sao". Ông nhấn mạnh rằng việc xác định lý do cốt lõi – hay "tại sao" – đứng sau hành động của một tổ chức là rất quan trọng. Theo Sinek, các doanh nghiệp thường bắt đầu từ việc giải thích "cái gì" và "như thế nào" mà không đặt câu hỏi về "tại sao". Tuy nhiên, chính "tại sao" lại tạo ra động lực mạnh mẽ và kết nối sâu sắc hơn với khách hàng và nhân viên.

Trong bài nói nổi tiếng của mình trên Tedtalk, Sinek đã trình bày "Tại sao" của Apple và anh em nhà Wright như sau:

- **Apple:** Khi Apple giới thiệu sản phẩm, họ không chỉ đơn thuần quảng bá về tính năng kỹ thuật hay thiết kế của sản phẩm. Họ bắt đầu với "tại sao". Câu slogan nổi tiếng của họ,

"Mọi thứ chúng tôi làm đều nhằm thách thức hiện trạng. Chúng tôi tin vào việc nghĩ khác. Chúng tôi chỉ làm ra những sản phẩm tuyệt vời", chính là minh chứng cho điều này. Người tiêu dùng không chỉ mua một sản phẩm; họ mua vào lý do tồn tại của sản phẩm đó. Khi một người mua một chiếc iPhone, họ không chỉ đơn thuần tìm kiếm một chiếc điện thoại thông minh; họ đang tham gia vào một phong trào, một cách sống. Theo một nghiên cứu từ Nielsen, 64% người tiêu dùng toàn cầu sẽ tin tưởng vào một thương hiệu khi thương hiệu đó chia sẻ giá trị mà họ cũng đồng ý.

- **Anh em Wright**: Câu chuyện của anh em Wright mang đến một cái nhìn sâu sắc về cách một mục đích lớn hơn có thể tạo ra động lực. Khi Orville và Wilbur Wright theo đuổi ước mơ bay lượn, họ không chỉ có ý định trở thành những người nổi tiếng trong lĩnh vực hàng không; họ thực sự tin rằng chuyến bay có thể thay đổi thế giới. Đam mê của họ không chỉ dừng lại ở việc chế tạo ra một cỗ máy bay, mà là về việc mở ra một tương lai mới cho nhân loại. Ngược lại, Samuel Pierpont Langley, một nhà khoa học nổi tiếng và được tài trợ tốt, đã thất bại trong việc phát triển chuyến bay có động cơ vì ông chỉ tìm kiếm danh tiếng và sự giàu có cá nhân.

Cách khám phá Sứ Mệnh theo Simon Sinek

1. **Xác định lý do cốt lõi**: Bước đầu tiên để khám phá sứ mệnh của doanh nghiệp là xác định lý do cốt lõi, hay "tại sao" tổ chức tồn tại. Hãy hỏi những câu hỏi mở: "Tại sao chúng ta bắt đầu doanh nghiệp này?" hoặc "Điều gì thúc đẩy chúng ta mỗi ngày?" Sử dụng câu trả lời để xây dựng một tuyên bố sứ mệnh rõ ràng.

2. **Sử dụng mô hình vòng tròn vàng**: Simon Sinek giới thiệu mô hình vòng tròn vàng (Golden Circle) gồm ba vòng tròn: "Tại sao" nằm ở giữa, "Như thế nào" ở vòng hai và "Cái gì" ở vòng ngoài

cùng. Các doanh nghiệp nên bắt đầu từ "tại sao" để định hướng mọi quyết định và hành động. Ví dụ, Apple không chỉ nói rằng họ sản xuất máy tính. Họ truyền tải sứ mệnh của mình như sau: "Mọi thứ chúng tôi làm đều nhằm thách thức hiện trạng."

3. **Kết nối với khách hàng:** Khi một doanh nghiệp có thể truyền đạt lý do cốt lõi của mình một cách rõ ràng, họ không chỉ thu hút được khách hàng mà còn tạo ra sự trung thành và lòng tin từ họ. Doanh nghiệp thành công không chỉ tồn tại để kiếm tiền; họ còn phải kết nối với khách hàng qua các giá trị cốt lõi của mình. Hãy sử dụng các câu chuyện để kể về "tại sao" và đảm bảo mọi hoạt động đều phản ánh sứ mệnh.

Xây dựng câu Tại Sao của bạn

Việc tạo ra một câu Tại Sao là bước quan trọng trong việc diễn đạt mục đích của bạn. Nó phục vụ như một nguyên tắc hướng dẫn không chỉ cho bạn mà còn cho những người bạn giao tiếp.

Câu Tại Sao của bạn nên:

*   *Rõ ràng và đơn giản:* Dễ hiểu mà không có ngôn ngữ phức tạp.

*   *Có thể hành động:* Tập trung vào điều bạn đóng góp cho người khác.

*   *Diễn đạt bằng ngôn ngữ tích cực:* Những từ ngữ tích cực phù hợp với bạn.

*   *Vĩnh viễn:* Bạn không thể đạt được chúng.

Định dạng câu Tại Sao

Sinek và nhóm của ông cung cấp một mẫu đơn giản để xây dựng Câu TẠI SAO của bạn: **"Chúng tôi [đóng góp], để [tác động]."**

Phần đầu tiên đại diện cho đóng góp của bạn cho cuộc sống của người khác. Phần thứ hai chỉ ra tác động của đóng góp đó. Công việc của bạn là điền vào các khoảng trống để tạo ra câu lệnh Tại Sao độc đáo của riêng bạn.

- **Câu Tại Sao của Simon Sinek:** "Truyền cảm hứng cho mọi người làm những điều truyền cảm hứng cho họ để cùng nhau thay đổi thế giới". Câu này bao gồm cả đóng góp của ông (truyền cảm hứng cho người khác) và tác động mong muốn (thay đổi thế giới).

- **Câu Tại Sao của Dean Bokhari:** "Trao quyền và giáo dục mọi người ở khắp mọi nơi để họ có thể cải thiện cuộc sống và đạt được mục tiêu của mình". Ở đây, đóng góp là về việc trao quyền cho người khác, với tác động là cải thiện cuộc sống và đạt được mục tiêu.

- **Câu Tại Sao của J.O.H.N Capital** (công ty tôi): "Phổ biến quản trị đúng (Quản trị Mục tiêu, OKRs, VHDN) để giúp các CEO Việt Nam quản trị hạnh phúc hơn. Từ đó tạo ra các công ty hạnh phúc". Đóng góp của chúng tôi là phổ biến quản trị đúng, còn tác động là giúp các CEO và các công ty hạnh phúc hơn.

Để tạo ra câu TẠI SAO của riêng bạn:

1. Lấy một cây bút và giấy.

2. Sử dụng mẫu "Tôi (làm gì), để (giúp ai đó đạt được điều gì)" để bắt đầu xây dựng.

3. Thời gian cho bản thân: Suy nghĩ về điều gì thực sự phù hợp với bạn và điều chỉnh câu của bạn khi bạn phát triển.

4. Viết nhiều phiên bản cho đến khi bạn tìm thấy một câu mà cảm xúc kết nối với bạn.

5. Chúc mừng bản thân khi bạn đã hoàn thành câu Tại Sao của mình; bạn đã có một mục đích rõ ràng để hướng dẫn hành động của mình.

Việc tìm ra Tại Sao của bạn không chỉ là một bài tập khám phá bản thân; đó là một thực tiễn cơ bản có thể biến đổi cách bạn sống và làm việc. Bằng cách diễn đạt mục đích của mình một cách rõ ràng, bạn không chỉ truyền cảm hứng cho bản thân mà còn cho những người xung quanh, tạo ra những kết nối sâu sắc hơn và thúc đẩy hành động có ý nghĩa.

Để hiểu hơn về chủ đề Sứ mệnh, lời khuyên của tôi là hãy đọc hai cuốn sách của Simon: *Start with Why* và *Find Your Why*.

KHÔNG CÓ SỨ MỆNH... CŨNG KHÔNG SAO

Đối với nhiều doanh nhân và công ty, việc bắt đầu kinh doanh thường chỉ đơn giản là để kiếm tiền. Khi chúng ta bắt đầu, mục tiêu chính là tạo ra doanh thu, mở rộng thị trường và xây dựng thương hiệu. Tuy nhiên, khi doanh nghiệp phát triển và gặp phải những thách thức mới, nhu cầu về một sứ mệnh rõ ràng dần trở nên cấp thiết hơn.

Khi công ty hoạt động mà không có sứ mệnh cụ thể, chúng ta có thể dễ dàng sa vào việc khám phá nhiều lĩnh vực kinh doanh khác nhau mà không có sự định hướng rõ ràng. Điều này không chỉ dẫn đến việc lãng phí tiền bạc và nguồn lực mà còn gây ra sự hỗn loạn trong tổ chức. Khi không có mục tiêu cụ thể, quyết định của chúng ta trở nên tùy hứng, thiếu tính chiến lược, và khả năng cao là chúng ta sẽ đánh mất hướng đi của mình trong hành trình kinh doanh.

Bạn có tin được không, tôi từng làm đủ thứ trước khi quyết định sẽ chẳng làm gì khác ngoài công việc phổ biến về Quản Trị Đúng. Tôi từng mở cửa hàng làm đại lý mỹ phẩm (vì công ty tôi giỏi làm quảng cáo Google), tôi cũng từng mua một website review ôtô lớn nhất Việt Nam vì tôi thích lái ôtô, tôi tạo kênh review resort bởi có quá ít resort mà tôi từng ở mà thấy hài lòng... Và tất nhiên các dự án đó đều thất bại, ngốn của tôi vô số thời gian, tiền bạc và sức lực.

Một trong những lý do khiến nhiều doanh nhân cảm thấy cần thiết phải xác định sứ mệnh là khi họ đã đạt được một mức độ thành công nhất định, khi đã kiếm được đủ tiền, nhiều người bắt đầu suy nghĩ về những gì thực sự có ý nghĩa với họ. Họ muốn công việc của mình không chỉ đơn thuần là một phương tiện kiếm sống mà còn là một cách để tạo ra ảnh hưởng tích cực đối với cộng đồng hoặc thế giới. Điều này khiến họ tìm kiếm sứ mệnh – một lý do sâu sắc hơn để thức dậy mỗi sáng và làm việc.

Một thực tế quan trọng là, nếu không có sứ mệnh, chúng ta sẽ đối mặt với nhiều vấn đề trong tương lai. Khi gặp khó khăn trong kinh doanh, đâu sẽ là động lực giúp chúng ta kiên trì vượt qua? Một công ty có sứ mệnh rõ ràng sẽ có sức mạnh gắn kết nhân viên, tạo động lực cho họ không chỉ làm việc vì lợi nhuận mà còn vì điều gì đó lớn lao hơn. Sự kết nối này tạo ra một văn hóa doanh nghiệp mạnh mẽ và một tinh thần đồng đội, giúp mọi người cùng nhau vượt qua những thử thách.

Nhiều doanh nhân bắt đầu lựa chọn kinh doanh nhưng sau đó lại đem tiền kiếm được để làm những việc khác, như đầu tư vào sở thích cá nhân hay những dự án bên ngoài. Tại sao không sử dụng chính công ty mà chúng ta đã xây dựng để thực hiện sứ mệnh? Bằng cách đó, chúng ta có thể làm điều mình yêu thích, tạo ra giá trị cho cộng đồng và đồng thời vẫn kiếm được tiền. Thực hiện sứ mệnh không chỉ là việc đóng góp cho xã hội mà còn là một cách để làm giàu cho chính bản thân mình và cho cả tổ chức.

Cuối cùng, việc xác định sứ mệnh không chỉ là một lựa chọn mà còn là điều cần thiết để xây dựng doanh nghiệp bền vững. Sứ mệnh giúp doanh nghiệp tồn tại và phát triển mạnh mẽ, tạo ra những giá trị cho cả chúng ta và cộng đồng. Nó chính là kim chỉ nam giúp chúng ta định hướng trong mọi quyết định, từ đó biến công ty thành một nơi mà mọi người không những đến để làm việc, mà còn có thể tìm thấy đam mê và ý nghĩa trong cuộc sống.

Nếu bạn và công ty chưa có sứ mệnh, không sao cả, hãy cứ tiếp tục kinh doanh và kiếm tiền, chăm lo cho đời sống nhân viên và người thân. Và tin tôi đi, sẽ đến lúc bạn cần trả lời câu hỏi: "Tại sao tôi đang làm việc tôi đang làm?".

Khi công ty bạn ngừng hoạt động, thế giới này mất đi điều gì?

CHƯƠNG 08

CON ĐƯỜNG XÂY DỰNG
DOANH NGHIỆP MƠ ƯỚC

Chương này không có những ý mới. Tôi sẽ trình
bày hiểu biết của tôi về những bức tranh tổng
thể mà bạn có thể tham khảo. Chúng kết nối
toàn bộ những gì tôi tin tưởng và đã chia sẻ với
bạn ở những chương trước.

THE MAPS CỦA JIM COLLINS: HÀNH TRÌNH XÂY DỰNG MỘT DOANH NGHIỆP TUYỆT VỜI

Tôi sử dụng từ "Tuyệt vời" thay cho từ "Vĩ đại". Cuốn sách nổi tiếng của Jim Collins là *Good to Great* với tựa tiếng Việt là "Từ tốt đến Vĩ đại" khiến cho rất nhiều người mà tôi gặp nói với tôi rằng trong đầu họ có tiếng nói nhỏ rằng: tôi không nghĩ mình sẽ xây dựng được một công ty vĩ đại, cuốn sách này không dành cho tôi.

Thật đáng tiếc khi bạn không đọc các tác phẩm của Jim Collins. Vậy đừng nghĩ to tát rằng bạn sẽ xây dựng một công ty Vĩ Đại nữa, hãy xây dựng một công ty Tuyệt Vời, nó sẽ Vĩ Đại theo cách của riêng bạn.

Tôi đã đọc rất kỹ ba tác phẩm của Jim Collins là: *Good to Great* (Từ tốt đến vĩ đại), *Built to Last* (Xây dựng để trường tồn) và *Great by Choice* (Vĩ đại do lựa chọn). Gộp cả ba cuốn này lại, Jim Collins đã cung cấp cho chúng ta một bản đồ để xây dựng một tổ chức từ bình thường đến tuyệt vời, thậm chí là đến trường tồn. Đó là hành trình từ khi công ty còn nhỏ, đến khi lớn và rất lớn, kéo dài qua nhiều thập kỷ. Hành trình này yêu cầu sự cống hiến, kiên nhẫn và kỷ luật không ngừng (kỷ luật giữa suy nghĩ và hành động). Tấm bản đồ này được chia thành bốn giai đoạn chính: **Con người kỷ luật, Tư duy kỷ luật, Hành động kỷ luật** và **Xây dựng để trường tồn**. Mỗi giai đoạn là một mắt xích quan trọng, giúp doanh nghiệp không chỉ đạt được sự tăng trưởng vượt trội, mà còn tạo nên những giá trị bền vững lâu dài.

Bản đồ này không chỉ áp dụng cho những doanh nghiệp lớn, mà còn dành cho những tổ chức nhỏ, mới bắt đầu. Nó là kim chỉ nam giúp doanh nghiệp định hình từ việc chọn con người, xây dựng văn hóa, đến việc duy trì một sự sáng tạo không ngừng nghỉ, để cuối cùng, trở thành một tổ chức có thể vững vàng trước mọi biến động.

Con người kỷ luật

Hành trình bắt đầu với **con người kỷ luật**. Không phải là chiến lược, không phải là tầm nhìn, mà là những con người phù hợp. Collins đã khẳng định rằng: trước khi đặt ra những mục tiêu lớn lao, doanh nghiệp cần có đội ngũ đúng đắn. "**First Who, Then What**" – hãy tìm đúng người lên "xe buýt" trước, sau đó mới quyết định điểm đến. Khi bạn có những người đồng hành phù hợp, việc đi đến đâu sẽ trở nên dễ dàng hơn rất nhiều.

Doanh nghiệp không thể hoạt động dựa trên những người chỉ làm việc vì tiền lương, mà cần những người có niềm đam mê, phù hợp với văn hóa và định hướng của tổ chức. Điều này có nghĩa là bạn phải nghiêm túc trong việc tuyển chọn, không ngại từ chối những người không phù hợp, ngay cả khi họ có năng lực. Jim Collins sử dụng hình ảnh **xe buýt** để minh họa cho quá trình này. Một chiếc xe buýt với đầy đủ những hành khách đúng đắn sẽ có khả năng đi xa hơn, nhanh hơn so với một chiếc xe buýt đầy rẫy những mâu thuẫn nội bộ.

Ngoài việc tìm đúng người, tổ chức trước nhất cần có **lãnh đạo cấp độ 5**. Đây không phải là những người lãnh đạo nổi tiếng, luôn xuất hiện trên bìa tạp chí. Thay vào đó, lãnh đạo cấp độ 5 là những người khiêm tốn, họ đặt lợi ích của tổ chức lên trên danh tiếng cá nhân. Họ cống hiến một cách lặng lẽ, nhưng quyết liệt, họ sẵn sàng thừa nhận thất bại của bản thân, nhưng luôn chia sẻ thành công với cả đội ngũ. Đó là phong cách lãnh đạo mà không phải ai cũng có thể đạt được, nhưng đó chính là nhân tố quan trọng giúp doanh nghiệp không chỉ phát triển mà còn vươn lên tầm cao mới.

Tư duy kỷ luật

Khi đã có đội ngũ con người phù hợp, bước tiếp theo là phát triển **tư duy kỷ luật**. Ở đây, Jim Collins nhấn mạnh vào việc doanh nghiệp cần phải đối mặt với sự thật, không né tránh những khó khăn hay thất bại. Các doanh nghiệp tuyệt vời là những doanh nghiệp có khả năng đối diện với những sự thật đau đớn nhất, nhưng đồng thời giữ vững niềm tin vào tương lai.

Sự kỳ diệu của chữ VÀ – một tư duy kết hợp giữa hai yếu tố tưởng chừng trái ngược nhau nhưng lại bổ sung cho nhau. Các doanh nghiệp không cần phải chọn giữa lợi nhuận và giá trị xã hội, họ có thể đạt được cả hai. Ví dụ, họ có thể tạo ra những sản phẩm vừa mang lại lợi nhuận cao, vừa đáp ứng nhu cầu của khách hàng và cộng đồng. Điều này đòi hỏi sự sáng tạo, nhưng cũng cần có tư duy sắc bén, để không sa vào lựa chọn dễ dàng mà bỏ qua các cơ hội phát triển dài hạn. Doanh nghiệp cũng có thể lựa chọn cả nhân tài và những người phù hợp, không cần phải "hoặc". Doanh nghiệp cũng có thể đồng thời thúc đẩy cả động lực nội vi và trả công xứng đáng cho nhân viên.

Một trong những bài học quan trọng ở giai đoạn này là đối mặt với sự thật tàn khốc. Doanh nghiệp phải sẵn sàng thừa nhận mọi vấn đề họ đang đối mặt, dù khó khăn đến đâu. Việc che giấu sự thật chỉ khiến công ty đi chệch hướng và dễ rơi vào tình trạng trì trệ. Đối mặt với sự thật, bất kể là nó đau đớn, giúp doanh nghiệp nhìn rõ bức tranh tổng thể và từ đó đưa ra những quyết định đúng đắn.

Cùng với đó là **Khái niệm con nhím** – Jim Collins nhắc đến hình ảnh con nhím, một loài vật đơn giản nhưng cực kỳ bảo thủ trong cách bảo vệ bản thân. Các doanh nghiệp vĩ đại cần phải tìm ra điểm mạnh của mình và kiên định với nó. Họ chỉ tập trung vào những gì họ làm tốt nhất, những gì họ đam mê nhất và điều gì mang lại hiệu quả kinh tế cao nhất. Khi một doanh nghiệp biết rõ họ giỏi gì và cam kết theo đuổi điều đó, họ sẽ tránh được việc phân tán năng lượng vào những hướng đi không hiệu quả.

Hành động kỷ luật

Khi đã có tư duy kỷ luật, bước tiếp theo là **hành động kỷ luật**. Jim Collins đã đưa ra khái niệm **Bánh đà (The Flywheel)** để minh họa quá trình này. Bánh đà không quay ngay lập tức, mà cần sự nỗ lực ban đầu rất lớn. Nhưng khi đã có đà, nó sẽ tiếp tục quay mà không cần quá nhiều sức đẩy. Đây là cách các doanh nghiệp tuyệt vời hành động: kiên nhẫn, từng bước, không vội vàng nhưng rất chắc chắn.

Một trong những minh họa nổi bật là **Hành trình 20 dặm**. Các doanh nghiệp tuyệt vời không bao giờ bùng nổ rồi lụi tàn. Thay vào đó, họ giữ sự ổn định, kiên định, bất kể tình hình có thuận lợi hay khó khăn. Cách họ tiến bước như một cuộc hành trình dài hạn, mỗi ngày đều đặt mục tiêu rõ ràng và duy trì bước đi đều đặn. Điều này giúp họ duy trì tăng trưởng ngay cả khi thị trường biến động mạnh.

Hơn nữa, các doanh nghiệp này cũng không bao giờ đặt cược tất cả vào một cơ hội duy nhất. Thay vào đó, họ **bắn những viên đạn nhỏ trước khi bắn pháo**. Điều này có nghĩa là họ luôn thử nghiệm, kiểm tra những cơ hội mới bằng các bước đi nhỏ trước, sau đó mới quyết định đầu tư lớn. Cách tiếp cận này giúp họ giảm thiểu rủi ro và tối ưu hóa kết quả.

Xây dựng để trường tồn

Bước cuối cùng và cũng là bước quan trọng nhất, là **xây dựng để trường tồn**. Một doanh nghiệp không chỉ cần thành công trong ngắn hạn, mà còn phải tạo ra giá trị bền vững trong dài hạn. Điều này đòi hỏi họ phải cân bằng giữa việc **gìn giữ cốt lõi và khuyến khích sự sáng tạo**.

Collins đã đưa ra khái niệm **Tạo ra chiếc đồng hồ, không chỉ "báo giờ"** để minh họa điều này. Một tổ chức tuyệt vời không phụ thuộc nhà lãnh đạo, mà họ xây dựng một hệ thống, một cơ cấu có thể vận hành mà không cần sự hiện diện của nhà sáng lập. Những doanh nghiệp trường tồn là những doanh nghiệp có khả năng tự động vận hành, dựa trên các nguyên tắc và giá trị cốt lõi, ngay cả khi lãnh đạo chính không còn.

Doanh nghiệp cần phải **gìn giữ cốt lõi** của mình. Đây là những giá trị, nguyên tắc không thể thay đổi theo thời gian, ngay cả khi tổ chức phát triển. Nhưng đồng thời, họ phải **khuyến khích sự sáng tạo và đổi mới** để không bị lạc hậu trong một thế giới thay đổi nhanh chóng.

Mục đích cốt lõi (Sứ mệnh) không phải chỉ là mục tiêu ngắn hạn hay công cụ đạt được hiệu quả kinh doanh, mà là lý do tồn tại lâu dài của doanh nghiệp, là "linh hồn" của tổ chức. Jim Collins đưa ra khái niệm này để nhấn mạnh rằng mục đích cốt lõi sẽ giúp công ty duy trì sự tập trung và sự kiên định trong quá trình phát triển, bất chấp những thay đổi của thị trường và những thách thức mà doanh nghiệp gặp phải.

Kết luận: Hành trình không có điểm dừng

The Map của Jim Collins là một hành trình không bao giờ dừng lại. Đó không phải là một đích đến, mà là một quá trình liên tục để cải thiện, phát triển và vươn tới những tầm cao mới. Doanh nghiệp muốn thành công không chỉ cần những con người phù hợp, tư duy sáng suốt, mà còn phải có sự kiên nhẫn, kỷ luật và khả năng đổi mới không ngừng. Đây là con đường mà những tổ chức tuyệt vời đã đi qua và nếu bạn sẵn sàng, bạn cũng có thể bắt đầu hành trình của riêng mình.

The Map của Jim Collins là minh chứng sống động cho các quan điểm được trình bày trước đó: về vai trò của con người, văn hóa tổ chức và sự cần thiết của việc giữ vững giá trị cốt lõi trong quá trình phát triển. Những nguyên lý này không chỉ giúp tổ chức tồn tại, mà còn giúp nó phát triển và vượt qua các thử thách để vươn tới những tầm cao mới.

TỔ CHỨC TỰ QUẢN TRỊ

Khi đã áp dụng đúng những nguyên lý quản trị, chúng ta có thể xây dựng ra một tập thể "Tự quản trị" nơi mà tất cả nhân viên đều chủ động và cam kết, mọi người đều có khả năng tự quản lý chính bản thân mình.

Trong cuốn sách *Reinventing Organisations* (Tái tạo tổ chức), tác giả Frederic Laloux cho biết rằng các mô hình tổ chức của loài người đã có từ 100.000 năm trước và đã trải qua rất nhiều giai đoạn để thay đổi và tiến lên và được chia làm năm kiểu tổ chức theo từng giai đoạn *Bốc đồng – Truyền thống – Thành tựu – Phức hợp – Cấp tiến.*

Kiểu tổ chức Bốc đồng (Màu Đỏ): được cấu trúc xung quanh một nhà lãnh đạo mạnh mẽ, người có quyền lực tuyệt đối đối với những người khác. Các cấu trúc quyền lực liên tục thay đổi khi cấp dưới chạy đua giành vị trí, giống như những con sói trong bầy sói xung quanh con đực đầu đàn. Ví dụ điển hình cho kiểu tổ chức này là cách hoạt động của Mafia, nơi mà quyền lực tập trung và lời của "cấp trên" là buộc phải tuân thủ.

Kiểu tổ chức Truyền thống (Màu Hổ phách): là dạng tổ chức được phân tầng một cách mạnh mẽ. Mọi người xác định với chức danh công việc và mô tả công việc và vị trí của họ trong hệ thống phân cấp. "Chỉ huy và kiểm soát" là phong cách lãnh đạo chính của kiểu tổ chức này, các quyết định được đưa ra từ các cấp cao của hệ thống phân cấp trong khi cấp dưới chỉ đơn giản là tuân theo mệnh lệnh. Ví dụ điển hình cho kiểu tổ chức này là Quân đội.

Kiểu tổ chức Thành tựu (Màu Cam): Dạng tổ chức này vẫn có sự phân tầng rõ ràng, Tuy nhiên, để theo đuổi sự đổi mới và đối phó với sự cạnh tranh, mỗi cá nhân được quyền thể hiện vai trò của mình hơn. Ví dụ của kiểu tổ chức này chính là các Doanh nghiệp hiện đại, được phát triển mạnh mẽ vào giữa thế kỷ 20.

Trong tổ chức Thành tựu, con người được tin tưởng hơn, tập trung nhiều hơn vào mục tiêu và hướng tới kết quả. Nhân viên sở hữu các mục tiêu cần đạt được và họ có thể được tự chủ với công việc của mình để đạt được mục tiêu.

Kiểu tổ chức Phức hợp (Màu Xanh lá): Ngày nay các doanh nghiệp đang trên con đường tiến tới kiểu tổ chức này và đang dần chiếm ưu thế so với những kiểu tổ chức cũ. Tổ chức là một tập hợp của những người có chung giá trị và làm việc với nhau.

Trong kiểu tổ chức này, nhân viên được trao quyền để thực hiện mục tiêu của mình, những người quản lý không còn kiểm soát chi tiết hay phải đi giải quyết vấn đề mà trở thành người "lãnh đạo phục vụ". Điều này được tượng trưng trong khái niệm "kim tự tháp ngược", trong đó CEO ở dưới cùng để ra quyết định và hỗ trợ các nhà quản lý cấp cao và cấp trung, những người hỗ trợ nhân viên tuyến đầu.

Kiểu tổ chức Cấp tiến (Màu Xanh Ngọc): Hiện nay trên thế giới đã có một số doanh nghiệp áp dụng được kiểu tổ chức này. Đây là kiểu tổ chức mà tất cả mọi người đều có chung các giá trị cốt lõi và đồng thời coi trọng tính độc đáo của mỗi người.

Trong kiểu tổ chức này không còn cấu trúc hình kim tự tháp, mà là dạng cấu trúc phẳng không có người lãnh đạo, tất cả mọi người đều là chủ và đều có quyền được đóng góp ý kiến cho mục tiêu chung của doanh nghiệp (đồng kiến tạo).

TỔ CHỨC PHẲNG

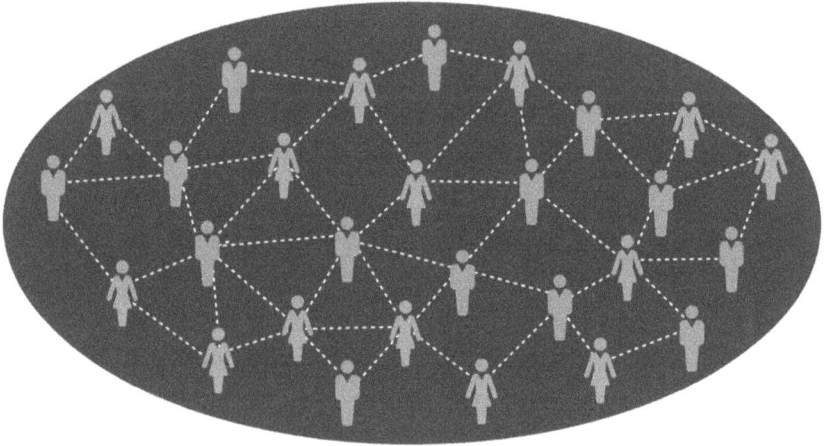

© Jacob Morgan *(thefutureorganization.com)*

Trong thời đại ngày nay, các hình thái tổ chức cũ (Bốc đồng, Truyền thống) đã lỗi thời và không còn phù hợp.

Hiện nay, lực lượng lao động chủ yếu là những người thuộc thế hệ Y (Gen Y) và thế hệ Z (Gen Z), họ là những người tự chủ, ý thức về giá trị của bản thân nhiều hơn và ý thức về sự đóng góp của họ đối với tổ chức, đối với xã hội. Điều này bắt buộc các doanh nghiệp phải thay đổi và chuyển sang những kiểu mô hình bậc cao (Phức hợp, Cấp tiến) mới có thể bắt kịp với thời đại.

Để chuyển đổi lên những hình thái tổ chức bậc cao, doanh nghiệp cần trở thành một tập thể **Tự quản trị**, nơi mà tất cả mọi người đều có tính tự chủ cao và liên kết cao.

Henrik Kniberg đã thể hiện rõ điều này trong video trên kênh YouTube của ông ta khi mô tả các hoạt động kỹ thuật tại Spotify. Cách tiếp cận này dựa trên các lý thuyết trong cuốn *The Art of Action* (Nghệ thuật hành động) của Stephen Bungay, trong đó ông sử dụng các ví dụ quân sự để chỉ ra rằng việc thiết lập định hướng chung cho các nhóm (cái gì và lý do tại sao) vẫn cho phép mức độ tự chủ cao (cách thức) và mang lại kết quả tốt hơn.

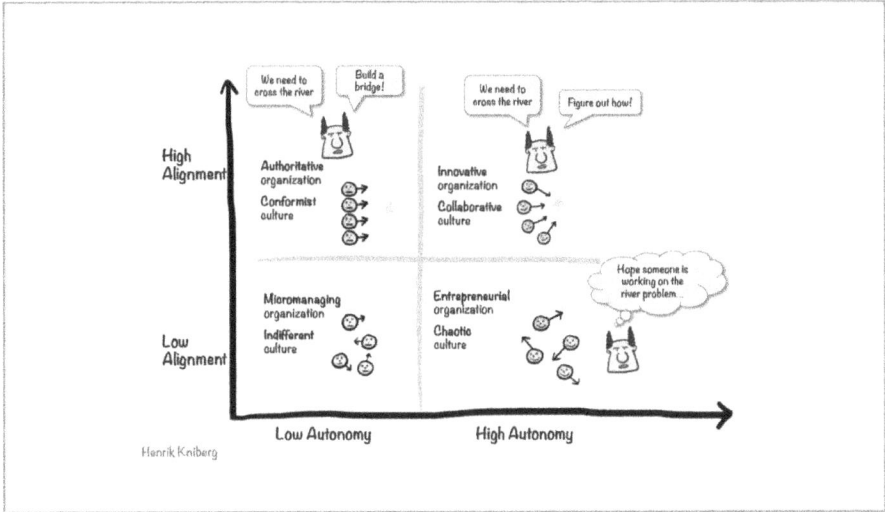

Có bốn kiểu tổ chức:

1. **Sự liên kết và tính tự chủ đều yếu:** đây là tổ chức mà văn hóa không đồng nhất, các thành viên rất khác biệt nhau, quản lý theo kiểu "vi mô", sếp phải chỉ đạo và nhúng tay vào mọi việc. Trong kiểu tổ chức này, không ai quan tâm đến lợi ích, mục tiêu chung.

2. **Sự liên kết tốt nhưng tính tự chủ yếu:** văn hóa làm việc chính là "sự tuân thủ", phân biệt rất rõ ràng giữa "sếp" và "nhân viên". Mệnh lệnh của sếp được tuân thủ tuyệt đối, khi sếp nói "chúng ta cần vượt qua con sông này, hãy đi xây cầu", mọi người sẽ đi xây cầu. Mọi thứ vẫn sẽ hoạt động tốt khi các quyết định của sếp là đúng đắn và số lượng nhân viên cần chỉ đạo chưa vượt quá khả năng của sếp. Tất nhiên, nhân viên nghe lời đồng nghĩa với thiếu sáng tạo.

3. **Sự liên kết yếu, nhưng tính tự chủ cao:** khi công ty có năng lực tài chính tốt hơn và không còn phù hợp với phong cách quản trị "chỉ đạo", sếp liền đầu tư và thuê về nhiều nhân sự "ngôi sao".

Những nhân sự này có năng lực cao và có... chính kiến cao. Mỗi khi gặp vấn đề, CEO sẽ hy vọng rằng mọi người sẽ đưa ra được cách giải quyết, các sáng kiến tuyệt vời. Nhưng bởi sự liên kết công việc lỏng lẻo, thiếu vắng các mục tiêu để hướng tới, kết quả là chính kiến cao thì... cãi nhau cũng to, gây ra xung đột mạnh. Đây là giai đoạn công ty tôi có "Chùm chìa khóa" như đã kể ở phần "bàn về cam kết".

4. **Sự liên kết và tính tự chủ đều cao:** đây là kiểu tổ chức tuyệt vời nhất mà tôi gọi là "Tổ chức tự quản trị". Công ty có các giá trị rõ nét, sự hợp tác mượt mà, tổ chức có tốc độ đổi mới nhanh và văn hóa sáng tạo. Khi CEO đưa ra mục tiêu "vượt sông", mọi người sẽ họp lại và cùng đưa ra ý kiến: chúng ta sẽ xây cầu, hoặc đóng thuyền, hoặc đơn giản là di chuyển lên đầu nguồn con sống để đi bộ qua... Ý kiến nào cũng được và mọi người sẽ cùng nhau lựa chọn, doanh nghiệp không còn phụ thuộc vào một mình nhà lãnh đạo hoặc bất kỳ ai. Có đúng đây chính là kiểu tổ chức tuyệt vời mà Jim Collins đã nói tới? Đúng vậy!

Nhìn vào bốn kiểu tổ chức này, chắc hẳn bạn sẽ muốn xây dựng doanh nghiệp của mình thành tổ chức thứ tư: Tổ chức tự quản trị.

Đâu là hướng dẫn:

Sự liên kết (Alignment) không hề đối lập với sự tự chủ (Autonomy) như chúng ta thường nghĩ, mà ngược lại, chúng sẽ bổ trợ lẫn nhau.

Một tổ chức mà có sự liên kết giữa các cá nhân thấp sẽ khiến cho việc tự chủ với công việc sẽ rất khó xảy ra vì sẽ liên tục có những mâu thuẫn phát sinh khiến cho mỗi người sẽ không thể đảm bảo được mục tiêu của mình.

Vì vậy, để tạo ra một tập thể tự chủ, doanh nghiệp cần tạo ra một môi trường bao gồm những con người phù hợp, cùng chung giá trị cùng chung mục đích để từ đó có sự liên kết cao giữa các cá nhân giúp cho mỗi người đều có thể yên tâm để hoàn thành tốt công việc của mình. Hãy nhớ, mục tiêu sẽ liên kết tập thể, chứ không phải quy trình. Vì vậy, Quản trị mục tiêu và Văn hóa doanh nghiệp chính là cách để tạo ra sự liên kết, từ đó tạo ra tính tự chủ (chứ không phải cần có sự tự chủ từ nhân viên rồi mới tạo ra sự liên kết trong công việc).

Ngược lại khi mỗi người đều đã có sự tự chủ và cam kết cao họ sẽ kiên trì bám đuổi mục tiêu của mình đến cùng và sẽ tạo ra sự liên kết mục tiêu mạnh mẽ để đạt được mục tiêu chung. Nếu doanh nghiệp của bạn đã ứng dụng phương pháp Quản trị Mục tiêu và có các giá trị văn hóa rõ nét, khi xuất hiện nhân sự không đủ khả năng tự chủ và thiếu tính cam kết trong một thời gian dài, cách hành động đơn giản là nói với họ "chúng ta đang xây dựng một Tổ chức, không phải một Đám đông" và mời họ xuống xe.

Tự quản trị = Tự chủ + Liên kết

MỘT TỔ CHỨC DỰA TRÊN NIỀM TIN

Đã gần hết cuốn sách, bạn đã có niềm tin rằng mình sẽ xây dựng được một tổ chức mà ở đó tất cả đều tin tưởng rằng mọi người đều nỗ lực vì mục tiêu chung và cam kết với mục tiêu của bản thân chưa? Nếu chưa, điều đó cũng dễ hiểu, bởi đây là một hành trình cần thời gian, không phải là Giải Pháp Sau Một Đêm.

Hãy hành động theo tám bước:

1. Nhà lãnh đạo cần lựa chọn niềm tin cho mình, tin rằng "về cơ bản con người (phù hợp) là tốt" và luôn suy nghĩ cái sai của mình trước khi nói tới cái sai của nhân viên. Đây là lựa chọn, không phải "sự thật". Sự thật là xã hội luôn có người này-người kia, không thể nào chỉ có người tốt hay người phù hợp, nhưng doanh nghiệp của bạn không phải là vấn đề xã hội, đó chỉ là vấn đề của riêng bạn. Lựa chọn này là của nhà lãnh đạo, sẽ dẫn dắt toàn bộ các hành động phía sau.

2. Khi đã lựa chọn rằng bạn sẽ xây dựng một tổ chức mà ở đó ai cũng là người phù hợp, thì việc đầu tiên bạn cần làm đó là lựa chọn thật kỹ những người lên xe buýt. Khi bạn nâng cao tiêu chuẩn tuyển dụng của doanh nghiệp, bạn sẽ đi chậm lại, nhưng chắc chắn hơn. Và khi chuyến xe đã vững chắc, bạn có thể tự tin quay chiếc "bánh đà" của mình ngày càng nhanh hơn như Jim Collins đã nói. Thậm chí, Jim Collins còn cho rằng doanh nghiệp nên "giới hạn tốc độ tăng trưởng bằng năng lực tìm kiếm người phù hợp". Nếu bạn vẫn còn tiếp tục tuyển dụng hời hợt, mời quá nhiều người không phù hợp lên xe buýt, bạn không có quyền kêu ca gì cả.

3. Khi đã có người phù hợp, hãy thay đổi tư duy quản lý công việc chi tiết, thiên về mệnh lệnh hay quy trình sang quản trị bằng mục tiêu. Hãy tập trung vào việc của nhà lãnh đạo là định hướng bằng các mục tiêu chiến lược, việc còn lại hãy tin vào nhân viên.

4. Hãy từ bỏ thói quen giao việc rồi bỏ bê nhân viên, hy vọng rằng họ sẽ hoàn thành để rồi nhận về những kết quả không mong muốn. Hãy trao quyền để nhân viên thiết lập mục tiêu hướng đến mục tiêu của công ty, còn việc của nhà quản lý là đồng hành, dõi theo nhân viên liên tục bằng việc check-in hằng tuần.

5. Hiểu rõ sức mạnh của Quản lý hiệu suất liên tục, không chỉ cung cấp phản hồi muộn màng cho nhân viên bằng bản đánh giá cuối năm mà thay vào đó là liên tục cung cấp phản hồi về hiệu suất của nhân viên trong thời gian thực (hoặc ít nhất là thông qua các buổi check-in). Tuyệt vời hơn nữa là doanh nghiệp của bạn xây dựng được văn hóa phản hồi 360 độ, nghĩa là ai cũng có có thể giúp người khác bằng việc cung cấp các phản hồi kịp thời, hữu ích.

6. Từ bỏ các suy nghĩ về động lực bằng "Cây gậy và Củ cà rốt", đem các phần thưởng lớn ra để kích thích nhân viên đạt được 100% mục tiêu. Hãy xây dựng cơ chế thu nhập trả công xứng đáng cho các đóng góp của nhân viên. Và đừng quên ghi nhận các nỗ lực liên tục, không chỉ ghi nhận kết quả sau cùng.

7.   Hãy kiên trì với các bước ở trên, đừng bao giờ bỏ cuộc!…

8.   … Cho đến khi nào bạn có một doanh nghiệp mà ở đó mọi người đều tin tưởng lẫn nhau.

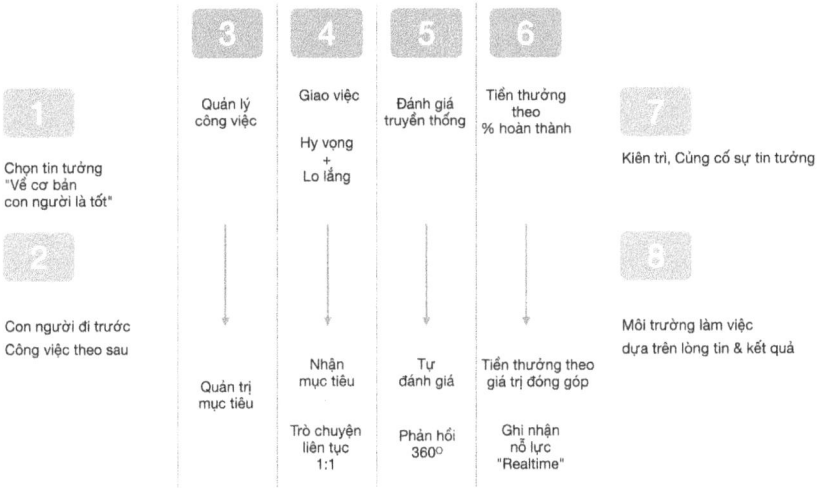

(Đây chính là hình ảnh tổng kết của tôi ở cuối chương trình Cố vấn Quản trị Mục Tiêu)

HẠNH PHÚC – BỀN VỮNG – TĂNG TRƯỞNG

Có người nói: *"Ừ thì một công ty tự quản trị, tuyệt vời, tin tưởng là điều tốt. Tôi cũng muốn thế, nhưng vào lúc này thì không phù hợp. Vì vậy, tôi lựa chọn tăng trưởng trước, kiếm tiền trước. Khi đã có tiền, tôi sẽ quay trở lại xây dựng công ty hạnh phúc".* Hoặc *"Tôi biết sự bền vững là quan trọng, nhưng lúc này cơ hội đang tốt, tôi muốn tận dụng để tăng trưởng thật nhanh đã".*

Bạn có nhớ Jim Collins nói gì không? Hãy chọn chữ VÀ, đừng chọn chữ HOẶC. Tại sao phải hy sinh điều gì, tại sao không xây dựng một công ty vừa Hạnh phúc, vừa Bền vững, vừa Tăng trưởng nhanh?

Hãy nhìn xung quanh chúng ta, bạn có thấy có hàng tá doanh nghiệp phát triển như vũ bão bởi nắm bắt tốt xu hướng kinh doanh, tận dụng tốt ưu thế của mạng xã hội, hay sự phát triển của thương mại điện... để rồi chỉ hai, ba năm sau đã không còn thấy họ tồn tại? Họ có thể "chớp thời cơ" tốt khi nhanh nhạy về bán hàng, tiếp thị, nhưng khi công ty phát triển nhanh chóng về quy mô thì sự nhanh nhạy đó không còn giúp ích. Họ yếu về quản trị!

Lựa chọn một trong ba yếu tố Hạnh phúc, Bền vững, Tăng trưởng nhanh thật ra chỉ là ảo ảnh. Jim Collins nói rằng: "Bạn chẳng thể xây một tòa cao ốc trên móng nhà cấp bốn" (đại loại vậy!).

Một doanh nghiệp tăng trưởng thần tốc nhưng đầy rẫy vấn đề, dễ tổn thương và luôn có nguy cơ sụp đổ thì tăng trưởng để làm gì?

Một tổ chức chỉ có sự căng thẳng, làm việc quá tải và không ai muốn ở lại lâu dài, liệu có thể tăng trưởng liên tục?

Một doanh nghiệp vui vẻ, bền vững nhưng tăng trưởng chậm cũng chẳng đáng để chúng ta bỏ công sức.

Đọc đến chương này, rõ ràng bạn đã hiểu một điều rằng: một doanh nghiệp chỉ có thể tăng trưởng nhanh với tốc độ vượt trội khi đạt hiệu suất tối đa. Hiệu suất tối đa chỉ có được khi doanh nghiệp có con người phù hợp, là những cá nhân chủ động, cam kết với mục tiêu của bản thân và mục tiêu chung. Hiệu suất tối đa cũng chỉ có thể có được khi mỗi người trong doanh nghiệp làm việc với động lực nội vi, cảm thấy vui vẻ, hạnh phúc mỗi ngày. Một doanh nghiệp như thế, chắc chắn sẽ bền vững!

CHƯƠNG**09**

TẠI SAO CÓ NHỮNG CEO LÀM TỐT, CÓ NGƯỜI LẠI KHÔNG?

Niềm tin của bạn đã lớn hơn chưa? Bạn có đang muốn bắt tay vào việc ngay không? Hãy chậm lại, đây là chương quan trọng.

Tôi thường nói rằng "khi nhà lãnh đạo thay đổi, công ty đổi thay", điều này là tiên quyết. Đừng cố gắng thay đổi nhân viên, hãy thay đổi mình trước.

Ở Chương 2, tôi đã trình bày quan điểm về việc có những nhà lãnh đạo rất nhanh chóng bước vào con đường Quản Trị Đúng và chỉ trong một thời gian ngắn đã biến đám đông trở thành tổ chức và đạt được những thành tựu nhất định, nhưng có những nhà lãnh đạo lại rất khó khăn trong việc tiếp thu các tri thức đã được khoa học chứng minh, lý do là bởi sự khác biệt về **Niềm Tin Với Con Người**.

Sự thành công trong lãnh đạo không chỉ phụ thuộc vào chiến lược hay khả năng ra quyết định, mà còn liên quan chặt chẽ đến niềm tin mà nhà lãnh đạo dành cho đội ngũ của mình. Khi một nhà lãnh đạo tin tưởng vào khả năng của nhân viên, họ tạo ra một môi trường tích cực, nơi mà mọi người cảm thấy được khuyến khích và có trách nhiệm. Niềm tin này không chỉ giúp cải thiện tinh thần làm việc mà còn tăng cường sự gắn kết và tính đồng đội.

Một ví dụ rõ ràng về điều này có thể thấy ở công ty cà phê Starbucks. Khi Howard Schultz trở lại làm CEO vào năm 2008, ông đã tập trung vào việc xây dựng lại niềm tin và tinh thần trong công ty. Ông đã nói về việc tin tưởng vào nhân viên, gọi họ là "partners" (đối tác) hơn là "employees" (nhân viên). Điều này đã giúp Starbucks không chỉ phục hồi từ khủng hoảng mà còn mở rộng quy mô và gia tăng doanh thu một cách đáng kể. Khi nhân viên cảm thấy được tin tưởng và coi trọng, họ sẵn sàng cống hiến hơn và góp phần vào sự thành công chung của tổ chức.

Tôi hiểu rất rõ điều này, vì tôi từng là nhà lãnh đạo đánh mất niềm tin!

Khởi đầu công ty SEONGON từ 2012, tôi đã có quãng thời gian "trăng mật" tuyệt vời với công ty của mình, cho đến khoảng 2015. Từ 2015 đến 2019 có thể nói là quãng thời gian tôi không hề hạnh phúc trong vai trò CEO của mình. Nhìn khắp văn phòng, đâu đâu cũng là vấn đề, đâu đâu cũng là nỗi đau và sự bực tức. Tôi nhận thấy mình ngày càng "ghét" nhân viên của mình.

Tôi không muốn thế! Vì vậy, tôi chỉ có hai lựa chọn: hoặc là đóng cửa công ty, hoặc là thay đổi bằng mọi giá. Và tôi thay đổi.

Nhưng có rất nhiều người, không giống như tôi. Tôi nhớ có một lần một CEO nhắn tin cho tôi hỏi về các chương trình huấn luyện, cố vấn, họ có hỏi điều kiện để tham gia là gì và tôi trả lời "Chỉ cần bạn có niềm tin với con người". Người CEO đó đã trả lời tôi rất ngắn gọn "Vậy thì có lẽ tôi không hợp". Thật đáng tiếc, nhưng có lẽ tôi đã trả lời sai. Đáng ra tôi nên nói *"Chỉ cần bạn muốn tạo dựng một công ty mà ở đó bạn tin tưởng nhân viên của mình"*.

Vào lúc tôi lựa chọn thay đổi, tôi biết chắc chắn rằng mình không tin tưởng nhân viên, chỉ là tôi không còn cách nào khác, chả lẽ lại đóng cửa công ty?! Và may mắn đã đến với tôi khi đặt niềm tin của tôi vào OKRs, vào John Doerr, vào Google (hình mẫu về OKRs), vào Jim Collins, vào Peter Drucker…

Tôi cứ lầm lũi tiến đi trên con đường tối tăm mù mịt, cố gắng cùng nhân viên (những người mà tôi không tin tưởng) xây dựng các mục tiêu hằng quý, cố gắng kiên trì check-in, đưa ra những phản hồi thẳng thắn và chăm chỉ ghi nhận sự nỗ lực hơn. Tôi cũng để tâm hơn tới việc làm rõ các giá trị cốt lõi của mình, nói về chung với những người xung quanh, chỉnh sửa bộ giá trị cốt lõi của công ty và chú trọng việc tuyển dụng kỹ lưỡng. Và rồi điều tôi nhận ra rằng mình đã hoàn toàn sai lầm, nhân viên của tôi tuyệt vời hơn tôi nghĩ. Tôi đã may mắn!

Trên hành trình cố vấn quản trị cho gần 100 CEO, tôi gặp gỡ nhiều người tuyệt vời hơn tôi rất nhiều, họ có mong muốn mạnh mẽ trong việc kiến tạo một tổ chức mà ở đó mỗi người đều có thể tin tưởng lẫn nhau, họ muốn tin tưởng nhân viên! Và với những người như thế, Quản Trị Đúng gần như ngay lập tức được hấp thụ và thay đổi toàn bộ công ty của họ chỉ trong một, hai tháng.

Khi Nhà lãnh đạo lựa chọn và tin tưởng vào Peter Drucker, Jim Collins, Andrew Grove, John Doerr... tổ chức của họ cải thiện mỗi ngày, không chỉ là vấn đề doanh số. Tôi tin rằng khi tinh thần, sự nỗ lực và cam kết của một tập thể được tập trung và cùng một hướng, khi niềm tin gia tăng, doanh thu là điều sẽ đến sau đó.

Vì vậy, mà trong các dự án của mình với các công ty, tổ chức, chúng tôi thường xuyên đo lường những yếu tố tinh thần. Hãy xem ví dụ dưới đây:

JOHN Academy — **KẾT QUẢ KHẢO SÁT - TING TONG** — **Ting Tong**

Nội dung Khảo sát	Lần 1 (12/2023)	Lần 2 (02/2024)	Lần 3 (03/2024)	Lần 4 (04/2024)	Lần 5 (05/2024)	Lần 6 (06/2024)	Lần 7 (~85)	Lần 8 (09/2024)	
Số lượng thành viên tham gia khảo sát	~96 nhân sự	80-82 nhân sự	80-90 nhân sự	80-90 nhân sự	Nhân sự (75)	Nhân viên (53)	Nhân sự (~85)	Leader (18)	Nhân viên (~70)
1. Khảo sát Động lực	3,78	3,82	3,93	3,92	4,11	4,16	4,33	4,39	4,31
2. Khảo sát Sự hài lòng của Nhân viên	3,57	3,48	3,74	3,85	4,00	4,07	4,22	4,20	4,23
3. Khảo sát Sự Gắn kết của Nhân viên	3,74	3,77	3,93	3,85	4,07	4,16	4,31	4,31	4,31
4. Khảo sát Tính Cam kết - Chủ động của Nhân viên	3,45	3,49	3,80	3,81	3,89	4,10	4,19	4,00	4,23
5. Khảo sát Văn hóa doanh nghiệp	3,75	3,75	3,78	3,73	4,09	4,10	4,45	4,39	4,47

Khảo sát (ẩn danh) đánh giá từ nhân viên cho thấy sự gia tăng rõ ràng về động lực, sự hài lòng của nhân viên, sự gắn kết, tính cam kết chủ động cũng như các đánh giá về văn hóa doanh nghiệp.

Khi bắt đầu làm việc với TingTong – một công ty kinh doanh lĩnh vực cho thuê chung cư Mini tại Hà Nội, tôi được truyền đạt rằng CEO Nguyễn Đức Thái đang vô cùng mất niềm tin vào nhân viên, vào đội ngũ lãnh đạo. Thậm chí Thái còn muốn bán công ty và dừng lại! Nhưng rồi chúng tôi đã lựa chọn rằng bằng mọi giá phải biến TingTong thành một tổ chức mạnh mẽ và tràn đầy niềm tin. Vào lúc tôi viết những dòng này, TingTong đã thay đổi được ba quý, và bạn có thể thấy điểm số khảo sát đều đạt trên 4.2, một điểm số rất cao. Đội ngũ TingTong đã gọn gàng hơn, những người không phù hợp đã rời đi và tìm đến một nơi phù hợp hơn với họ để phát triển. Điều đặc biệt là đội ngũ Leader gần như nguyên vẹn, những người mà ngay từ đầu tôi đã có cảm nhận rằng họ rất tuyệt.

Chỉ cần CEO thay đổi, mọi thứ sẽ đổi thay!

NHÀ LÃNH ĐẠO CẤP ĐỘ 5

Bên cạnh khái niệm Năm cấp độ lãnh đạo của John C.Maxwell, một người nữa rất quen thuộc cũng có khái niệm "nhà lãnh đạo cấp độ 5", đó là Jim Collins.

Trong cuốn sách *Good to Great* của mình, Jim Collins chỉ ra rằng trước tất cả các yếu tố khác, một tổ chức vĩ đại thường bắt đầu bằng việc có cho mình một nhà lãnh đạo cấp độ 5 (thứ mà một đám đông không có). Bạn có thể tham khảo.

Đặc điểm của nhà lãnh đạo cấp độ 5

Nhà lãnh đạo cấp độ 5 được Collins mô tả là những người có sự khiêm tốn đáng kinh ngạc và lòng quyết tâm phi thường. Họ không chỉ chăm sóc cho lợi ích cá nhân mà còn đặt sự thành công của tổ chức lên hàng đầu. Các đặc điểm nổi bật của nhà lãnh đạo cấp độ 5 bao gồm:

- **Khiêm tốn và quyết đoán:** Nhà lãnh đạo cấp độ 5 không tìm kiếm sự công nhận hay danh tiếng cho bản thân. Thay vào đó, họ công nhận công sức của những người khác và luôn sẵn lòng chia sẻ thành công với đội ngũ của mình. Họ cũng có thể đưa ra những quyết định khó khăn mà không bị ảnh hưởng bởi áp lực cá nhân.

- **Xây dựng đội ngũ mạnh mẽ:** Họ hiểu rằng một mình không thể tạo nên thành công và do đó, họ tập trung vào việc xây dựng một đội ngũ mạnh mẽ và đồng lòng. Họ tuyển dụng, phát triển và duy trì những nhân tài phù hợp để đưa tổ chức phát triển. Dung Cao, CEO của Sakuko, chuỗi siêu thị đồ Nhật nội địa, một người mà tôi cũng có may mắn làm việc cùng trong dự án OKRs và VHDN nói như sau: "Hãy xây dựng đội ngũ, để đội ngũ xây dựng công ty". Chúng ta sẽ chẳng thể nào làm được điều này nếu không có niềm tin với nhân viên.

- **Tầm nhìn dài hạn:** Nhà lãnh đạo cấp độ 5 luôn có tầm nhìn rõ ràng về tương lai và biết cách truyền cảm hứng cho người khác theo đuổi tầm nhìn đó. Họ tập trung vào sự phát triển bền vững hơn là thành công tức thời. Tầm nhìn tạo ra tổ chức, điều mà đám đông không có.

- **Kỷ luật và cam kết:** Họ là những người làm việc chăm chỉ và kỷ luật, luôn cam kết với các mục tiêu của tổ chức và truyền tải động lực đó đến từng thành viên trong đội ngũ.

Theo Jim Collins, tổ chức có lãnh đạo cấp độ 5 thường có sự chuyển biến mạnh mẽ từ tốt đến vĩ đại. Họ không chỉ đạt được thành công mà còn duy trì nó qua nhiều năm, điều này thể hiện rõ ràng trong các chỉ số tài chính và sự hài lòng của nhân viên.

LÃNH ĐẠO HIỂU VÀ SỬA BẢN THÂN

Trong cộng đồng Học Làm Sếp mà tôi là người sáng lập, chúng tôi đúc kết với nhau rằng, quản trị chính là lãnh đạo hiểu mình, hiểu đội ngũ của mình và hiểu công việc kinh doanh của mình. Hầu hết chúng ta thường đi theo thứ tự ngược lại: hiểu công việc kinh doanh, hiểu đội ngũ và mãi sau mới đi tìm kiếm câu trả lời cho câu hỏi "tôi là ai, tôi muốn điều gì".

Để trở thành một nhà lãnh đạo hiệu quả dẫn dắt tổ chức, việc hiểu và sửa bản thân là yếu tố quyết định. Điều này không chỉ liên quan đến việc phát triển kỹ năng lãnh đạo mà còn là một hành trình sâu sắc để tự nhận thức và thay đổi những gì cần thiết trong cách tư duy và hành động.

Sự quan trọng của việc tự nhận thức

Tự nhận thức là một yếu tố cốt lõi trong khả năng lãnh đạo. Đối với một nhà lãnh đạo, việc hiểu rõ bản thân không chỉ là một yêu cầu, mà còn là một hành trình sâu sắc dẫn đến sự phát triển bền vững và thành công của tổ chức. Khi nhà lãnh đạo có khả năng tự nhận thức, họ sẽ biết chính xác vị trí của mình trong hành trình lãnh đạo, từ đó giúp họ phát huy điểm mạnh và cải thiện những điểm yếu.

Khả năng tự nhận thức bao gồm nhiều yếu tố. Đầu tiên, nhà lãnh đạo cần hiểu rõ về **các giá trị cốt lõi** của mình. Những giá trị này không chỉ định hình cách họ ra quyết định mà còn ảnh hưởng đến văn hóa của tổ chức. Khi lãnh đạo sống và làm việc theo các giá trị cốt lõi của mình, họ tạo ra một môi trường nhất quán và chân thực, nơi mà nhân viên cảm thấy an toàn và được khuyến khích để thể hiện bản thân. Giá trị cốt lõi này cũng giúp họ dễ dàng truyền đạt sứ mệnh và tầm nhìn của tổ chức một cách rõ ràng, tạo động lực cho cả đội ngũ.

Thứ hai, **sứ mệnh cá nhân** của nhà lãnh đạo cũng rất quan trọng. Một sứ mệnh cá nhân rõ ràng không chỉ giúp nhà lãnh đạo xác định mục tiêu và định hướng cho cuộc sống của mình, mà còn là nguồn cảm hứng cho nhân viên. Khi nhà lãnh đạo hiểu được mục đích của mình và lý do họ làm việc, họ sẽ có khả năng truyền cảm hứng cho đội ngũ, khuyến khích mọi người cùng hướng về một mục tiêu chung. Điều này giúp tạo ra một môi trường làm việc tích cực, nơi mà mọi người đều có thể đóng góp và phát triển.

Hơn nữa, sự tự nhận thức còn bao gồm việc **nhận diện điểm mạnh và điểm yếu** của bản thân. Nhà lãnh đạo không thể lãnh đạo hiệu quả nếu không hiểu rõ năng lực của mình. Họ cần biết khi nào nên phát huy điểm mạnh của mình và khi nào cần cải thiện những kỹ năng còn thiếu. Việc nhận diện và chấp nhận điểm yếu không chỉ giúp nhà lãnh đạo cải thiện bản thân mà còn tạo ra một không khí khiêm tốn trong tổ chức. Điều này khuyến khích nhân viên cũng tự nhận thức và phát triển bản thân, dẫn đến sự trưởng thành chung của cả đội ngũ.

Cuối cùng, một nhà lãnh đạo có sự tự nhận thức cao sẽ có khả năng **truyền đạt sứ mệnh và tầm nhìn** của mình một cách hiệu quả hơn. Họ có thể dễ dàng kết nối các mục tiêu của tổ chức với giá trị cốt lõi và sứ mệnh cá nhân, từ đó tạo ra một chiến lược lãnh đạo đồng nhất. Điều này không chỉ giúp đội ngũ hiểu rõ hơn về mục tiêu và tầm nhìn mà còn làm tăng tính gắn kết và cam kết của nhân viên đối với tổ chức.

Tự nhận thức không chỉ là một yếu tố cần thiết cho sự phát triển cá nhân của nhà lãnh đạo mà còn là nền tảng cho sự thành công của cả tổ chức. Khi lãnh đạo hiểu rõ bản thân mình, họ không chỉ dẫn dắt tổ chức một cách hiệu quả mà còn tạo ra một văn hóa tích cực và đầy cảm hứng cho nhân viên. Chính vì vậy, việc đầu tư vào sự tự nhận thức là một trong những bước đi quan trọng nhất mà mỗi nhà lãnh đạo nên thực hiện trong hành trình phát triển của mình.

Học hỏi từ phản hồi và tinh thần cầu tiến

Trong hành trình lãnh đạo, việc tiếp nhận và học hỏi từ phản hồi là một trong những phương pháp hiệu quả nhất để phát triển bản thân và tổ chức. Nhà lãnh đạo không chỉ cần phải tự nhận thức về bản thân mà còn cần xây dựng một văn hóa trong tổ chức, nơi mà nhân viên cảm thấy thoải mái và tự tin khi chia sẻ ý kiến, nhận xét của mình. Việc này không chỉ tạo ra một môi trường tích cực mà còn thúc đẩy sự sáng tạo và cải tiến liên tục.

Tiếp nhận phản hồi như một cơ hội

Nhà lãnh đạo nên nhìn nhận phản hồi không phải là chỉ trích, mà là cơ hội quý giá để phát triển. Khi phản hồi được tiếp nhận một cách tích cực, nhà lãnh đạo có thể hiểu rõ hơn về cách mà họ ảnh hưởng đến đội ngũ và những khía cạnh mà họ có thể cải thiện. Việc này giúp họ trở nên nhạy bén hơn với cảm nhận và nhu cầu của nhân viên, từ đó điều chỉnh phong cách lãnh đạo cho phù hợp. Một nhà lãnh đạo giỏi không chỉ lắng nghe phản hồi mà còn biết cách phản hồi một cách khéo léo, biến nó thành động lực để thúc đẩy tổ chức phát triển. Một nhà lãnh đạo luôn nghĩ rằng "tôi đúng" thì rốt cuộc chẳng đi tới đâu cả!

Xây dựng văn hóa phản hồi

Để xây dựng một văn hóa phản hồi tích cực, nhà lãnh đạo cần phải thể hiện sự cởi mở và sẵn sàng lắng nghe. Điều này có thể bắt đầu bằng việc khuyến khích nhân viên chia sẻ ý kiến của họ trong các cuộc họp, các buổi họp nhóm hoặc thông qua các kênh truyền thông nội bộ. Nhà lãnh đạo cũng có thể tổ chức các buổi đào tạo về cách đưa ra và tiếp nhận phản hồi một cách hiệu quả. Khi nhân viên cảm thấy ý kiến của họ được coi trọng và lắng nghe, họ sẽ có động lực hơn để đóng góp ý kiến và cải tiến công việc.

Tinh thần cầu tiến

Bên cạnh việc tiếp nhận phản hồi, một nhà lãnh đạo cũng cần có tinh thần cầu tiến, luôn sẵn sàng học hỏi và thay đổi để thích nghi với những biến động trong môi trường kinh doanh. Thế giới kinh doanh hiện nay thay đổi rất nhanh và những phương pháp lãnh đạo hiệu quả ngày hôm nay có thể không còn phù hợp vào ngày mai. Nhà lãnh đạo cần chủ động cập nhật kiến thức, xu hướng mới và các phương pháp lãnh đạo hiện đại. Điều này có thể thực hiện qua việc tham gia các khóa học, hội thảo hoặc đọc sách về lãnh đạo và quản trị.

Cam kết cải thiện bản thân

Nhà lãnh đạo cấp độ 5 theo mô hình của Jim Collins thường là những người rất chăm chỉ và kỷ luật. Họ hiểu rằng để trở thành người dẫn dắt hiệu quả, họ không chỉ cần có kiến thức mà còn phải luôn cải thiện bản thân. Họ không ngừng tìm kiếm cơ hội để học hỏi từ những người xung quanh, từ những sai lầm của chính mình và từ các tình huống thực tế trong công việc. Tinh thần cầu tiến này không chỉ giúp họ phát triển mà còn là nguồn cảm hứng cho cả đội ngũ, khuyến khích nhân viên cùng hướng đến việc cải tiến và phát triển không ngừng.

Khi nhà lãnh đạo có khả năng tiếp nhận phản hồi và có tinh thần cầu tiến, tổ chức của họ sẽ trở nên mạnh mẽ hơn và đạt được nhiều thành tựu lớn lao hơn. Sự kết hợp giữa việc học hỏi từ phản hồi và tinh thần cầu tiến sẽ tạo ra một môi trường làm việc tích cực, nơi mà mọi người đều cảm thấy được trân trọng và có cơ hội phát triển. Chỉ khi đó, tổ chức mới có thể phát huy hết tiềm năng của mình và đạt được những mục tiêu dài hạn.

Lãnh đạo hiểu và sửa bản thân là một quá trình liên tục. Những nhà lãnh đạo cấp độ 5 không chỉ định hình tương lai của tổ chức mà còn tạo ra một môi trường phát triển cho chính họ và cho toàn bộ đội ngũ. Bằng cách nhận thức rõ ràng về bản thân, họ không chỉ nâng cao hiệu suất làm việc mà còn khơi dậy tiềm năng của nhân viên, từ đó xây dựng một tổ chức vĩ đại và bền vững. Lãnh đạo có thể tạo ra một ảnh hưởng tích cực đến cả tổ chức và xã hội, thúc đẩy sự đổi mới và sáng tạo trong môi trường làm việc. Chỉ cần họ cam kết với quá trình hiểu và sửa bản thân, họ sẽ thấy sự phát triển không chỉ ở bản thân mà còn ở toàn bộ tổ chức mà họ dẫn dắt.

CHƯƠNG **10**

NHỮNG DOANH NGHIỆP HẠNH PHÚC

Là một người cố vấn, huấn luyện doanh nghiệp vừa và nhỏ, trong suốt bốn năm làm việc (từ cuối năm 2020 đến cuối năm 2024), tôi có cơ hội gặp gỡ, đồng hành cùng các CEO trong các dự án thay đổi doanh nghiệp bằng MBOs, OKRs hay VHDN.[1]

---

1. Bạn có thể xem chi tiết tại địa chỉ: https://john.vn/mission.

Các doanh nghiệp mà tôi làm việc cùng đều có những điểm chung nhất định: CEO quyết tâm thay đổi, tổ chức đang đối diện với các thách thức lớn (thậm chí, phải nói là rất lớn) và đều nhanh chóng trở thành một tổ chức hạnh phúc – hiệu suất cao.

Trong chương này, tôi sẽ trích một số câu chuyện để kể lại với các bạn!

NHA KHOA VÂN ANH – DOANH SỐ KỶ LỤC, HIỆU SUẤT X2 CHỈ SAU MỘT CHU KỲ OKRs

Khởi đầu khó khăn

Nha Khoa Vân Anh, một trong những thương hiệu nha khoa thẩm mỹ nổi bật tại Bắc Ninh (có một phòng khám tại Hà Nội), đã trải qua nhiều thách thức trong những năm đầu phát triển. CEO Hồng Anh, người có chuyên môn cao trong lĩnh vực y tế, đã đặt ra mục tiêu mang đến dịch vụ tốt nhất cho khách hàng. Tuy nhiên, với sự phát triển nhanh chóng của thương hiệu, công ty đã phải đối mặt với hàng loạt vấn đề nghiêm trọng, đặc biệt là về nhân sự và doanh thu.

Ban đầu, việc tuyển dụng đội ngũ bác sĩ và điều dưỡng gặp rất nhiều khó khăn, đặc biệt là tại các cơ sở không nằm ở Hà Nội. Mặc dù công ty có đội ngũ đông đảo ở thủ đô, nhưng những nơi khác lại thiếu hụt nhân sự chất lượng. Giai đoạn 2022 – 2023, khi tình hình kinh tế khó khăn, doanh số của Nha Khoa Vân Anh sụt giảm, nghiêm trọng nhất là cơ sở Yên Phong. Sự thiếu hụt nhân lực và doanh thu là những trở ngại lớn mà công ty cần phải vượt qua.

Nha khoa Vân Anh bắt đầu tham gia chương trình Huấn luyện về OKRs – Winning OKRs Secrets (WOS) tại J.O.H.N Capital từ tháng 6 năm 2023 và chỉ sau đúng một quý triển khai OKRs, Nha khoa Vân Anh đã giải quyết được ba thách thức rất lớn tại doanh nghiệp và đạt được những kết quả đáng ngưỡng mộ.

Vấn đề lớn tại Nha khoa Vân Anh

Xuất phát điểm là người làm chuyên môn, cộng với ngành nghề đặc thù, CEO Hồng Anh đã nhanh chóng đưa thương hiệu Nha Khoa Vân Anh trở thành một trong những chuỗi phòng khám nha khoa uy tín ở Bắc Ninh. Tuy nhiên, song hành với sự phát triển "đột phá" lại là hàng loạt các vấn đề về quản trị:

- Số lượng nhân sự gia tăng gấp đôi nhưng hiệu suất lại giảm.

- CEO luôn trong trạng thái stress bởi nhiều đầu việc và không nắm bắt được những hoạt động ở các phòng khám.

- Nhân sự bắt đầu có dấu hiệu của việc thiếu cam kết khi kết quả không tương xứng với những điều họ nói ra.

- Đội ngũ thiếu gắn kết, nhiều công việc cần sự phối hợp của các phòng ban đều không thực hiện được.

Theo chia sẻ của CEO Hồng Anh, trước khi áp dụng OKRs, Nha khoa Vân Anh gặp phải ba vấn đề lớn:

Vấn đề 1 – Nhân sự: Những mô hình phòng khám như Nha khoa Vân Anh có đặc thù là nhân sự phần lớn là bác sĩ và điều dưỡng. Đối với những cơ sở ở Hà Nội, việc tuyển dụng nhân sự phù hợp khá thuận lợi. Tuy nhiên, đối với cơ sở ở tỉnh thành khác, việc tuyển được những bác sĩ có tay nghề tốt không hề dễ dàng. Có khách hàng nhưng không có người làm. Mặc dù bộ phận nhân sự làm việc rất tích cực, việc tuyển dụng thực sự rất khó khăn, mỗi năm chỉ tuyển được từ 2 – 3 người và phần nhiều là nhờ may mắn.

Vấn đề 2 – Doanh số: Trong giai đoạn 2022 – 2023, Nha khoa Vân Anh cũng bị ảnh hưởng nhiều do suy thoái kinh tế, việc tìm kiếm khách hàng theo cách làm truyền thống không có hiệu quả, chi phí quảng cáo cao nhưng vẫn không có khách hàng. Hơn nữa, các cơ sở mới sinh ra đúng thời điểm khó khăn càng khiến kết quả kinh doanh luôn không đạt được kỳ vọng.

Vấn đề 3 – Marketing: Trước đây, team marketing của Nha khoa Vân Anh luôn gặp phải tình trạng thiếu dữ liệu, thiếu tư liệu truyền thông. Việc quay dựng video không được các bác sĩ hỗ trợ một cách nhiệt tình, chất lượng các video cũng không đáp ứng được yêu cầu nên hiệu quả marketing không cao. Những vấn đề này lặp đi lặp lại suốt thời gian dài. Hằng tuần, ban lãnh đạo liên tục tổ chức các cuộc họp nhưng vẫn không tìm được phương hướng giải quyết triệt để.

OKRs đã giải quyết những vấn đề trên như thế nào

Chỉ sau hai quý thực hiện và áp dụng đúng các nguyên lý của OKRs, các vấn đề của Nha khoa Vân Anh đã được giải quyết triệt để, thậm chí còn tạo ra nhiều kỷ lục từ trước đến nay:

- Khi áp dụng OKRs, tập thể Nha khoa Vân Anh đã nhìn nhận ra ba vấn đề lớn của tổ chức, coi đó là điều quan trọng phải thực hiện và ngay lập tức đưa vào bộ OKRs của công ty trong Quý III năm 2023 để tập trung thực hiện.

- Các mục tiêu được làm cho minh bạch và truyền thông một cách rõ ràng để tất cả mọi người cùng hiểu.

- Khuyến khích các ý tưởng từ phía nhân viên đóng góp cho mục tiêu chung, mục tiêu được đàm phán đa chiều, không còn là thác đổ từ trên xuống.

- Nhân viên được tự đề xuất mục tiêu của mình để hỗ trợ cho mục tiêu của cả tổ chức.

- Các phòng ban khi đã hiểu về mục tiêu chung thì dần hình thành các liên kết và hỗ trợ lẫn nhau.

- Các buổi check-in được diễn ra thường xuyên nhằm hỗ trợ, cung cấp giải pháp cho các cá nhân.

- Các hoạt động Phản hồi, Ghi nhận diễn ra thường xuyên giúp tạo động lực lớn cho nhân sự.

Kết quả kỷ lục sau hai chu kỳ OKRs

- NHÂN SỰ: Không còn nỗi lo thiếu nhân sự, số lượng CV nộp về và số lượng bác sĩ qua thử việc cao kỷ lục trong các năm (tuyển dụng được sáu bác sĩ chính thức và hai bác sĩ thử việc). Quan trọng hơn, việc tuyển dụng không còn là của một mình bộ phận HR mà là sự chung tay của cả tổ chức. Các bác sĩ, phòng ban khác cùng đóng góp cho mục tiêu tuyển dụng của phòng khám.

- DOANH SỐ: Cơ sở Yên Phong trước kia được coi là cơ sở yếu nhất và không đạt kỳ vọng thì giờ đây đã có doanh số cao kỷ lục từ trước tới nay. Mọi cá nhân đều tự nghĩ ra mục tiêu để đóng góp vào doanh số, kể cả những bộ phận không liên quan đến sale và marketing.

- MARKETING: Số lượng video tăng mạnh, chất lượng video được nâng cao. Các bác sĩ điều dưỡng tự đặt ra các OKRs liên quan đến việc quay video để tạo kho lưu trữ cho marketing thay vì trước đây phòng marketing phải đi nhờ mọi người nhưng vẫn không có được sự hỗ trợ cần thiết.

Theo nhận định của CEO Hồng Anh, việc các vấn đề của Nha khoa Vân Anh liên tục xảy ra và lặp đi lặp lại qua các năm là do thiếu sự minh bạch về mục tiêu, nhân sự không hiểu được đâu là những mục tiêu quan trọng của công ty để cùng chung tay thực hiện, ý tưởng để giải quyết vấn đề thì có nhưng lại bị đứt gãy ở khâu thực thi. Giờ đây, nút thắt này đã được giải quyết và những kết quả như hiện tại đều đến từ việc "Hợp nhất Mục tiêu trong tổ chức" mà OKRs đã mang lại.

> ## OKRS LÀ CÔNG CỤ MẠNH MẼ GIÚP BIẾN NHỮNG Ý TƯỞNG LỚN THÀNH NHỮNG HÀNH ĐỘNG THỰC THI XUẤT SẮC
>
> *– John Doerr*

Xem đầy đủ nội dung trò chuyện tại: https://youtu.be/3fGgDMI4ToI

HÀNH TRÌNH ĐƯA OKRs VÀO CÔNG TY SOCOLA NGON NHẤT THẾ GIỚI

Marou được hai nhà sáng lập người Pháp là Samuel Maruta và Vincent Mourou thành lập vào năm 2011. Từ đó đến nay, Marou luôn vận hành với tinh thần làm ra socola đen nguyên chất từ những hạt cacao trồng tại sáu tỉnh thành ở khu vực phía Nam Việt Nam. Công ty đã giành được một số giải thưởng, trong đó có Giải Vàng Socola quốc tế và ghi danh Việt Nam trên bản đồ socola thế giới.

Marou bắt đầu tham gia chương trình Huấn luyện về OKRs – Winning OKRs Secrets (WOS) tại J.O.H.N Capital từ tháng 1 năm 2023. Theo ông Vincent, mặc dù mới áp dụng OKRs được một thời gian ngắn, chưa thực sự nhuần nhuyễn và phát huy được hết sức mạnh của OKRs, Marou đã có những kết quả rất đáng tự hào.

Trước khi áp dụng OKRs, công ty có 250 nhân viên, sau khi áp dụng OKRs, công ty ngày càng phát triển hơn và số nhân sự hiện tại là 280 người. Doanh số tăng trưởng, đội ngũ vững mạnh cùng hoạt động dựa trên mục tiêu chung hướng về tầm nhìn và sứ mệnh của tổ chức.

Ba nỗi đau lớn trước khi áp dụng OKRs

Theo chia sẻ từ CEO Vincent, có ba nỗi đau lớn nhất trước khi tìm đến OKRs mà Marou phải đối mặt:

- **Đội ngũ lãnh đạo chưa đáp ứng được yêu cầu:** CEO luôn cần những người đồng hành có cùng tầm nhìn để đưa ra những định hướng đúng đắn và những chiến lược giúp công ty phát triển. Tuy nhiên, ở thời điểm đó, đội ngũ lãnh đạo chưa đáp ứng được yêu cầu và không tạo ra được những kết quả mà CEO mong muốn.

- **Tinh thần chịu trách nhiệm và chủ động thấp:** Hầu như mọi người không chủ động mà chủ yếu chỉ làm những công việc được giao từ trên xuống. Nhân sự luôn luôn dựa dẫm vào CEO, bản thân ông Vincent phải mất rất nhiều thời gian để ra quyết định và nghĩ cách xử lý vấn đề mà nhân sự mang lại. CEO phải tham gia mọi quá trình vận hành để theo dõi, điều này tạo thành một nút thắt trong doanh nghiệp, nếu CEO không kịp thời giải quyết thì mọi thứ gần như đóng băng lại.

- **Thiếu sự liên kết hợp tác mục tiêu:** Trước khi áp dụng OKRs, những quyết định của công ty đều đi theo chiều "thác đổ" từ trên xuống, mục tiêu được truyền đạt xuống phía dưới cho nhân sự bao gồm cả cách thực hiện để đạt được những mục tiêu đó. Chính vì vậy, nhân sự chỉ biết làm việc theo yêu cầu, không có sự hợp tác kết nối giữa các phòng ban. Thậm chí là không hiểu về mục tiêu chung và bản thân họ cũng không có mục tiêu.

Thời điểm đó, theo đánh giá của CEO Vincent: *"Những nỗi đau đó xuất phát từ việc không giải quyết được những điều kiện cần thiết để giúp doanh nghiệp vận hành ổn định, nếu đánh giá về 'nỗi đau' trên thang điểm 10 thì có thể là 9/10 điểm thậm chí là nhiều hơn nữa, vì việc một doanh nghiệp không thể vận hành là một thứ rất nghiêm trọng."*

Đứng trước những vấn đề như vậy CEO Vincent đã đi tìm kiếm rất nhiều cuốn sách, đọc nhiều tài liệu để giúp giải quyết vấn đề của doanh nghiệp mình, trong một lần tình cờ biết đến OKRs thông qua một tài liệu của Google, biết cách mà OKRs vận hành và cảm thấy có một sự kết nối tới Marou, chính vì vậy, CEO Vincent đã quyết định đưa OKRs vào doanh nghiệp.

Thời gian đầu khi mới tìm hiểu về OKRs, Marou đã tự áp dụng theo những hướng dẫn từ nhiều tài liệu. Tuy nhiên, việc tự mình triển khai khi chưa có đủ kiến thức gặp phải rất nhiều vấn đề và khó có thể giúp cả tổ chức thay đổi được. Chính vì điều đó mà CEO Vincent quyết định tìm đến J.O.H.N Capital như một chuyên gia đồng hành cùng Marou để tạo ra sự thay đổi.

Sau sáu tuần huấn luyện và sáu tháng thực thi OKRs trong chương trình Winning OKRs Secrets cùng J.O.H.N Capital. Ngoài những nguyên lý nền tảng cơ bản thì những tài liệu biểu mẫu mà J.O.H.N Capital cung cấp hướng dẫn đã rất hữu ích giúp Marou thực thi tốt hơn và đạt được những kết quả rất tuyệt vời.

Kết quả sau khi áp dụng OKRs

Theo ông Vincent mặc dù mới áp dụng OKRs được một thời gian ngắn và chưa phát huy được hết sức mạnh của OKRs. Tuy nhiên, Marou đã có được những sự thay đổi tích cực một cách rõ rệt:

- Tăng trưởng nhanh về doanh số.

- OKRs đã giúp cho Marou xây dựng được một đội ngũ vững mạnh, cùng tầm nhìn, cùng mục tiêu, cùng chung tiếng nói. Mọi người trở nên gắn kết hơn, mọi người biết cách liên kết mục tiêu và có sự hợp tác chặt chẽ với nhau.

- Những mục tiêu quan trọng của tổ chức trước đây gần như không có cách giải quyết thì bây giờ khi đưa OKRs vào mọi người đã rất hăng hái, quyết tâm và đã giải quyết được triệt để.

- Bản thân CEO không cần nghĩ ra hướng giải quyết cho nhân sự, mà nhân sự hoàn toàn chủ động với mục tiêu của mình.

- CEO học hỏi được thêm nhiều điều để điều hành doanh nghiệp của mình, có thêm nhiều thời gian để tập trung cho những chiến lược phát triển doanh nghiệp.

Để có được sự thành công như hiện tại, phải kể đến tinh thần quyết tâm từ đội ngũ lãnh đạo và đặc biệt là tinh thần từ CEO Vincent. Sự quyết tâm đưa OKRs vào để thay đổi tổ chức và sẵn sàng giải quyết triệt để những sự kháng cự.

Theo ông Vincent, việc triển khai OKRs hay bất cứ một phương pháp quản trị nào để mang lại được hiệu quả người lãnh đạo cần có tư duy mở đối với sự thay đổi, các CEO cần thực sự tin tưởng vào sự lựa chọn của mình, đừng chùn bước trước những trở ngại, quyết tâm làm đến cùng thì kết quả chắc chắn sẽ đến. Khi áp dụng OKRs sau mỗi chu kỳ trải qua và đạt được những mục tiêu thách thức, tổ chức sẽ dần trở nên lớn mạnh hơn.

Xem đầy đủ nội dung trò chuyện tại: https://youtu.be/qOl5D1_4djU

"VHDN GIÚP BKL GROUP TRỞ THÀNH MỘT GIA ĐÌNH" – CEO KIỀU VĂN HÒA

Trước khi biết đến chương trình huấn luyện Văn hóa Doanh nghiệp của J.O.H.N Capital – Building the True Company (BTC), mọi hoạt động kinh doanh của BKL Group vẫn khá tốt. Tuy nhiên, mọi thứ trong doanh nghiệp đều đang bất ổn, công ty không có định hướng cụ thể, chỉ có một mục tiêu duy nhất là "kiếm tiền sống qua ngày". Bản thân CEO thì không hiểu chính mình, không rõ ràng nên quản trị công ty một cách cảm tính.

Trước khi triển khai Văn hóa Doanh nghiệp

"Mọi thứ đều rất mơ hồ và rối loạn" – CEO Kiều Văn Hòa chia sẻ khi đánh giá về tình trạng công ty trước khi thực hiện nghiêm túc Văn hóa Doanh nghiệp.

Bản thân CEO

- Luôn có cảm giác mơ hồ về mọi thứ trong doanh nghiệp, luôn cảm thấy sự bất ổn.

- Không có mục tiêu rõ ràng, không có định hướng cụ thể.

- CEO không hiểu bản thân mình dẫn đến hành động không nhất quán, thường xuyên cáu giận vô cớ.

- Không biết cách để quản trị doanh nghiệp, quản lý đội ngũ.

Về phía đội ngũ

- Mọi người trong công ty đi làm chỉ để kiếm tiền, "Làm việc này, việc kia có được thêm tiền hay không?", "Đây không phải việc của tôi nên tôi không làm", v.v..

- Hay xảy ra xung đột, cãi cọ, đổ lỗi và không ai dám đứng ra nhận trách nhiệm.

- Tuyển dụng nhân sự khó khăn, nhân sự tài năng thì không giữ lại được, những nhân sự ở lại thì làm việc hời hợt.

- Không có sự gắn kết trong đội ngũ, hình thành lợi ích nhóm, tìm mọi cách để mang lại lợi ích cho bản thân mà không quan tâm đến lợi ích chung của doanh nghiệp.

- Không có tinh thần làm việc, nỗ lực vì mục tiêu chung dẫn đến mọi giải pháp đưa ra đều thất bại.

Trước tình trạng doanh nghiệp như vậy, CEO Kiều Văn Hòa quyết tâm triển khai phương pháp quản trị OKRs thông qua chương trình Winning OKRs Secrets và đã giải quyết được nhiều vấn đề của doanh nghiệp: Cả tổ chức đã có mục tiêu chung, kết quả kinh doanh tăng trưởng, nhân sự đã có sự liên kết và giảm bớt được sự đổ lỗi. Tuy nhiên, mọi rắc rối vẫn chưa được giải quyết triệt để cho đến khi BKL Group bắt tay vào thực thi Văn hóa Doanh nghiệp.

Tất cả vấn đề của Quản trị đều xuất phát từ con người

Theo CEO Kiều Văn Hòa, mọi rắc rối trong doanh nghiệp của mình đều bắt nguồn từ con người, cho dù có định hướng chiến lược tốt thế nào đi chăng nữa, mô hình quản trị tốt thế nào đi chăng nữa nhưng con người không muốn thực hiện thì đều vô nghĩa. Chính vì điều đó, BKL Group quyết tâm triển khai Văn hóa Doanh nghiệp để giải quyết triệt để gốc rễ của vấn đề, đó là "đi từ con người".

Tuy nhiên, bất cứ sự thay đổi nào cũng cần có sự đánh đổi. Ngay trong thời gian đầu khi bắt tay vào xây dựng Văn hóa doanh nghiệp, BKL cũng gặp rất nhiều trở ngại:

- Doanh số sụt giảm trong vòng hai tháng do phải "mời xuống xe" các nhân sự không phù hợp trong khi họ đang là những "best seller" của công ty.

- CEO áp lực, băn khoăn về những quyết định lựa chọn người phù hợp của mình (những người phải xuống xe có thấu hiểu cho doanh nghiệp hay không?).

- Tuyển dụng khó khăn hơn, không có thêm người phù hợp vào doanh nghiệp.

Và chỉ sau ba tháng quyết tâm tham gia huấn luyện, nỗ lực triển khai Văn hóa Doanh nghiệp tại công ty và chấp nhận những sự đánh đổi về doanh số, con người... đội ngũ BKL đã thay đổi một cách đáng kinh ngạc và trở nên hạnh phúc hơn rất nhiều:

- CEO tìm ra những giá trị của bản thân, được sống với đúng con người của mình.

- Nhân sự hoàn toàn phù hợp với giá trị cốt lõi của tổ chức, chủ động và cam kết với công việc.

- Mọi người trao đổi với nhau nhiều hơn, sẵn sàng chia sẻ thông tin, các vấn đề của mình để cùng nhau tìm giải pháp.

- Không khí làm việc luôn tràn ngập niềm vui, gắn kết với nhau như một gia đình, không có khoảng cách giữa nhân sự mới và nhân sự cũ.

- Doanh số tăng trưởng đều qua từng quý, hiệu suất làm việc của nhân sự tăng cao.

Có được kết quả như vậy đều đến từ việc CEO hiểu rõ bản thân mình, tìm ra niềm tin cốt lõi của chính mình, hình thành các giá trị cốt lõi chung và lan tỏa đến toàn bộ tổ chức, đồng thời tập trung và kiên quyết trong việc lựa chọn những con người phù hợp với tổ chức.

Xem đầy đủ nội dung trò chuyện tại: https://youtu.be/Mz52tIu_tfM

"HIỂU BẢN THÂN", NÚT THẮT QUAN TRỌNG ĐỂ XÂY DỰNG DOANH NGHIỆP BỀN VỮNG – CÂU CHUYỆN CỦA DEMAN

"TRƯỚC ĐÂY, KHI NHÂN SỰ LÀM SAI THÌ THẤY GHÉT, SAU NÀY MỚI HIỂU CHÍNH MÌNH MỚI LÀ NGƯỜI SAI..."

Đó là chia sẻ của anh Vũ Ngọc Hải – CEO Deman (sở hữu nhãn hàng chăm sóc sức khỏe dành cho nam giới Oniiz). Trước khi xây dựng Deman, anh Hải đã phát triển nhiều công ty khác và vấp phải nhiều rắc rối về quản trị. Sau khi tham gia lớp Quản trị Đúng và chương trình huấn luyện cao cấp Văn hóa Doanh nghiệp, bản thân anh Hải và tập thể Deman đã có sự thay đổi ngoạn mục.

Trong một buổi trò chuyện cùng JOHN Academy vào tháng 03 năm 2024 (sau sáu tháng tìm hiểu và thực thi văn hóa doanh nghiệp), CEO Vũ Ngọc Hải đã chia sẻ về các kết quả và sự thay đổi của Deman từ khi ứng dụng những tư duy mới.

Những vấn đề mà Deman gặp phải và lý do thực thi văn hóa doanh nghiệp

Theo CEO Vũ Ngọc Hải, tuy thành lập từ năm 2020 nhưng đến tháng 6 năm 2021, Deman mới có những hoạt động kinh doanh chính thức, trước đó thì luôn gặp tình trạng loay hoay để đi tìm mô hình kinh doanh phù hợp. Deman cũng chưa có một mục đích rõ ràng, chỉ có mục tiêu là làm kinh doanh để mọi người có mức thu nhập ổn hơn, giúp những người đồng hành có một cuộc sống tốt hơn.

Vào giai đoạn 2020 – 2021, nhờ các nền tảng công nghệ phát triển mạnh mẽ, Deman đã bắt đầu phát triển, có doanh thu đều và lợi nhuận hàng tháng chạm ngưỡng 2 tỷ/tháng chỉ sau bốn tháng đi vào hoạt động. Đây là mức tăng trưởng đáng kể đối với một công ty mới và ít kinh nghiệm trong nghề như Deman. Tuy nhiên, khi công ty dần có sự ổn định về tài chính, bản thân CEO Vũ Ngọc Hải lại nảy sinh những trăn trở, suy nghĩ về những động lực lớn lao hơn nữa để phát triển doanh nghiệp thay vì chỉ kiếm tiền.

Ngoài ra, khi công ty tăng trưởng quá nhanh, CEO của Deman cũng bắt đầu gặp những nỗi đau trong quản trị và về đội ngũ nhân sự của mình:

- Quy mô nhân sự mở rộng thay vì làm cho hiệu suất công việc đi lên thì hiệu suất "cắm đầu đi xuống".

- Business bắt đầu vào guồng kiếm được tiền thì CEO cảm thấy mọi người làm việc trong trạng thái thiếu động lực, luôn phải tìm cách để thúc đẩy động lực của nhân viên.

- Vào giai đoạn tăng trưởng nóng, cần gia tăng nguồn lực con người nhưng lại không nắm được cách tuyển dụng nhân sự, tuyển theo cảm tính.

- Đội ngũ không có sự tin tưởng lẫn nhau, xảy ra nhiều mâu thuẫn dẫn đến CEO áp lực, không còn muốn đến công ty.

- CEO phải gánh hết tất cả mọi thứ, tham gia vào các công việc chi tiết, nhiều khi cảm thấy kiệt sức và không có thời gian cho việc phát triển bản thân và gia đình.

- CEO từng rất nhiều lần cảm thấy bất lực khi mọi người xung quanh không hiểu mình, cũng từng rất nhiều lần muốn đóng cửa công ty. Có những giai đoạn phải đấu tranh tư tưởng, mơ hồ trong hướng đi của mình.

- Áp đặt quá nhiều quy trình trong công ty; CEO là người trực tiếp viết ra các quy trình cho các phòng ban, vô hình trung tạo ra một đội ngũ nhân sự giống như các "bản sao" và không thể vượt lên để phát triển. Bởi lẽ, họ chỉ làm việc theo một quy trình có sẵn, giết chết sự sáng tạo của công ty.

Sau khi tham gia khóa học Quản trị Đúng tại J.O.H.N Capital, anh Vũ Ngọc Hải đã nhìn nhận lại các vấn đề của doanh nghiệp từ cách quản lý, các quy trình, cách tuyển dụng và phát hiện ra Deman đang "quản trị ngược" khiến cho CEO không có thời gian để suy nghĩ về tầm nhìn, chiến lược của công ty mà chỉ tập trung vào giải quyết sự vụ và công việc chi tiết.

Sau khóa học, anh Vũ Ngọc Hải nhận ra rằng, để có thể xây dựng được một doanh nghiệp phát triển bền vững thì cần "tin tưởng vào con người" và cần biết cách tìm kiếm những "con người phù hợp". Chính vì lý do đó mà CEO Vũ Ngọc Hải quyết định tham gia chương trình huấn luyện về VHDN để xây dựng Văn hóa Deman một cách rõ nét.

Thay đổi của Deman tại thời điểm hiện tại

Sau khi kết thúc hai chương trình là Quản trị Đúng và Huấn luyện Văn hóa Doanh nghiệp, CEO Vũ Ngọc Hải đã có được tư duy mới: tin tưởng vào con người và trao quyền cho nhân sự.

Hiện Deman đã có sự thay đổi rất đáng kể, mọi nhân viên đều chủ động, tự giác cao, ai cũng hiểu rõ về mục tiêu và công việc của mình, mọi người không bị bó buộc phải đến công ty mà có thể làm việc ở bất cứ đâu, môi trường làm việc trở nên vui vẻ và hiệu quả.

Đội ngũ nhân sự cũng phát triển rất nhanh, nhiều nhân sự mặc dù tuổi đời còn rất trẻ đều đã trở thành chuyên gia trong lĩnh vực của mình và đảm nhiệm nhiều vị trí quan trọng của công ty.

Nhân sự hiểu rõ mục tiêu của công ty, cảm thấy có động lực, hào hứng mỗi ngày mới đi làm. Hiệu suất bộ máy x2 khi kết quả kinh doanh sáu tháng đầu năm 2023 bằng cả năm 2022 "cày cuốc", mặc cho làn sóng "suy thoái" kinh tế bủa vây.

Bản thân CEO Vũ Ngọc Hải cũng có nhiều thay đổi

- Thay đổi tư duy trong cách làm việc với đội ngũ: "Trước đây, khi nhân sự làm thì thấy ghét vô cùng, sau này mới hiểu ra mình mới là người sai, vì mình sử dụng sai phương pháp làm việc với nhân sự".

- Các hoạt động chi tiết của công ty gần như CEO không cần bắt tay làm trực tiếp, nhiệm vụ của CEO chỉ là quan sát, đồng hành cùng mọi người đánh giá lại kết quả công việc và đưa ra những chiến lược phù hợp để cả công ty cùng đặt ra những mục tiêu quan trọng, tạo điều kiện để nhân sự phát huy được hết năng lực của mình.

- Loại bỏ được tư duy áp đặt khi chủ động trao quyền để nhân viên tự tạo ra các quy trình làm việc phù hợp, thuận tiện cho công việc.

- Bản thân CEO có nhiều thời gian cho việc suy nghĩ, xây dựng định hướng, chiến lược cho tổ chức.

Điều gì đã tạo ra sự thay đổi

Theo chia sẻ từ anh Vũ Ngọc Hải, điều đầu tiên và quan trọng nhất ảnh hưởng tới sự thay đổi của Deman là CEO đã hiểu được bản thân mình, đây là một nút thắt rất quan trọng. Khi đã hiểu được những niềm tin cốt lõi, giá trị cốt lõi của bản thân thì tất cả những hành động về sau sẽ đều nhất quán và lan truyền được tới toàn bộ tổ chức.

Anh Hải cũng chỉ ra, những cách quản trị kiểu cũ không có sự tin tưởng vào con người, dẫn đến hệ quả giống với cách làm của Deman trước đây đó là công ty phụ thuộc quá nhiều vào CEO và không thể tạo ra được những con người có năng lực bứt phá, họ luôn là những bản sao, phụ thuộc vào người quản lý trong khi họ phải là người giỏi chuyên môn hơn mình.

Vì vậy, điều tiếp theo tạo ra sự thay đổi là đưa ra được nguyên lý quản trị đúng đắn để xây dựng một tổ chức bền vững. Công ty có thể duy trì được trong thời gian đầu phụ thuộc nhiều vào năng lực kinh doanh. Tuy nhiên, khi đã qua được giai đoạn đầu tồn tại của start-up thì quản trị là một thứ bao trùm rộng hơn, không chỉ dừng ở việc làm kinh doanh. Khi đã có một tư duy quản trị đúng đắn, doanh nghiệp sẽ thiết lập được những mục tiêu đúng đắn và việc thực thi sẽ dễ dàng hơn rất nhiều.

> **GIÁ TRỊ LỚN NHẤT MÀ MÌNH NHẬN ĐƯỢC SAU KHI THAM GIA CHƯƠNG TRÌNH HUẤN LUYỆN VĂN HÓA DOANH NGHIỆP LÀ MÌNH TÌM RA HỆ GIÁ TRỊ CỐT LÕI CỦA MÌNH VÀ XÁC ĐỊNH ĐƯỢC TẦM NHÌN, SỨ MỆNH CỦA BẢN THÂN ĐỂ GIÚP CÔNG TY PHÁT TRIỂN BỀN VỮNG.**
>
> *- CEO Vũ Ngọc Hải*

Sự thay đổi trong tư duy của CEO Vũ Ngọc Hải và những kết quả đáng ngưỡng mộ của Deman là động lực rất lớn cho J.O.H.N Capital. Động lực ấy giúp chúng tôi nỗ lực nhiều hơn nữa trên chặng đường đồng hành cùng các doanh nghiệp nhằm xây dựng môi trường làm việc hạnh phúc – tăng trưởng – bền vững.

Xem đầy đủ nội dung trò chuyện tại: https://youtu.be/Bt0N_0Yi6kE

LAMINT SPA: CHUYỂN MÌNH MẠNH MẼ, TẠO RA LUỒNG SINH KHÍ MỚI CHO DOANH NGHIỆP CÙNG MBOs

CEO Lê Kim Ngọc Quỳnh khởi nghiệp từ 14 năm trước với thương hiệu Việt Linh Event và Media tại Thành phố Hồ Chí Minh. Sau nhiều năm nỗ lực, chị đã phát triển Việt Linh thành một doanh nghiệp có tiếng trong ngành tổ chức sự kiện. Tuy nhiên, khi công ty mở rộng với đội ngũ nhân viên lên đến 30 người, chị Quỳnh bắt đầu gặp phải nhiều khó khăn trong việc quản lý và điều hành.

- **Thiếu hệ thống quản lý mục tiêu rõ ràng:** Một trong những vấn đề lớn nhất mà chị Quỳnh gặp phải là sự thiếu hệ thống trong việc quản lý và xác định mục tiêu. Mặc dù công ty có những ý tưởng và kế hoạch chiến lược, nhưng việc triển khai các mục tiêu cụ thể và đảm bảo rằng tất cả nhân viên đều hiểu và theo đuổi những mục tiêu này không được thực hiện hiệu quả. Điều này dẫn đến sự thiếu nhất quán trong hành động và kết quả công việc của các phòng ban.

- **Khó khăn trong việc đo lường và đánh giá hiệu suất:** Việc đo lường và đánh giá hiệu suất làm việc của nhân viên còn gặp nhiều khó khăn. Công ty chưa có hệ thống cụ thể để theo dõi tiến độ và kết quả công việc, khiến cho việc đánh giá trở nên mơ hồ và không khách quan. Điều này không chỉ gây ra sự bất bình trong đội ngũ nhân viên, mà còn làm giảm hiệu quả làm việc chung của công ty.

- **Sự thiếu gắn kết trong đội ngũ:** Do không có hệ thống mục tiêu và phương pháp quản lý rõ ràng, đội ngũ nhân viên không có sự gắn kết chặt chẽ với nhau cũng như với mục tiêu chung của công ty. Điều này làm giảm tinh thần làm việc và sự hợp tác giữa các bộ phận, dẫn đến việc triển khai các dự án gặp nhiều khó khăn và chậm trễ.

- **Văn hóa công ty chưa định hướng kết quả:** Nhân viên thường không cảm thấy áp lực để đạt được mục tiêu cụ thể và không có động lực để cải thiện hiệu suất làm việc của mình. Điều này không chỉ ảnh hưởng đến sự phát triển của từng cá nhân, mà còn làm giảm hiệu quả tổng thể của tổ chức.

- **Khả năng lãnh đạo chưa tối ưu:** Với vai trò là người đứng đầu, chị Quỳnh cũng gặp khó khăn trong việc truyền đạt và triển khai các mục tiêu chiến lược của công ty xuống từng cấp nhân viên. Việc thiếu phương pháp quản lý hiệu quả khiến chị phải đối mặt với áp lực lớn trong việc duy trì sự nhất quán và hiệu quả trong công việc hằng ngày.

Có thời điểm, chị Quỳnh cảm thấy chán nản và mất động lực, thậm chí nghi ngờ khả năng lãnh đạo của mình. Những ngày đầu, khi công ty chỉ có vài nhân viên, mọi người làm việc với nhau rất hòa hợp, như một gia đình. Nhưng khi quy mô công ty lớn hơn, nội bộ bắt đầu xuất hiện sự chia rẽ và Quỳnh cảm thấy mình mất kiểm soát. Chị điều hành công ty một cách cầm chừng, không có động lực để phát triển doanh nghiệp hơn nữa.

Trong khoảng thời gian khó khăn đó, chị bắt đầu xây dựng chuỗi hệ thống Lamint Spa Đông Y xuất phát từ sở thích cá nhân về sức khỏe và Đông y. Tuy nhiên, công việc này dần trở nên nghiêm túc hơn khi chị nhận ra tiềm năng nhân văn của ngành này, giúp tạo ra cơ hội nghề nghiệp cho nhiều bạn trẻ có hoàn cảnh khó khăn.

Dù vậy, nỗi lo sợ về việc lặp lại những khó khăn trong việc quản lý nhân sự của Việt Linh Event và Media vẫn ám ảnh chị khi Lamint Spa bắt đầu phát triển. Chị sợ rằng, một lần nữa, mình sẽ mất kiểm soát khi doanh nghiệp mở rộng.

Tình cờ theo dõi các chia sẻ của Huấn luyện viên Mai Xuân Đạt, mặc dù ban đầu chỉ theo dõi các nội dung được chia sẻ công khai, nhưng những bài viết về Quản trị Mục tiêu (MBOs) đã thu hút sự chú ý của chị.

Quyết định tham gia chương trình cố vấn mục tiêu (Mentor MBOs) của Mai Xuân Đạt vào tháng 4, CEO Lê Kim Ngọc Quỳnh cảm thấy mình may mắn khi gặp đúng người và đúng phương pháp. Ngay từ quý đầu tiên sau khi áp dụng MBOs, công ty đã vượt mục tiêu đề ra với kết quả kinh doanh Quý II năm 2024 đạt 128% so với dự kiến. Mục tiêu Quý III năm 2024 hiện cũng đang trên đà hoàn thành, với 60% mục tiêu đã đạt được chỉ trong nửa đầu quý.

Chị Quỳnh chia sẻ rằng, nhờ MBOs, việc đặt ra các mục tiêu thách thức nhưng khả thi đã giúp tạo ra một động lực mới, làm cho mọi thứ trở nên rõ ràng và dễ quản lý hơn. Nhân viên cũng trở nên gắn kết và hứng khởi hơn khi thấy rằng các mục tiêu đặt ra đều có cơ sở và khả năng đạt được. Điều này đã mang lại một luồng sinh khí mới cho cả chị Quỳnh và doanh nghiệp của chị.

Những khó khăn khi bắt đầu

Trong cuộc phỏng vấn cùng J.O.H.N Capital sau chương trình Mentor MBOs, CEO Lamint Spa chia sẻ rất chân thật về hành trình của mình khi áp dụng phương pháp MBOs vào doanh nghiệp.

Khi bắt đầu, chị cũng như nhiều người khác, có những băn khoăn và đôi chút lo lắng về hiệu quả và cách thức thực hiện phương pháp này. Tuy nhiên, chị đã kiên trì học hỏi và quyết tâm áp dụng đến cùng.

Chị nhớ lại những ngày đầu tiên, khi nghe video hướng dẫn của HLV Mai Xuân Đạt, chị đã dành nhiều thời gian để ngẫm nghĩ và áp dụng ngay những gì học được vào công việc. Chị tổ chức họp cùng anh em, phân tích tình hình tổ chức, phân biệt rõ giữa một tổ chức thực sự và một đám đông. Qua đó, chị cùng đội ngũ hiểu rõ hơn về tầm quan trọng của việc cùng nhau chinh phục mục tiêu chung của công ty.

Chị cũng chia sẻ về những khó khăn ban đầu khi phải xác định mục tiêu chính xác, phải chọn lọc những gì thực sự quan trọng. Thậm chí, có lúc chị cảm thấy hơi nản chí, nhưng nhờ sự kiên trì và quyết tâm mà CEO Ngọc Quỳnh cùng tập thể Lamint Spa đều đã vượt qua.

Có được kết quả như vậy là nhờ việc tạo dựng và duy trì niềm tin giữa chị và đội ngũ nhân viên, đặc biệt là những người lãnh đạo dẫn dắt. Niềm tin này chính là nền tảng để mọi người cùng nhau vượt qua những thử thách và đạt được những thành tựu quan trọng.

Chị Quỳnh cũng nhận thấy, sau khi áp dụng MBOs, chị không còn bị cảm giác lo lắng về những vấn đề nhỏ nhặt như trước đây, đặc biệt là việc nhân viên không phù hợp với mục tiêu của công ty. Thay vào đó, chị tập trung vào những điều quan trọng nhất, đồng thời dành sự tin tưởng tuyệt đối cho đội ngũ của mình.

Kết quả đạt được từ chương trình Mentor MBOs

Sau khi tham gia chương trình Mentor MBOs, CEO Ngọc Quỳnh và công ty đã nhận được nhiều kết quả đáng kể.

Về mặt chiến lược: Đội ngũ lãnh đạo có cái nhìn rõ ràng và cụ thể hơn về mục tiêu chiến lược của công ty. Trước đây, việc định hướng và xác định mục tiêu của công ty thường không được thực hiện một cách hệ thống, dẫn đến sự thiếu nhất quán trong các kế hoạch và hành động.

Tuy nhiên, sau khi áp dụng phương pháp MBOs, công ty đã xây dựng được các mục tiêu rõ ràng, cụ thể và có thể đo lường được, tạo ra sự liên kết chặt chẽ giữa các mục tiêu cá nhân và mục tiêu tổng thể của công ty.

Về hiệu quả làm việc: Nhờ việc định hướng mục tiêu rõ ràng và áp dụng phương pháp MBOs vào quản lý, chị Quỳnh nhận thấy rằng đội ngũ của mình trở nên chủ động hơn trong công việc và hiệu quả làm việc cũng được cải thiện rõ rệt. Mọi người đều biết mình cần phải đạt được những gì, và điều này giúp giảm thiểu tình trạng thiếu tập trung hay chậm trễ trong công việc. Kết quả là, các dự án và công việc được hoàn thành đúng tiến độ và đạt được chất lượng cao hơn.

Về sự gắn kết và phát triển nhân sự: Phương pháp MBOs đã tạo ra một môi trường làm việc mà ở đó, mọi người đều cảm thấy được lắng nghe và có cơ hội đóng góp vào sự phát triển của công ty. Nhân viên được khuyến khích đặt ra các mục tiêu cá nhân và liên kết chúng với mục tiêu của tổ chức. Điều này không chỉ giúp họ phát triển bản thân mà còn tăng cường sự gắn kết và tinh thần trách nhiệm trong công việc.

Về cải thiện quy trình và văn hóa công ty: Chị Quỳnh cũng nhận thấy rằng, thông qua việc áp dụng phương pháp MBOs, các quy trình làm việc của công ty đã được cải thiện một cách rõ rệt. Việc đo lường và đánh giá kết quả thường xuyên giúp công ty nhanh chóng nhận ra những điểm cần cải thiện và điều chỉnh kịp thời. Bên cạnh đó, văn hóa công ty cũng trở nên minh bạch và định hướng kết quả hơn, giúp mọi người cảm thấy tự tin hơn trong việc đặt ra các mục tiêu và đạt được chúng.

Những kết quả này chứng minh rằng MBOs không chỉ là một công cụ quản lý hiệu quả mà còn là một phương pháp giúp nâng cao hiệu suất làm việc, tăng cường sự gắn kết trong đội ngũ và thúc đẩy sự phát triển bền vững của công ty.

Xem đầy đủ nội dung trò chuyện tại: https://youtu.be/wMCCN8gdQDg

LỜI KẾT

Vậy là chúng ta đã đọc xong cuốn sách, tôi xin gửi lời cảm ơn và tán dương nỗ lực của bạn. Thú thật là tôi đã mất rất nhiều thời gian để viết cuốn sách này và tôi khá... hụt hơi. Quãng thời gian bốn năm tính từ khi tôi bắt đầu chính thức chuyển sang lĩnh vực cố vấn, huấn luyện về quản trị tuy không dài nhưng tôi cảm thấy hài lòng về những gì mình đã cất công tìm hiểu, nghiên cứu và thực chứng.

Cuốn sách này về cơ bản đã tập hợp 90% những gì tôi tin tưởng (10%++ còn lại hẹn gặp các bạn trong nhóm cộng đồng độc giả của sách). Trong những năm tiếp theo và nhiều năm sau này nữa, tôi hứa với bản thân sẽ tiếp tục kiên trì trên hành trình chia sẻ tri thức về Quản Trị Đúng để ngày càng giúp được nhiều CEO Việt Nam chúng ta hơn nữa, kiến tạo các tổ chức hạnh phúc – tăng trưởng nhanh và bền vững. Bởi tôi có niềm tin:

Muốn hạnh phúc một giờ, hãy đọc một cuốn sách

Muốn hạnh phúc một ngày, hãy đi du lịch

Muốn hạnh phúc một đời, hãy làm việc mình thích.

Cá nhân tôi đã và đang làm việc mà mình thích, tôi luôn hào hứng khi trò chuyện với một CEO nào đó. Và tôi tin rằng, mỗi CEO, những người đang hằng ngày mang lại giá trị cho cuộc sống, cho nhân viên và cho cả xã hội, xứng đáng được làm công việc mà họ thích.

Hãy không ngừng cố gắng vì mục tiêu xây dựng một tổ chức Nhân Văn.

Trân trọng và cảm ơn.

Mai Xuân Đạt OKRs

NHÀ TÀI TRỢ

Trân trọng cảm ơn bốn doanh nghiệp đã tin tưởng và đồng hành cùng tôi ngay từ khi cuốn sách còn chưa được bắt tay vào viết!

1. BEAT Network sở hữu hệ thống truyền thông mạng xã hội đa nền tảng, đa kênh, chủ đề nội dung phong phú và sáng tạo với hơn 70 kênh như: Beatvn, Chuyện của Hà Nội, Sài Gòn nghen, Inside the Box, Kiến Không Ngủ, Cao Thủ,... cùng hơn 70 triệu người theo dõi và 3 tỷ lượt tiếp cận hằng tháng, giúp doanh nghiệp, thương hiệu, sản phẩm tiếp cận rộng rãi với người tiêu dùng một cách nhanh chóng và hiệu quả. Đồng thời, BEAT Network sở hữu mạng lưới Creators có tốc độ phát triển vượt trội.

    Với khả năng thấu hiểu cộng đồng, BEAT Network sáng tạo dẫn đầu xu hướng trong mọi chiến dịch truyền thông, tối ưu chi phí & cam kết hiệu quả dành cho khách hàng.

2. Alana Jewelry là một thương hiệu chuyên cung cấp các loại trang sức chất lượng cao từ kim cương tự nhiên và nhân tạo, cũng như các loại đá quý khác. Sản phẩm của họ bao gồm nhẫn, bông tai, vòng tay và phụ kiện đá quý dành cho cả nam và nữ. Alana Jewelry chú trọng đến kiểm soát chất lượng nghiêm ngặt, giá cả cạnh tranh và dịch vụ khách hàng xuất sắc, phục vụ cả khách hàng trong nước và quốc tế.

3. GAT Studio là đơn vị tiên phong tại Việt Nam trong mô hình dịch vụ phòng thiết kế thuê ngoài không giới hạn (Unlimited Design Service), GAT cung cấp các giải pháp thiết kế chất lượng cao, nhanh chóng và tiết kiệm giúp doanh nghiệp dễ dàng có được các

thiết kế cần thiết để đẩy nhanh tốc độ phát triển, gia tăng hiệu quả kinh doanh và nâng tầm thương hiệu.

Tầm nhìn của GAT là định hình lại cách các agency thiết kế Việt cung cấp dịch vụ thiết kế tới toàn thế giới, truyền cảm hứng cho sự đổi mới và tạo ra những giải pháp thiết kế mang lại giá trị tích cực cho doanh nghiệp và cuộc sống.

GAT Studio đóng vai trò như một mảnh ghép hoàn hảo trong việc xử lý các đầu công việc thiết kế của doanh nghiệp. Với GAT, bạn không còn phải lo lắng về việc quản lý nhân sự, chi phí tuyển dụng cao, hay chất lượng không ổn định từ freelancer. GAT cung cấp giải pháp toàn diện, linh hoạt và hiệu quả, đảm bảo mọi nhu cầu thiết kế của doanh nghiệp đều được đáp ứng một cách nhanh chóng và đáng tin cậy.

4.   BOM Sister có thâm niên 40 năm trong ngành Nội y và từng làm đại lý của các thương hiệu lớn khu vực miền Trung – Tây Nguyên, tiền thân là Xưởng đồ lót – Mua lẻ giá sỉ. Thương hiệu BOM Sister ra đời với cửa hàng nội y đồng giá đầu tiên tại số 9 Vũ Huy Tấn, Bình Thạnh, Thành phố Hồ Chí Minh. Giờ đây, BOM Sister là thương hiệu nội y hướng tới chất lượng tốt nhất và đa dạng trong phân khúc giá tiết kiệm. BOM Sister tập trung vào các sản phẩm cơ bản, mang lại trải nghiệm thoải mái cho người mặc. Để có mức giá tốt, BOM Sister tối ưu chi phí quảng cáo và vận hành, từ đó giảm áp lực chi phí thương hiệu trên mỗi sản phẩm.

Trong tám năm qua, với mức giá chỉ từ 38.000 đồng, BOM Sister đem đến sự lựa chọn hiệu quả và tiết kiệm cho hơn 700.000 khách hàng trên cả nước. Trong hai năm tới, BOM Sister hướng tới mục tiêu trở thành thương hiệu thân thuộc của mọi thế hệ nữ giới trên toàn Việt Nam.

beat network

MẠNG LƯỚI TRUYỀN THÔNG ĐA KÊNH ĐA NỀN TẢNG

70+ KÊNH

70+ TRIỆU NGƯỜI THEO DÕI

3+ TỶ LƯỢT TIẾP CẬN HẰNG THÁNG

Milestones

- 20 năm kinh nghiệm phát triển cộng đồng.

- Bước sang năm thứ 10 phát triển hệ sinh thái Social Community hàng đầu tại Việt Nam và cung cấp những giải pháp chuyên biệt trên nền tảng Social Media.

Wide social-based network

- 70+ cộng đồng trong Network (Sở hữu & Hợp tác)

Trong đó có 39 cộng đồng sở hữu trên nền tảng Facebook, Tiktok, Youtube, Instagram, Threads.

Một số cộng đồng nổi bật: Beatvn, Chuyện của Hà Nội, Sài Gòn nghenn, Inside the Box, Kiến Không Ngủ, Cao Thủ,....

- MCNs (Trần Ngọc, Đức Anh Thánh đột nhập, Nhung Thỏ,...)

Cốt lõi BEAT Network: Cộng đồng

Thế mạnh trong việc phát triển, duy trì và nuôi dưỡng cộng đồng trên Social mang lại cơ hội tiếp cận phần lớn người dùng tại Việt Nam.

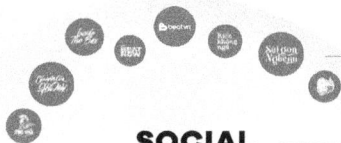

BLOOMING WITH BEAT?

Email: ads@beat.vn

Website: https://beatnetwork.vn/

Fanpage: https://www.facebook.com/beatnetwork.official

Linkedin: linkedin.com/feed/

Alana Jewelry – Tôn vinh vẻ đẹp khí chất phụ nữ Việt – https://alana.com.vn

Với sứ mệnh tôn vinh vẻ đẹp và khí chất độc đáo của người phụ nữ Việt hiện đại, chúng tôi tự hào mang đến những dòng trang sức tinh tế, kết hợp hoàn hảo giữa phong cách đương đại và nét đẹp truyền thống của người con gái Việt. Alana Jewelry mong muốn trở thành một phần trong hành trình khẳng định giá trị bản thân của mỗi khách hàng.

	THÔNG TIN - 6 CỘT MỐC HÀNH TRÌNH THƯƠNG HIỆU
Lời mở đầu	***Giới thiệu tổng quan về Alana Jewelry và sứ mệnh của thương hiệu.*** Đối với ngành trang sức đá quý, Alana Jewelry trở nên là thương hiệu đang tỏa sáng với sứ mệnh đặc biệt của chính mình: tôn vinh vẻ đẹp và giá trị của người phụ nữ Việt Nam. Chúng tôi mong muốn trở thành một phần trong hành trình khẳng định giá trị bản thân của mỗi khách hàng.
Hành trình khởi nguồn	Với hơn một thập kỷ kinh nghiệm, Alana Jewelry được sáng lập bởi Mrs. Nguyệt Anh - Alana, một người phụ nữ đã truyền cảm hứng cho hành trình tôn vinh vẻ đẹp của phụ nữ Việt Nam thông qua niềm yêu thích sâu sắc với trang sức đá quý. Từ những ngày đầu tiên của việc sưu tầm và nghiên cứu, chị đã nuôi dưỡng giấc mơ về việc tạo ra những tác phẩm trang sức không những thu hút về mặt thẩm mỹ mà còn phản ánh câu chuyện và giá trị tinh thần của người phụ nữ Việt.
Sứ mệnh cao cả	Alana Jewelry không dừng lại ở việc cung cấp trang sức cao cấp. Chúng tôi mang trong mình sứ mệnh cao cả hơn: 1) Tôn vinh vẻ đẹp của phụ nữ Việt Nam 2) Chia sẻ kiến thức về trang sức đá quý và nghệ thuật phối hợp trang sức thể hiện khí chất người phụ nữ 3) Truyền cảm hứng để mỗi người phụ nữ tự tin thể hiện phong cách cá nhân của mình

Nghệ thuật chế tác	Mỗi sản phẩm của Alana Jewelry là kết tinh của: - Chất liệu cao cấp: Đá và kim cương được ALANA tuyển chọn kỹ lưỡng - Tay nghề tinh xảo: Đội ngũ nghệ nhân với gần 20 năm kinh nghiệm - Thiết kế độc đáo: Sự kết hợp tinh tế giữa truyền thống và hiện đại, thiết kế theo yêu cầu
Cam kết chất lượng	Chúng tôi tự hào về chất lượng sản phẩm được đảm bảo bởi: - Chứng nhận GRA (Gemological Research Association) - Chứng nhận GIA (Gemological Institute of America) Mỗi viên đá, mỗi chi tiết đều trải qua quá trình kiểm định nghiêm ngặt, đảm bảo giá trị bền vững cho người sở hữu.
Dịch vụ khách hàng xuất sắc	Alana Jewelry không chỉ là nơi tìm kiếm trang sức thông thường, chúng tôi còn mang đến cho bạn một trải nghiệm dịch vụ hậu mãi đẳng cấp với chính sách bảo hành trọn vẹn, dịch vụ làm sạch trang sức không mất phí và quy định đổi trả sản phẩm linh hoạt. Đội ngũ tư vấn viên của chúng tôi luôn sẵn lòng lắng nghe và phục vụ để đảm bảo mỗi khách hàng đều có những trải nghiệm tốt nhất.
Tầm nhìn thương hiệu	Với tầm nhìn trở thành thương hiệu trang sức thuộc TOP đầu tại Việt Nam, Alana Jewelry không ngừng: - Đổi mới trong thiết kế và công nghệ - Phát triển đa dạng các bộ sưu tập độc đáo - Mở rộng thị trường trong nước và quốc tế
Kết luận	Đến với Alana bạn sẽ tìm thấy được chính mình, nơi vẻ đẹp được thắp sáng ngọn lửa của người phụ nữ Việt. Với Alana, mỗi viên đá, mỗi phụ kiện trang sức được bạn mang trên người đều góp phần làm nên câu chuyện rực rỡ của chính bạn, bạn là duy nhất và không ai có thể lấp lánh thay bạn. Hãy để Alana khai phá vẻ đẹp ẩn giấu trên hành trình tỏa sáng của chính bạn.

PHỤ LỤC 1: CÁC CUỐN SÁCH MÀ BẠN NÊN THAM KHẢO

1. *Change Your Questions, Change Your Life* (Thay đổi câu hỏi, Thay đổi cuộc đời) – Marilee Adams

2. *Good to Great* (Từ tốt đến vĩ đại) – Jim Collins

3. *Built to Last* (Xây dựng để trường tồn) – Jim Collins

4. *High Output Management* (Tối ưu hóa hiệu suất của bất kỳ đội nhóm nào) – Andrew Grove

5. *Drive: The Surprising Truth About What Motivates Us* (Động lực chèo lái hành vi) – Dan Pink

6. *The One Minute Manager Meets the Monkey* (Vị giám đốc một phút và con khỉ) – Kenneth Blanchard

7. *The One Minute Manager* (Vị giám đốc một phút) – Ken Blanchard và Spencer Johnson

8. *If You Want It Done Right, You Don't Have to Do It Yourself!* (Người giỏi không phải là người làm tất cả) – Donna M. Genett

9. *Work Rules* (Quy tắc của Google) – Laszlo Bock

10. *Talent Magnet* (Nam châm thu hút nhân tài) – Mark Miller

11. *Start with Why* (Bắt đầu với câu hỏi tại sao) – Simon Sinek

12. *Managing for Happiness* (Lãnh đạo giỏi phải biết tạo niềm vui) – Jurgen Aleppo

13. *Measure What Matters* (Làm điều quan trọng) – John Doerr

14. *OKRs - Hiểu đúng, làm đúng* – Mai Xuân Đạt

15. *Bí quyết tuyển dụng và Đãi ngộ người tài* – Brian Tracy

16. *Leading Change* (Dẫn dắt sự thay đổi) – John Kotter

PHỤ LỤC 2:
CỐ VẤN VÀ HUẤN LUYỆN

CÁC CHƯƠNG TRÌNH CỐ VẤN

Các chương trình cố vấn của J.O.H.N Capital được thiết kế rất đặc biệt, thời gian kéo dài trong vòng 10 tuần, dành cho bốn đến sáu CEO, bao gồm năm bước được lặp đi lặp lại hàng tuần:

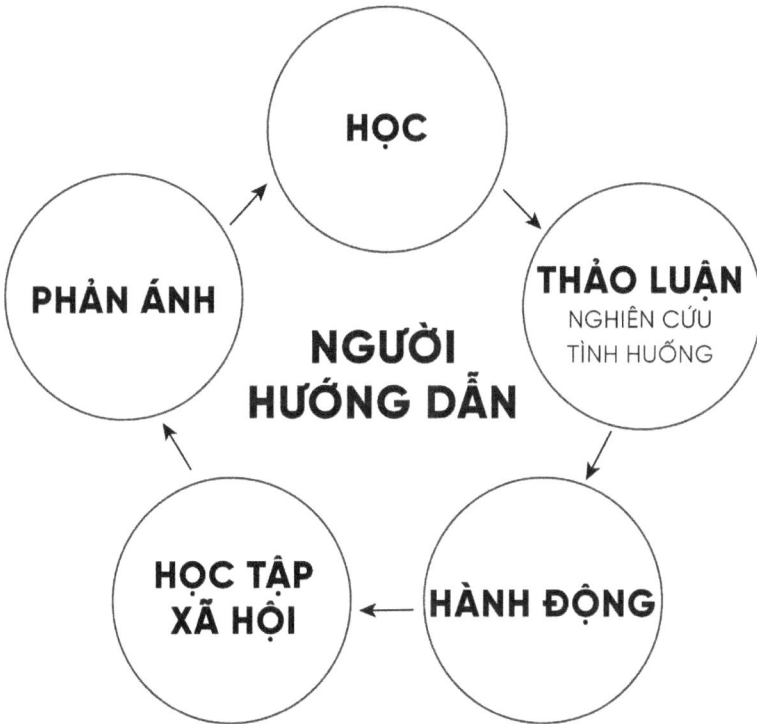

- **Learn (Học):** khách hàng sẽ học thông qua video để biết kiến thức.

- **Discuss (Thảo luận):** khách hàng gặp mặt tại các buổi online qua zoom để đưa ra các vấn đề cụ thể cần giải quyết, nhận được hướng dẫn thực thi từ Mentor (Mai Xuân Đạt) dựa trên các nguyên lý, kiến thức đã học ở phần 1.

- **Social Learning (Học tập lẫn nhau):** học hỏi qua quá trình cố vấn, hướng dẫn các case-study và góp ý từ khách hàng tham gia cùng chương trình.

- **Action (Thực hành):** CEO triển khai hành động thực tế tại doanh nghiệp.

- **Reflect (Đối chiếu, phản ánh):** báo cáo kết quả thực tế trong các buổi online zoom, tìm ra các điểm được và chưa được, tiếp tục chỉnh sửa hành động để đạt hiệu quả cao hơn.

Chương trình Cố vấn Quản trị Mục tiêu (Mentor MBOs)

Trong quá trình tìm hiểu và làm việc cùng các Doanh nghiệp, tôi nhận thấy có vô số vấn đề… giống nhau mà các công ty gặp phải khi triển khai Quản trị Mục tiêu. Tất cả những gì các nhà quản lý thực hiện bao lâu nay, theo quán tính, vốn dĩ đi ngược với triết lý Quản trị Mục tiêu vô cùng hiệu quả mà Peter Drucker đã phát kiến từ thế kỷ trước. Và để làm đúng, cần có những bước đi đúng đắn ngay từ đầu.

Các CEO tham gia chương trình cố vấn sẽ được hướng dẫn từng bước giải quyết các vấn đề khó khăn tiêu biểu trong Quản trị và các "lãng phí ẩn" của doanh nghiệp trong 10 tuần bằng Quản trị Mục tiêu nguyên bản của Peter Drucker. Hoàn thiện năng lực CEO, kiến tạo tổ chức tập trung, mạnh mẽ, chủ động, X2 hiệu quả kinh doanh.

Năm lợi ích của chương trình:

1. Hiểu nguyên bản triết lý Quản trị Mục tiêu của Peter Drucker. Ứng dụng Quản trị Mục tiêu nguyên bản giải quyết 10 vấn đề phổ biến thường gặp khi triển khai "KPI" tại doanh nghiệp.

2. Kiến tạo một tổ chức "SÓI", nhân viên chủ động suy nghĩ và làm việc, luôn duy trì động lực nội vị ở mức cao (mà không phải dùng nhiều đến "Cây gậy và Củ cà rốt"), luôn hướng tới sáng tạo giải pháp. (thay vì một tổ chức "gà công nghiệp", ở đó nhân viên chỉ thụ động làm theo mệnh lệnh, việc được giao, khó khăn đều đẩy lên sếp).

3. Khai thác tối đa năng lực vốn có của đội ngũ nhân sự và cả tổ chức bằng cách cung cấp môi trường làm việc lành mạnh, tin tưởng lẫn nhau. Năng lực của nhân viên tăng trưởng liên tục qua các quý.

4. Giải phóng Sếp khỏi các hoạt động sự vụ để tập trung làm đúng vai trò của Nhà quản lý: dẫn dắt, hỗ trợ nhân viên phát triển, hoàn thành mục tiêu.

5. Xây dựng tổ chức kiến tạo, tự do học tập và phát triển dựa trên các mục tiêu tham vọng.

Bạn có thể nghe những câu chuyện của các CEO đã tham gia chương trình chia sẻ về những thành công mà doanh nghiệp của họ nhận được tại đây: https://bit.ly/MBOs-cau-chuyen-thanh-cong

Tìm hiểu về chương trình Cố vấn Quản trị Mục tiêu tại: https://john. vn/mentor-mbos-kpi/

CÁC CHƯƠNG TRÌNH HUẤN LUYỆN

J.O.H.N Capital triển khai hai chương trình cao cấp theo mô hình Coaching về OKRs và Văn hóa Doanh nghiệp bao gồm:

- *Winning OKRs Secrets - Bí mật mô hình OKRs hoàn hảo*

- *Building the True Company - Xây dựng một công ty đích thực*

Coaching là mô hình huấn luyện chuyên sâu nhằm chuyển giao kiến thức và tạo ra hiệu quả đầu ra một cách rõ ràng, trực tiếp. Trong mô hình này, Coach (Huấn luyện viên) sẽ làm việc trực tiếp với doanh nghiệp theo một cấu trúc được thiết kế chuyên biệt đã được chứng minh là hiệu quả, kết hợp giữa các hình thức truyền đạt khác nhau: Training, Flipped classroom, Coaching và Mentor.

1. **Training:** truyền tải kiến thức một chiều thông qua Zoom/Video, video được ghi lại và xem lại trong 12 tháng tiếp theo. Sau mỗi buổi học có bài thực hành tại doanh nghiệp.

2. **Flipped classroom (lớp học đảo ngược):** thành viên tham dự chương trình được yêu cầu đọc các tài liệu, sách cần thiết để bổ trợ cho phần thực hành, thảo luận về nội dung qua các buổi Coaching

3. **Coaching:** Doanh nghiệp tham gia huấn luyện riêng cùng với HLV Mai Xuân Đạt, đi sâu vào vấn đề của từng doanh nghiệp. Thiết lập chiến lược phù hợp để triển khai thành công

4. **Mentor:** Đội ngũ chuyên gia của J.O.H.N Capital sẽ đồng hành và hỗ trợ doanh nghiệp trong ba tháng đầu tiên sau thời gian huấn luyện, đảm bảo tạo ra kết quả đầu ra theo cam kết với doanh nghiệp

Phương pháp này đảm bảo cho việc doanh nghiệp tiếp thu đầy đủ toàn bộ lượng kiến thức lớn của chương trình và đạt được kết quả đầu ra như cam kết.

Winning OKRs Secrets - Bí mật mô hình OKRs hoàn hảo

Trong chương trình huấn luyện Winning OKRs Secrets, chúng tôi tạo ra mô hình "**Winning OKRs Model**" nhằm giúp doanh nghiệp xây dựng một môi trường hoàn toàn phù hợp với triết lý OKRs, sau đó mới bắt đầu đưa OKRs vào.

Phương pháp này rút ngắn thời gian xuống còn **ba tháng**, gạt đi **90% các trở ngại** phổ biến (lãnh đạo thiếu quyết tâm, nhân viên không hào hứng, thực hành sai, hệ thống cũ xung đột với OKRs...).

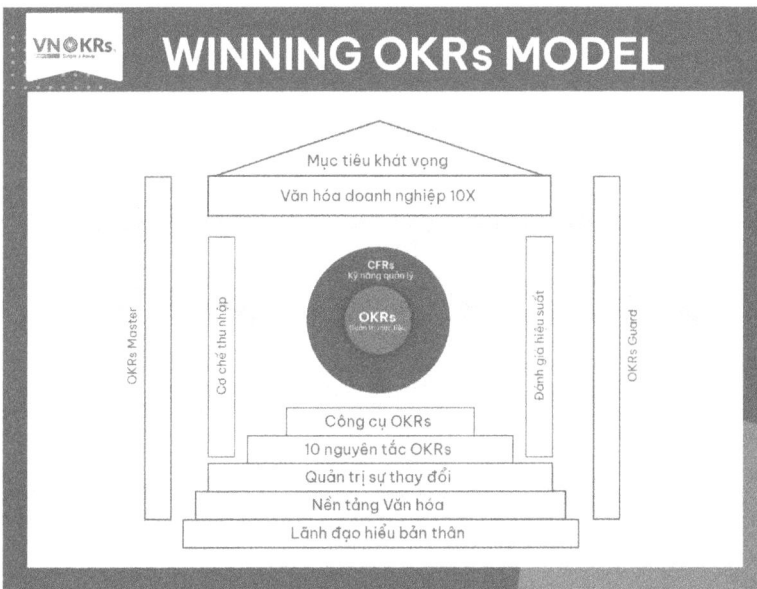

Các nội dung trong chương trình sẽ đi theo một trình tự độc quyền, được thiết kế dựa trên trải nghiệm ứng dụng thành công OKRs của chính bản thân tôi, đồng thời tổng hợp kinh nghiệm từ hơn 50 case-study thành công mà chúng tôi đã quan sát được tại các doanh nghiệp Việt Nam đang sử dụng OKRs.

Cam kết lớn từ chương trình (nhưng không giới hạn, tùy vào nhu cầu của doanh nghiệp):

- Xây dựng văn hóa Chủ động, Cam kết tại doanh nghiệp.

- Các mục tiêu của doanh nghiệp trong chu kỳ đầu tiên đạt được tối thiểu 70%.

- CEO giảm thời gian làm việc xuống còn bốn giờ/ngày sau khi kết thúc chu kỳ OKRs.

- Phát triển hệ thống "tự đào tạo" kỹ năng cho nhân sự toàn doanh nghiệp.

Dựa trên thực tế huấn luyện, các lợi ích từ chương trình xuất hiện ngay từ những tuần đầu tiên huấn luyện, tăng dần theo thời gian, rõ nét ngay trong tháng đầu tiên áp dụng OKRs và đạt được các cam kết khi triển khai hoàn chỉnh chu kỳ OKRs đầu tiên.

Bạn có thể nghe cảm nhận của các doanh nghiệp về hiệu quả, những điểm khác biệt của chương trình tại địa chỉ: https://bit.ly/WOS-cau-chuyen-thanh-cong

Trên thực tế, hầu hết các doanh nghiệp Việt Nam đã triển khai OKRs thành công mà chúng tôi quan sát được đều dựa trên các nỗ lực đáng kinh ngạc, thể hiện tinh thần tự học tập và thực hành đầy quyết tâm, nghiêm túc.

Tôi tin tưởng rằng, chỉ cần có lý do đủ lớn để thay đổi, bất kỳ doanh nghiệp nào cũng có thể tự mình tìm hiểu và triển khai OKRs giống như chúng tôi từng làm.

Tuy nhiên, nếu với doanh nghiệp của bạn thời gian là tài sản có giá trị cao và bạn muốn rút ngắn quá trình tìm hiểu và ứng dụng, chúng tôi sẵn sàng đồng hành.[1]

Building the True Company - Xây dựng một công ty đích thực

Như Jim Collins đã nói "**Sản phẩm quan trọng nhất của công ty chính là... công ty**". Theo chúng tôi, nghề nghiệp thực sự của một CEO không phải là làm ra sản phẩm hay dịch vụ mà công ty đang cung cấp, nghề nghiệp thực sự của một CEO chính là... làm CEO.

Với kinh nghiệm xây dựng doanh nghiệp hơn 10 năm, từng mở rồi đóng sáu, bảy doanh nghiệp vì làm sai, rồi tìm ra phương pháp ứng dụng thành công cho chính các doanh nghiệp của mình, sau đó chia sẻ và có được sự công nhận từ cộng đồng các Founder, CEO; tôi đã đúc kết và thiết kế được công thức đặc biệt để chuyển giao quy trình tối ưu, tinh gọn nhất để các CEO có thể "**Building the True Company**" (Xây dựng một công ty đích thực).

Chúng tôi tin rằng giải pháp mà khóa huấn luyện đặc biệt "BUILDING THE TRUE COMPANY" chính là đáp án mà bất kỳ CEO nào cũng cần; "MỘT LẦN VÀ MÃI MÃI" giải quyết trọn vẹn các vấn đề trên và giúp các doanh nghiệp xây dựng nền móng vững chắc, một nền

---

1. Tìm hiểu kỹ hơn về chương trình huấn luyện cao cấp, chuyên sâu "Winning OKRs Secrets" tại địa chỉ: https://winningokrs.john.vn/wos.

tảng Văn hóa Doanh nghiệp chính xác, mạnh mẽ; Đem lại lợi thế cạnh tranh tuyệt đối cho bất kỳ doanh nghiệp nào.

Cam kết lớn từ chương trình

1. Xác định rõ Sứ mệnh của doanh nghiệp một cách chính xác

2. Xây dựng hoàn chỉnh bộ GTCL của doanh nghiệp, xuất phát từ Niềm tin Cốt lõi của CEO/Founder.

3. Chuyển giao hoàn toàn Quy trình triển khai VHDN từ cấp cao nhất (lãnh đạo) tới cấp thấp nhất (nhân viên)

4. Đảm bảo 100% nhân sự nắm rõ và dễ dàng đồng bộ hành vị dựa trên Giá trị Cốt lõi.

5. Điểm động lực trung bình nhân sự đạt tối thiểu 4/5 sau 60 ngày kết thúc huấn luyện.

Ngoài ra Doanh nghiệp của bạn còn nhận được

- **Xây dựng doanh nghiệp bài bản:** Gây dựng doanh nghiệp của mình với nền móng vững chắc của một "Tòa cao ốc" theo chuẩn lý thuyết QUẢN TRỊ ĐÚNG của Quốc Tế. Chấm dứt chuỗi ngày tháng làm CEO một cách tự phát, càng làm càng thấy rối

- **Đội ngũ nhân sự phù hợp:** Công ty định hình Văn hóa Doanh nghiệp rõ nét, đúng đắn, nhân viên hiểu CEO, hiểu đồng nghiệp, trở thành một tập thể gắn kết, X3 Động Lực làm việc, vui vẻ và hạnh phúc khi cống hiến, làm việc lâu dài 5 – 10 năm vì mục đích chung.

- **Cảm thấy hạnh phúc với công việc:** CEO hiểu bản thân, hiểu nhân viên, luôn hài lòng với chính doanh nghiệp, đội ngũ của mình. Mỗi ngày đi làm là một ngày vui, muốn gặp gỡ và trò chuyện cùng nhân viên. Tìm thấy ý nghĩa trong công việc.

Cùng lắng nghe cảm nhận của các doanh nghiệp về hiệu quả, những điểm khác biệt của chương trình: https://bit.ly/BTC-cau-chuyen-thanh-cong[1]

---

1. Tìm hiểu kỹ hơn về chương trình huấn luyện cao cấp, chuyên sâu về Văn hóa doanh nghiệp "Building the True Company" tại địa chỉ: https://btc.john.vn/.

www.ingramcontent.com/pod-product-compliance
Lightning Source LLC
Chambersburg PA
CBHW040845210326
41597CB00029B/4738